भगवद्गीता

गीतेचं प्रवाही आणि प्रत्ययकारी विश्लेषण!

रूपा पै

अनुवाद
लीना सोहोनी

मेहता पब्लिशिंग हाऊस

THE GITA FOR CHILDREN by ROOPA PAI
Text Copyright © 2015 Roopa Pai
Illustrations Copyright © 2015 Sayan Mukherjee
First published in 2015 by Hachette India
Hachette Book Publishing India Pvt.Ltd
Translated into Marathi Language by Leena Sohoni

भगवद्गीता / आध्यात्मिक

अनुवाद : लीना सोहोनी
author@mehtapublishinghouse.com

मराठी अनुवादाचे व प्रकाशनाचे हक्क : मेहता पब्लिशिंग हाऊस, पुणे ३०.

प्रकाशक : सुनील अनिल मेहता, मेहता पब्लिशिंग हाऊस,
१९४१, सदाशिव पेठ, माडीवाले कॉलनी, पुणे - ४११०३०.

मुद्रक : ट्रिनिटी अ‍ॅकॅडमी फॉर कॉर्पोरेट ट्रेनिंग लिमिटेड,
नऱ्हे इंडस्ट्रिअल एरिया, झील कॉलेज रोड, नऱ्हे, पुणे - ४१.

मुखपृष्ठ व
आतील चित्रे: हॅचेट बुक इंडिया यांच्या सौजन्याने

प्रथमावृत्ती : जानेवारी, २०२२

किंमत : ₹ ३५०

P Book ISBN 9789392482540
E Book ISBN 9789392482618
E Books available on : amazonkindle Apple Books Google Play Books

माझ्या प्रिय वाचकांना...

तुमच्या अंतरी दडलेल्या कृष्णाचा शोध घेण्यात तुम्हा सर्वांना यश येवो! ही गोष्ट सोपी मुळीच नाही; पण त्यासाठी प्रयत्न केला पाहिजे, कारण तेवढं त्याचं माहात्म्य निश्चितच आहे.

खरंच या भगवद्गीतेचा एवढा मोठा बोलबाला कशासाठी?

तुम्ही सर्वांनी या गीतेविषयी आजवर खूप काही ऐकलं आहे, इतिहासाच्या पुस्तकात वाचलं आहे आणि बॉलीवूडच्या सिनेमांमधूनही (साक्षीदाराच्या पिंजऱ्यात तो नट उभा असतो आणि गीतेवर हात ठेवून शपथ घेतो... ईश्वरसाक्ष खरं सांगेन, खोटं सांगणार नाही वगैरे). आता साहजिक तुमच्या मनात विचार येतच असेल की, 'बाबा, एवढं मोठं असं काय आहे या पुस्तकात? या गीतेचं नाव काढलं की, सगळे असे एकदम धीरगंभीर वगैरे होतात, डोळ्यांत अपार भक्तिभाव आणून बोलतात. आपण जेव्हा ते पुस्तक हातात घेऊन चाळलं, तेव्हा तर ते इतकं कठीण वाटलं होतं... काही समजतही नव्हतं. वेल! मग आज आपण बघू तरी, नेमकं आहे काय या गीतेत? पण त्याआधी आपण एक छोटीशी चाचणी घेऊ आणि या भगवद्गीतेविषयी (किंवा शॉर्ट फॉर्म करून बोलायचं तर गीतेविषयी) तुम्हाला नेमकं किती आणि काय ठाऊक आहे, ते पाहू. तुम्ही फक्त एवढंच करायचं – खाली प्रश्नावली दिलेली आहे ना, त्यातली उत्तरं वाचून त्यातलं तुम्हाला जे योग्य वाटेल, त्या उत्तरापुढे (✓) 'बरोबर' अशी खूण करायची.

१) भगवद्गीता म्हणजे नेमकं काय? गीता म्हणजे...

अ. ही एक संस्कृत कविता आहे. ही भारतात सुमारे २५०० वर्षांपूर्वी लिहिली गेली. याचा शब्दशः अर्थ 'ईश्वराचं गाणं' असा आहे.

ब. हिंदूंचा पवित्र ग्रंथ.

क. 'महाभारत' या भारतातील महाकाव्याचा एक छोटासा भाग.

ड. कृष्ण आणि अर्जुन या दोन मित्रांमधील संभाषण.

इ. उत्तम, सदाचारी आणि आनंदी आयुष्य कसं घालवावं, यासंबंधी मार्गदर्शन करणारं पुस्तक.

फ. वर दिलेलं सगळं.

मग तुम्ही कुठला पर्याय निवडलात? 'फ' हाच ना? अगदी बरोबर! अभिनंदन! खरं उत्तर हेच आहे.

आता आपण हे पाहिलं की, भगवद्गीता हा महाभारताचाच एक हिस्सा आहे. तेव्हा त्या अनुषंगानं येणाऱ्या पुढच्या प्रश्नाकडे आपण वळू या.

२) महाभारत म्हणजे नक्की काय? महाभारत म्हणजे...

अ. जगातील सर्वांत मोठं महाकाव्य, सुमारे २५०० वर्षांपूर्वी लिहिलं गेलेलं.

ब. भारतातील दोन महाकाव्यांपैकी एक (दुसरं अर्थात रामायण).

क. चुलत भावंडांच्या दोन गटांमध्ये म्हणजे पाच पांडव (सज्जन माणसं) आणि शंभर कौरव (दुर्जन माणसं) यांच्यात झालेल्या युद्धाची गोष्ट.

ड. एकमेकांमध्ये गुंफण्यात आलेली अत्यंत गुंतागुंतीची सुंदर कथाशृंखला. या कथा लक्षात ठेवायला इतक्या कठीण आहेत की, एका व्यक्तीला सगळ्याच्या सगळ्या कथा किंवा त्यांतली पात्रं लक्षात राहणं शक्यच नाही.

इ. असंख्य कथा, एक अत्यंत गाजलेली दूरदर्शन मालिका, अनेक चित्रपट, नाटकं, भारताच्या प्रत्येक प्रादेशिक भाषेतली लोकगीतं आणि चक्क काही परकीय लोकगीतंसुद्धा... या सर्वांचाच प्रेरणास्रोत.

फ. वर दिलेलं सगळं.

अर्थातच तुम्ही 'फ' हाच पर्याय निवडला असणार आणि या वेळीही तुमचं उत्तर बरोबर आहे; पण आता मात्र आपण जरासं तपशिलात शिरू आणि पाहू, तुम्हाला किती प्रश्न सोडवता येतात ते. (आणि या खेपेला 'फ' हा पर्याय नसणार, बरं का!)

३) ज्या महाभारताचा भगवद्‌गीता हा एक हिस्सा आहे, ते महाभारत एकंदर १८ पर्वांमध्ये लिहिण्यात आलं आहे. १८ पर्वांपैकी प्रत्येक पर्वात परत आणखी प्रकरणे आहेत. मग त्यांपैकी गीतेमध्ये किती प्रकरणे किंवा अध्याय आहेत?

अ. ३

ब. १५

क. १८

ड. २२३

४) संपूर्ण महाभारताप्रमाणेच गीता हीसुद्धा दोन-दोन ओळींच्या श्लोकांमध्ये लिहिलेली आहे. संपूर्ण महाभारत १००,००० श्लोकांचं बनलेलं आहे; तर गीता किती श्लोकांची बनलेली आहे?

अ. २२,३००

ब. ७००

क. ४३,४५५

ड. १२७८

५) गीता ही महाभारताच्या कितव्या पर्वात आहे?

अ. सहाव्या

ब. सोळाव्या

क. पहिल्या

ड. अठराव्या

ओके! आता आपण एक छोटीशी विश्रांती घेऊ या आणि आत्तापर्यंतच्या प्रश्नांची बरोबर उत्तरं काय; ते पाहू.

- महाभारताची जेवढी पर्वं आहेत, तेवढेच अध्याय गीतेचेही आहेत; ते म्हणजे अठरा.
- आणि गीतेत श्लोक किती आहेत, माहीत आहे का? ऐकलंत तर धक्काच बसेल; फक्त सातशे. म्हणजे महाभारताच्या केवळ एक टक्का!
- आणि गीता महाभारताच्या सहाव्या पर्वात आहे. म्हणजे तसं बघायला गेलं, तर महाभारताच्या कथेच्या सुरुवातीच्या भागातच ती आहे.

मग आता महत्त्वाचा प्रश्न असा की, भारताच्या या इतक्या महान अशा महाकाव्याचा गीता हा इतका छोटासा भाग असूनही गीतेला इतकं अनन्यसाधारण महत्त्व कसं काय प्राप्त झालं असेल? म्हणजे खुद्द महाभारतापेक्षासुद्धा गीतेची महती अधिक कशी? असं नेमकं काय आहे या गीतेत की, लोकांच्या मनात तिच्याविषयी एवढा भक्तिभाव; एवढा आदरभाव आहे? हे शोधून काढण्याचा केवळ एकच मार्ग आहे. चला तर! आपण आपल्या पुढच्या प्रश्नाकडे वळू या.

६) आपण एक गोष्ट पाहिलीच आहे की, महाभारत ही एका फार मोठ्या युद्धाची कहाणी आहे आणि गीता हे कृष्ण आणि अर्जुन या दोन मित्रांमधलं संभाषण आहे; पण मग हे संभाषण नेमकं घडलं कधी?

अ. या युद्धाला तोंड फुटण्याच्या काही दिवस आधी.

ब. युद्ध होऊन गेल्यानंतर काही दिवसांनी.

क. हे युद्ध सुरू होण्याची वेळ अगदी जवळ येऊन ठेपलेली असताना (म्हणजे फक्त दोन मिनिटं आधी).

ड. युद्ध चालू असताना मध्येच.

७) हे एवढं मोठं सातशे श्लोकांचं संभाषण नक्की आहे तरी कशाविषयी?

अ. भारताच्या उज्ज्वल इतिहासाबद्दल.

ब. युद्धनीती.

क. युद्ध करण्यास राजी नसलेल्या अर्जुनाला कृष्ण हातात शस्त्र धरून लढण्यास तयार होण्याचा उपदेश करत आहे.

ड. धनुर्विद्येत निपुण असा अर्जुन त्याचा सारथी असलेल्या कृष्णाला रथ जोरात चालवण्याची विनंती करत आहे.

चला, पुन्हा एक छोटीशी विश्रांती घेऊ या आणि क्र. ६ आणि ७ या प्रश्नांची बरोबर उत्तरं कोणती ते पाहू.

- महायुद्ध सुरू होण्याच्या केवळ काही क्षण आधी गीतेतलं ते संभाषण सुरू झालं; पण ते काही लहानसहान संभाषण नव्हतं ना? त्यामुळे ते भरपूर वेळ सुरू होतं आणि ते संपेपर्यंत सगळंच खोळंबून राहिलेलं होतं, हे खरं आहे. इतकं भलंमोठं संभाषण सुरू करायची ती काही योग्य वेळ होती का? पण तसं घडलं खरं.
- या सातशे श्लोकांमध्ये जास्त वेळ कृष्णच बोलतो आहे. थोडक्यात सांगायचं, तर तो अर्जुनाचं मन वळवतोय आणि त्याला सांगतोय की, 'बाबारे, तुझी ही भुणभुण थांबव आणि चल, युद्धाला सुरुवात कर बघू!'

अर्थातच त्यावरून आपण पुढच्या काही प्रश्नांकडे वळू या. फक्त या वेळी एक छोटासा बदल करू. प्रश्न तुम्ही विचारायचे.

८) तुम्ही मला म्हणाल, 'अहो, तुम्ही ही काय मस्करी चालवलीय? एक मित्र दुसऱ्याला भुणभुण, कुरकुर बंद करून युद्ध करायला सांगतोय आणि तेवढं सांगायला सातशे श्लोक? आणि त्या मित्रांचं हे संभाषण भारताच्या अमूल्य आणि महान अशा उपदेशाचा ठेवा बनून जातं? का?'

अगदी बरोबर प्रश्न विचारलात. याचं उत्तर थोडक्यात द्यायचं झालं, तर असं की, आपल्या आप्तस्वकीयांशी अशा प्रकारे युद्धासाठी उभं राहणं ही अर्जुनाच्या दृष्टीनं जगातली सर्वांत कठीण गोष्ट होती आणि असं असूनही, त्यानं ते का केलं पाहिजे, हे कृष्णानं त्याला समजावून सांगितलं.

९) पण ते काही जरी असलं, तरी ते संभाषण त्या दोघांमध्येच घडलं होतं आणि त्या कथेत त्या दोघांच्या संभाषणाचा खूप मोठा वाटा होता; पण अगदी जगातील सर्वांत मोठ्या मानल्या जाणाऱ्या महाकाव्यातल्या कथेमध्ये जे काही घडलं, त्याला आजच्या काळातसुद्धा इतकं महत्त्व का असावं? लोकांनी आजही ते शिरोधार्य का मानावं?

सर्वांत इंटरेस्टिंग गोष्ट तर हीच आहे. असं पाहा, हजारो वर्षांपूर्वी लिहिल्या गेलेल्या गोष्टी आजही वाचल्या जातात. लोक एकमेकांना त्या सांगतात. त्यांवर चर्चा होतात. बऱ्याचदा या कथा केवळ कथा राहत नाहीत. त्या खरंतर नीतिकथा किंवा उपदेशकथा असतात. त्या कथांमध्ये एक चिरंतन सत्य दडलेलं असतं, आयुष्याचे धडे असतात; नैतिक मूल्यं आणि अनुभवाचं शहाणपण असतं. त्या कथांमधून आपल्याला खूप काही शिकायला मिळतं. गीता हे जगातलं सर्वांत महान असं संभाषण आहे. आपल्यापैकी प्रत्येकानं ऐकलंच पाहिजे, असंच ते आहे, कारण यात कृष्ण अर्जुनाला जो काही उपदेश करतोय, तो खरंतर आपणा सगळ्यांनाच

लागू आहे. त्याच्या त्या कथनात आपल्यासाठी एक संदेश आहे. आपण आपलं आयुष्य सचोटीनं, प्रामाणिकपणानं आणि उत्तम प्रकारे कसं जगावं, हेच गीता आपल्याला सांगते.

जगातमध्ये ज्या महान कथा असतात, त्या बऱ्याचदा रूपककथा असतात. दृष्टांतकथा असतात. याचा अर्थ, या कथा अनेक पातळ्यांवर काम करतात. एका पातळीवर पाहायचं, तर महाभारत म्हणजे दोन गटांमधील महायुद्धाची कथा आहे. हे युद्ध एकमेकांचे चुलतभाऊ असणाऱ्या दोन गटांमध्ये घडलं. त्यांतला एक गट सज्जन, सत्शील, नियमानं चालणाऱ्या आणि सद्गुणी भावांचा होता; तर दुसरा गट दुष्ट, भामट्या, लबाड आणि नीतिनियमांची जराही चाड न बाळगणाऱ्या दुर्जनांचा होता; पण दुसऱ्या पातळीवर महाभारत ही एका वेगळ्याच युद्धाची कहाणी आहे. हा लढा आपल्या सर्वांच्या मनात आणि हृदयात रोजच चालू असतो. आपल्या दैनंदिन आयुष्यात आपल्याला चांगल्या-वाइटाची निवड करावी लागते. काय चांगलं, काय वाईट हे खरंतर आपल्याला माहीत असतं; पण चांगल्याची वाट नेहमीच खडतर असते आणि जे चांगलं नसतं, त्याची वाट मात्र सोपी असते.

आपण माणसं आहोत. उत्क्रांतीच्या वृक्षाच्या सर्वांत वरच्या शेंड्यावर बसलेले प्राणी आहोत आपण. आपण अनेक अर्थांनी खूप खास आहोत; पण आपली सर्वांत मोठी खासियत कोणती असेल, तर आपल्या अंगी असणारं तारतम्य! चांगलं काय, वाईट काय, याचं भान आणि त्यातून योग्य ती निवड करण्याची बुद्धी. आता ही निवड नक्की कशाची? पिझ्झा ऑर्डर करावा की पास्ता? जीन्स घालाव्यात की शॉर्ट्सच बऱ्या? अशी साधीसोपी निवड नाही ही. तर नैतिकदृष्ट्या काय करणं योग्य ठरेल आणि काय अयोग्य होईल, याची निवड करण्याची क्षमता– योग्य काय आणि अयोग्य काय, चांगलं काय आणि वाईट काय, सुष्ट वागायचं की दुष्ट?

आता स्वाभाविकच तुमच्या मनात असा विचार येईल की, चांगल्या-वाइटामधून योग्य निवड करण्याची क्षमता जर आपल्याला निसर्गतःच प्राप्त झालेली आहे, तर प्रत्येक वेळी सुष्टांना पाठिंबा द्यायचा की दुष्टांना, असा प्रश्न आपल्यासमोर उभा राहिला, तर आपण नेहमीच सज्जनांना, चांगल्या माणसांना पाठिंबा दिला पाहिजे, त्यांच्याच मागे उभं राहिलं पाहिजे; पण प्रत्यक्षात मात्र आपण कितीतरी वेळा वाईट माणसांनाच विजय मिळवून देत असतो.

कुरुक्षेत्राच्या युद्धभूमीवर उभ्या असलेल्या अर्जुनाप्रमाणे आपणही आपल्या मनाच्या आणि हृदयाच्या रणभूमीवर उभं राहून आपल्या स्वतःच्या कमकुवतपणाबद्दल सबबी पुढे करत असतो. जर योग्य निर्णय घ्यायचा झाला, तर तो फार भयंकर असेल, अशी कुरकुर आणि रडारड करत असतो. चांगल्या-वाइटातून योग्य निवड करणं फार कठीण आहे, फार भीतिदायक आहे आणि तसं केल्यानं आपल्या

आयुष्यात एकाकीपणा येईल, अशी भुणभुण आपण करू लागतो. प्राप्त परिस्थितीत नक्की काय करणं योग्य, हेच आपल्याला कळेनासं होतं. आपण गोंधळून जातो. आपण घेतलेल्या निर्णयाचे परिणाम भोगण्याची आपली तयारी नसल्यामुळे आपण रणांगणातून पळ काढायला बघतो. खरं तर आपणा सर्वांच्या अंतरंगात एक कृष्ण राहत असतो; पण अर्जुनानं जसा त्याचा सल्ला मानला, तसं मात्र आपण करत नाही. उलट आपण त्या कृष्णाला गप्प बसवतो. इतकं की, अखेर सततच्या आपल्या त्या गप्प बसवण्याला तो कृष्णही कंटाळून कायमचं मौन पत्करतो. आपल्याला त्या तशा गोंधळलेल्या अवस्थेत तो सोडून देतो. काय योग्य, काय अयोग्य, नेमका कोणता निर्णय घेणं इष्ट, हे आपल्याला कळेनासं होतं.

१०) हे सगळं ठीक आहे; पण या सगळ्यात गीता कुठे आली? गीतेमध्ये या प्रश्नांची उत्तरं आहेत का?

आहेत. म्हणजे बऱ्याच अंशी आहेत. अर्थात अशा प्रकारची उत्तरं पुरवणारं जगातलं गीता हे काही एकमेव पुस्तक नव्हे. इतर धर्मांचे धर्मग्रंथ, विविध संस्कृतींमधील महाकाव्यं आणि इतर अनेक पुस्तकांमधूनसुद्धा ही उत्तरं मिळतात; पण गीता हे आपल्या भारतामधलं सर्वाधिक खपाचं लोकप्रिय पुस्तक आहे. ब्लॉकबस्टर किंवा बेस्टसेलरच म्हणा ना! सर्व संभाव्य प्रश्नांची उत्तरं देणारं मार्गदर्शक पुस्तक!

गीतेचा एवढा बोलबाला झाला आहे, तो याचमुळे; त्यामुळेच लक्षावधी भारतीय आपल्या प्रश्नांची उत्तरं शोधायला गीतेकडे वळले आहेत. पुनःपुन्हा वळत आहेत. कधीही निराशा पदरी आली, संकट ओढवलं, मार्ग दिसेनासा झाला, काय करावं ते सुचेनासं झालं, योग्य काय, अयोग्य काय हे समजेनासं झालं की, लोक भगवद्‌गीतेकडे धाव घेतात आणि म्हणून तुम्ही सर्वांनी एकदातरी ही गीता वाचून पाहायला हवी.

कारण एकदा तुम्ही गीता वाचू लागलात की, कृष्णानं आपल्या घाबरलेल्या, बावरलेल्या, प्रचंड भावनिक दडपणाखाली असलेल्या मित्राला- अर्जुनाला- हळुवारपणे पण अगदी स्पष्ट, चपखल शब्दांत जो उपदेश केला, तो तुम्हाला कळल्याशिवाय राहणार नाही. तो उपदेश केवळ अर्जुनासाठीच नाही, तर आपणा सर्वांसाठीच आहे.

- तुम्ही फक्त तुमचं कर्तव्य पार पाडण्याकडे लक्ष केंद्रित करा; त्यामुळे जे काही घडेल, त्याच्या परिणामांची काळजी हे विश्व घेईल.
- चांगल्याचा पाठपुरावा करा; वाइटाचा नाश करा.
- स्वतःशी नेहमी प्रामाणिक राहा.
- चांगल्या कामासाठी लढा द्यायची वेळ आली, तर जराही कचरू नका. आपल्या सर्व ताकदीनिशी लढा.

- तुमच्या सर्वांत जिवलग मित्राशी म्हणजेच तुमच्या आतल्या आवाजाशी बोला. नेहमी बोलत राहा. भरपूर वेळ बोला. (अगदी सातशे श्लोक म्हणण्याइतका वेळ त्यासाठी द्यावा लागला, तरी हरकत नाही. विशेषतः एखादं मोठं युद्ध समोर येऊन ठेपलं असेल, तर निश्चितच बोला.) आतला आवाज तुम्हाला काय सांगतो, ते अगदी लक्षपूर्वक ऐका.
- सुखी, समाधानी आयुष्याचं हेच गमक आहे. उत्तम आयुष्य घालवण्याचं हेच गमक आहे आणि माझ्या प्रिय अर्जुना, जगावं तर ते फक्त या अशाच मार्गानं.

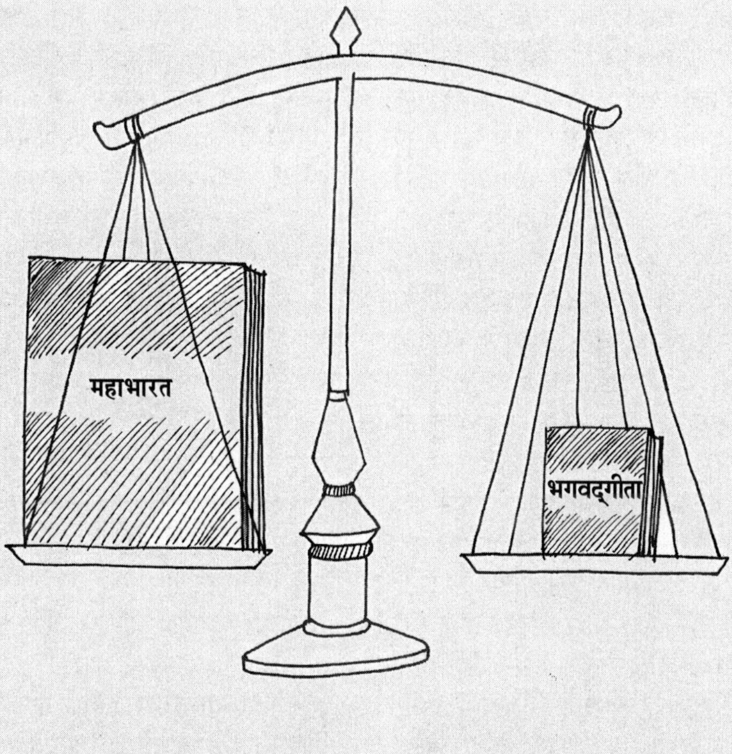

ज्याचे या संभाषणात पर्यवसान झाले, तो घटनाक्रम पण या सर्व संभाषणापर्यंत ही गोष्ट कशी जाऊन पोहोचली? हे जाणून घेण्यासाठी त्याआधीचा घटनाक्रम माहीत करून घ्यायलाच हवा.

कोणे एके काळी, हजारो वर्षांपूर्वी कुरु हे राजघराणे आपल्या देशावर राज्य करत होते. त्या राजघराण्याची राजधानी म्हणजेच हस्तिनापूर. (सध्याच्या दिल्लीच्या उत्तरेला १०० किलोमीटर अंतरावर उत्तर प्रदेशातील मेरठ जिल्ह्यात हे ठिकाण आहे.) याच राजघराण्यातील चित्रांगद आणि विचित्रवीर्य हे दोन राजपुत्र. चित्रांगद विवाह होण्यापूर्वीच युद्धात मारला गेला, तर विचित्रवीर्य नि:संतान मरण पावला. विचित्रवीर्याला दोन पत्नी होत्या अंबिका आणि अंबालिका. विचित्रवीर्याच्या मृत्यूनंतर व्यासांकडून नियोग पद्धतीने अंबिकेला आणि अंबालिकेला पुत्रप्राप्ती झाली. त्यांतला अंबिकेचा पुत्र धृतराष्ट्र हा ज्येष्ठ. खरंतर वडिलांच्या मृत्यूनंतर ज्येष्ठ पुत्र या नात्यानं राजगादी त्याच्याकडे यायला हवी होती; परंतु तो अंध होता; त्यामुळे त्याला राजपद नाकारण्यात आलं; त्यामुळे अंबालिकेचा मुलगा पंडू धाकटा असूनही त्याच्याकडे हे पद आयतं चालून आलं. हा पंडू जन्मतःच अशक्त होता आणि सतत आजारी असायचा; त्यामुळे खरंतर त्याला ही संधी कधीच मिळाली नसती; पण नशिबानं साथ दिली आणि तो राजा झाला.

पण, पंडूचा हा आनंद फार काळ टिकू शकला नाही. त्याच्या हातून नकळत एक गुन्हा घडला होता. त्यानं आपल्या वागण्यानं एका फार मोठ्या ऋषींना दुखावून त्यांचा अपमान केलेला असल्यामुळे त्यांनी संतप्त होऊन त्याला एक शाप दिला होता. त्या शापामुळे पंडूला कधीच मुलं होऊ शकणार नव्हती. "जो राजा आपल्या राज्याला वारस देऊ शकत नाही, त्या राजाच्या जगण्याला काय अर्थ आहे?" असा विचार पंडूच्या मनात रोज यायचा. मग एक दिवस तो राजगादीचा त्याग करून कुंती आणि माद्री या आपल्या दोन राण्यांसह वनवासाला गेला. मग इकडे अंध धृतराष्ट्रावर ते राज्य सांभाळण्याची जबाबदारी येऊन पडली. तो आपला भाऊ पंडू याच्या नावाने राज्यकारभार सांभाळू लागला.

एकूण धृतराष्ट्राचं म्हणाल, तर जे काही घडलं, ते त्याच्या पथ्यावरच पडलं. खरंतर तो त्या राज्याची काळजी घेत होता, ते काही आपल्या भावासाठी नाही; तर

लवकरच त्याला मुलंबाळं होणार होती ना? त्यांच्यासाठी तो या राज्याची देखभाल करत होता. जर गोष्टी त्याच्या मनासारख्या घडल्या असत्या, तर त्याचा तो रोगट, व्याधिग्रस्त भाऊ लवकरच कधीतरी स्वर्गवासी झाला असता आणि त्यानंतर हस्तिनापूरचं राज्य अगदी हक्कानं त्याच्याच मुलांकडे आलं असतं. ते त्यांच्यापासून कुणीही हिरावून घेऊ शकलं नसतं.

* * *

पण पुराणात काय किंवा खऱ्याखुऱ्या आयुष्यात काय, आपण जसं ठरवतो तशा गोष्टी कधीच घडून येत नसतात. या पुराणातल्या शापानुसार पंडूला स्वतःला कधीही मूल होणार नसलं, तरी त्याच्या मोठ्या पत्नीला, म्हणजेच कुंतीला मूल होण्यात कुठेच काही अडथळा नव्हता!

पण हे कसं काय? तर खूप वर्षांपूर्वी कुंतीला एका ऋषींकडून एक वरदान मिळालं होतं. (तिच्या पतीला ज्या ऋषींनी शाप दिला होता, ते ऋषी वेगळे आणि कुंतीला वर देणारे ऋषी वेगळे! त्या काळी भारतात शेकडो थोर ऋषी-महर्षी रानावनांत विहार करत असत.) तर त्या वरदानानुसार कुंतीनं अगदी एकाग्र चित्तानं तिच्या आवडत्या कोणत्याही देवतेचं स्मरण करून त्या मंत्राचा जप केला, तर तो देव पृथ्वीतलावर येऊन तिला पुत्र देईल, असं तिला सांगण्यात आलं होतं. बघा ना; किती सोपं!

त्यानंतर रानात कुंतीनं एकूण तीन वेळा तो मंत्र जपला. पहिल्यांदा तिनं यमधर्माचं स्मरण केलं. यमधर्म ही सदाचरणाची तसंच मृत्यूची देवता. त्यानंतर काही वर्षांनी तिनं वायुदेवतेचं स्मरण केलं आणि त्यानंतर पुन्हा काही वर्षांनी इंद्रदेवाची आराधना केली. (इंद्रदेव हा स्वर्गलोकीचा, सर्व देवांचा राजा, तसंच वादळवाऱ्यांचा अधिपती.) अशा रीतीनं ती या तीन देवतांपासून झालेल्या तीन मुलांचं संगोपन करून त्यांना लहानाचं मोठं करू लागली. त्यांची नावं तिनं अनुक्रमे युधिष्ठिर, भीम आणि अर्जुन अशी ठेवली.

कुंतीची ही तीन गुटगुटीत मुलं खेळताना-बागडताना दिसली की, माद्रीच्या मनात थोडी असूया उत्पन्न होणं हे साहजिकच होतं, नाही का? तसंच झालं. स्वतःच्या पोटी मूल नाही, याचं माद्रीला वाईट वाटू लागलं. मग स्वतःच्या तीन मुलांवर समाधानी असलेल्या कुंतीनं तो मंत्र माद्रीला शिकवला. माद्रीनं वैद्यराज अश्विनीकुमारांच्या नावे मंत्र जपून एकाच वेळी जुळं प्राप्त करून घेतलं. त्या जुळ्या मुलांची नावं तिनं नकुल आणि सहदेव अशी ठेवली. या पंडूच्या पाच मुलांना सगळे पांडव म्हणून ओळखू लागले.

जगात जर सुखाचा अतिरेक झाला, तर जगातला समतोल बिघडून जातो.

जगाच्या रंगभूमीवर पदार्पण करण्यासाठी दुःख वाट बघत थांबलेलंच होतं. त्यानं सगळ्या रंगाचा भंग करण्यासाठी प्रवेश केला. अशीच एक वसंत ऋतूमधली सुंदर सकाळ होती. पक्ष्यांची किलबिल चालू होती. फुलपाखरं उडत होती. मधमाश्यांची गुणगुण सुरू होती. आसमंतात फुलांचा सुगंध भरून गेला होता. अशा वेळी पंडूचं निधन झालं. दुःखातिरेकानं स्वतःला त्याच्या चितेवर झोकून देऊन माद्री सती गेली. त्यामुळे आता एकटीच्या बळावर या पाच मुलांचा सांभाळ करणं कुंतीच्या नशिबी आलं; पण हे सगळं काही आपल्याला झेपणार नाही, असा विचार करून तिनं हस्तिनापूरला राजा धृतराष्ट्राच्या आश्रयाला जाऊन राहायचा निर्णय घेतला.

* * *

पंडू राजा व त्याच्या राण्या हस्तिनापूर सोडून निघून गेल्यानंतर हस्तिनापुरात बऱ्याच काही गोष्टी घडल्या होत्या. धृतराष्ट्रानं गांधारी नावाच्या राजकन्येशी विवाह केला होता आणि त्या दोघांच्या पोटी - थांबा, मन घट्ट करून ऐका हं - शंभर पुत्र आणि एक सौंदर्यवती कन्या जन्माला आली होती. (नाही, नाही. पंडू निघून गेल्याला काही शंभर वर्षं लोटली नव्हती हं! १०१ गर्भ मातीच्या मडक्यात कित्येक महिने ठेवून देण्यात आले होते. त्यांच्यापासूनच या १०१ बालकांचा जन्म झाला. पुरातन काळी भारतात हे असले चमत्कार अनेकदा घडून येत! तर या १०१ बालकांपैकी १०० मुलांना कौरव असं संबोधण्यात येऊ लागलं. (कौरव म्हणजे 'कुरू'चे वंशज. कुरू हा भारतातील एक महान राजा.)

एक दिवस काहीच न कळवता अचानक आपल्या पाच मुलांना घेऊन आपली भावजय कुंती आपल्या दारात येऊन उभी राहिलेली पाहून धृतराष्ट्र तर हतबुद्धच झाला; पण आपल्या मृत भावाच्या कुटुंबीयांकडे पाठ फिरवणं तर त्याला शक्य नव्हतं. शिवाय घरात १०१ मुलांचा सावळा गोंधळ होताच. त्यात आणखी पाच येऊन राहिल्यानं असा काय मोठा फरक पडणार होता? निदान धृतराष्ट्र राजानं तशी स्वतःच्या मनाची समजूत घालून या सर्वांना आपल्या घरी आश्रय दिला; पण आपण जे केलं ते बरोबर की चूक, असा प्रश्न नंतरची कित्येक वर्षं त्याच्या मनाला भेडसावत राहिला.

१०० कौरव आणि पाच पांडव असे सर्व राजपुत्र एकत्र वाढू लागले. एकाच गुरूंच्या हाताखाली शिक्षण घेऊ लागले. (त्या बाबतीत धृतराष्ट्रानं कधीही कुणावरही अन्याय केला नाही.) या सगळ्यात अडचण एकच होती. विषय कोणताही असो, हे पाच पांडव त्या शंभर कौरवांचा अगदी दणदणीत पाडाव करायचे. या एकूण १०५ राजपुत्रांमध्ये युधिष्ठिर हा सर्वांत न्यायप्रिय आणि सत्याची कास धरून चालणारा होता. भीम सर्वांत बलशाली होता, तर धनुर्विद्येत अर्जुनाचा कुणीच हात

धरू शकत नव्हते. नकुल आणि सहदेव घोडेस्वारीत सर्वांत जास्त निपुण होते. शिवाय सर्वच पांडव स्वभावाने फार सज्जन, चांगले होते. ते नम्र होते, ते त्यांच्या सेवकांशी प्रेमाने आणि वडीलधाऱ्यांशी आदराने वागत. आपल्या राज्यातील नागरिकांविषयी त्यांना कळवळा होता. त्यांच्यावर सगळेच प्रेम करत आणि अर्थातच तुमच्या लक्षात आलंच असेल की, कौरव सगळ्याच बाबतींत त्यांच्या अगदी विरुद्ध स्वभावाचे होते. त्यातल्या त्यात सर्वांत मोठा राजपुत्र दुर्योधन म्हणजे तर दुर्गुणांची खाणच होती म्हणा ना! याला राजा होण्याची लालसा होती; त्यामुळे तो आपल्या चुलत भावंडांचा म्हणजेच पांडवांचा द्वेष करत असे.

* * *

अशी बरीच वर्षं गेली. कदाचित वडीलधारी माणसं आपल्याऐवजी युधिष्ठिरालाच गादीवर बसवतील की काय, या विचारांनी दुर्योधन खूप अस्वस्थ होत असे; त्यामुळे आपल्या या चुलत भावंडांचा काटा काढायचा, असं त्यानं ठरवलं. त्यानं त्यांच्याशी चांगुलपणे वागण्याचं ढोंग सुरू केलं आणि एका खूप दूरच्या ठिकाणी त्यानं एक भव्य महाल बांधला आणि पांडवांना एक रात्र तिथे राहण्याचं निमंत्रण दिलं; पण तो महाल अत्यंत ज्वालाग्राही अशा लाखेपासून बनवण्यात आला होता, ही गोष्ट फारच थोड्या लोकांना माहीत होती. त्या महालाला लाक्षागृह असं म्हणत. ज्या दिवशी पांडवांना तिथे मुक्काम करण्याचं निमंत्रण देण्यात आलं होतं, त्याच रात्री त्या लाक्षागृहाला आग लावून देण्याचं कारस्थान दुर्योधनानं रचलं होतं; पण या गोष्टीची कल्पना ज्या काही मूठभर लोकांना होती, त्यांतच युधिष्ठिरसुद्धा होता; त्यामुळे लाक्षागृहाला आग लावण्याचं कृष्णकृत्य जेव्हा पार पाडण्यात आलं, तेव्हा एका गुप्त भुयारी मार्गाने पांडव तिथून केव्हाच निसटून अरण्यात जाऊन पोहोचले होते.

एकदा सुरक्षित ठिकाणी जाऊन पोहोचल्यावर काही दिवस तिथेच दडून बसायचं, अजिबात बाहेर पडायचं नाही, असं त्यांनी ठरवलं. आपण सर्वजण आगीत मृत्युमुखी पडलो आहोत, असाच दुर्योधनाचा समज झाला पाहिजे, असा त्यांचा विचार होता. ते तिथे राहत असताना एक दिवस पांचाल देशाच्या राजानं धनुर्विद्येची स्पर्धा ठेवली असल्याचं त्यांच्या कानावर आलं. त्यात जो धनुर्धारी जिंकेल त्याचा त्या देशाच्या राजकन्येशी विवाह करून देण्यात येणार होता. या राजकन्येचं नाव द्रौपदी असून तिच्या सौंदर्याची कीर्ती सर्वत्र पसरली होती. तिथे जाऊन, त्या स्पर्धेत भाग घेऊन आपलं नशीब अजमावण्याचं पांडवांनी ठरवलं. ते सर्वजण राजाच्या दरबारी गेले. तिथे एका उंच खांबावर एक फिरता लाकडी पक्षी टांगून ठेवण्यात आला होता. त्याच्या डोळ्यात नेम धरून बाण मारायचा, असा पण होता. अनेक राजपुत्रांनी प्रयत्न केला होता; पण कुणालाच यश मिळालं नव्हतं.

धनुर्विद्येत पारंगत असलेल्या अर्जुनाने मात्र धनुष्य उचलून बाण रोखला आणि अगदी सहजपणे त्याचा नेम त्या लक्ष्यावर योग्य ठिकाणी लागला. आपल्या संपूर्ण राज्यात हे काम अर्जुनाशिवाय दुसरं कुणीही करू शकणार नाही, याची दुर्योधनाला पूर्ण कल्पना होती; त्यामुळे वेषांतर करून आलेला तो धर्नुधारी म्हणजे अर्जुनाशिवाय दुसरं कुणीही असूच शकत नाही, हे त्याला समजून चुकलं. पांडवांना जिवे मारण्याचा आपला बेत सपशेल फसल्याचं पाहून तो संतप्त झाला.

(जाता जाता आणखी एक माहिती सांगते. याच वेळी पांडवांना त्यांचा सख्खा मामेभाऊ, म्हणजे त्यांच्या आईच्या भावाचा मुलगा कृष्ण भेटला. त्यांची लगेच मैत्री झाली.)

* * *

इकडे द्रौपदीनं अर्जुनाच्या गळ्यात वरमाला घातली. पांडवांचा आनंद गगनात मावेना. ते द्रौपदीला घेऊन अरण्यातल्या कुटीत परत आले. कधी एकदा आपल्या आईला ही बातमी सांगतो, असं त्यांना झालं होतं.

''माते,'' पांडवांनी दाराच्या बाहेरून हाक मारली. ''बघ तरी आम्ही आज घरी काय आणलंय?''

त्यांची आई कुंती पूजेत मग्न होती. मग कुठलीही आई जे करेल तेच तिनं केलं. ती मागेही वळून न बघता म्हणाली, ''बाळांनो, जे काही आणलं असेल ना, ते सर्वांनी सारखं वाटून घ्या हं!''

अरे बापरे! आता आईची आज्ञा म्हणजे शिरोधार्य! ती कशी मोडायची? त्यामुळे द्रौपदी त्या पाचही पांडवांची पत्नी बनली. झाल्या गोष्टीला तिचाही काही इलाज नव्हता आणि इतरांचाही इलाज नव्हता.

एव्हाना सर्व पांडव जिवंत आणि सुरक्षित असल्याचं सर्वांनाच कळून चुकलं होतं; त्यामुळे आता धृतराष्ट्रानं न्याय्य गोष्ट करून त्यांच्या वाट्याचं अर्धं राज्य त्यांना द्यावं, यासाठी सर्वजण धृतराष्ट्रावर दडपण आणू लागले. धृतराष्ट्राला एकीकडे ते पटलं होतं; परंतु त्याचबरोबर आपल्या मोठ्या राजपुत्राची, म्हणजेच दुर्योधनाची त्याला काळजी असल्यामुळे त्याने राज्याचे दोन हिस्से करून त्यांतला अत्यंत वाईट, ओसाड माळरानाचा भाग पांडवांना दिला.

पण पांडवांना कठोर परिश्रम करण्याचा अजिबात कंटाळा नव्हता; त्यामुळे त्यांनी त्यांच्या वाट्याला आलेल्या जमिनीची उत्तम मशागत केली आणि तेथे कालव्यांचं जाळं बांधून ती जागा हिरवीगार व समृद्ध केली. तिथेच त्यांनी आपली नवी सुंदर राजधानी वसवली. तिचं नाव इंद्रप्रस्थ. (सध्या नवी दिल्ली जिथे आहे, त्या जागी इंद्रप्रस्थ होते, असं म्हणतात.) त्यांनी अतिशय उत्तम तऱ्हेने राज्यशकट

हाकण्यास सुरुवात केली.

अर्थातच त्यामुळे दुर्योधनाला त्यांच्याविषयी अतोनात मत्सर वाटू लागला. कसंही करून या पांडवांना देशोधडीला लावायचं, असा त्यानं विडा उचलला. कौरवांचा मामा, म्हणजे त्यांच्या आईचा भाऊ शकुनी हा या कामी त्यांच्या मदतीला धावून आला. हा स्वभावतःच अत्यंत दुष्ट होता. युधिष्ठिराची एक कमजोरी होती. त्याला द्यूत खेळण्याची आवड होती. मामा-भाच्यांनी मिळून याचाच फायदा घेण्याचं ठरवलं. त्यांनी या द्यूताच्या खेळाद्वारे पांडवांचं अधःपतन करण्याची योजना आखली. (तुमच्या माहितीसाठी : या द्यूताच्या खेळाला फारशा कौशल्याची गरज नसते. हा खेळ पूर्णपणे नशिबावर अवलंबून असतो; त्यामुळे त्यात जिंकण्याचा एकमेव मार्ग म्हणजे फसवणूक, लबाडी करणे आणि शकुनीमामा तर काय, या लबाडीच्या खेळात पारंगतच होता.)

* * *

दुर्योधनानं युधिष्ठिराला द्यूताच्या खेळाचं निमंत्रण दिलं. युधिष्ठिरालाही मोह पडला आणि त्यानं ते निमंत्रण स्वीकारलं. खेळ सुरू झाला. युधिष्ठिर सारखा- सारखा प्रत्येक डावात पराभूत होत होता; पण तरीही त्यानं खेळ काही थांबवला नाही. या नाही, तर पुढच्या डावात नशीब आपली नक्की साथ देईल, अशी त्याला आशा

वाटत होती. या खेळात कौरवांच्या बाजूने लांडीलबाडी चालू आहे, अशी बिचाऱ्या युधिष्ठिराला शंकासुद्धा आली नाही. प्रत्येक नवीन डावाच्या सुरुवातीला दोन्ही पक्ष मोठमोठ्या गोष्टी पणाला लावत होते. राजवाडे, गावे, आख्खं राज्य आणि प्रत्येक डावात पांडव हरत चालले होते. अखेर एक वेळ अशी आली की, युधिष्ठिराकडे पणाला लावण्यासाठी काहीच शिल्लक उरलं नाही. अखेर त्यानं एक-एक करत चारही भावांना पणाला लावलं; त्यातही तो पराभूत झाला आणि चारही भाऊ कौरवांचे गुलाम झाले. मग त्यानं पत्नी द्रौपदीला पणाला लावलं व शेवटी स्वतःलाही पणाला लावलं. तो अखेरचा डावसुद्धा तो हरला.

धृतराष्ट्राला मात्र हा प्रकार सहन होईना. आपल्या मुलांनी लबाडीनं या खेळात विजय प्राप्त केला आहे, याची त्याला पूर्ण कल्पना होती. आता आपण हस्तक्षेप केलाच पाहिजे, असं त्याला वाटलं. दुर्योधनानं पांडवांना मुक्त करावं आणि त्यांचं राज्य त्यांना परत करावं, असा त्यानं आग्रह धरला. दुर्योधन अतिशय संतप्त झाला; परंतु साक्षात राजाची आज्ञा त्याला अमान्य करता येईना. अखेर पांडवांना त्यानं मुक्त केलं. लज्जित होऊन, माना खाली घालून पांडव इंद्रप्रस्थाला परत आले.

* * *

काही महिन्यांनंतर दुर्योधनानं आपल्या कारवाया पुन्हा सुरू केल्या. त्यानं आपल्या वडिलांची मनधरणी करून त्यांना राजी केलं आणि त्यांच्या संमतीनं पांडवांना पुन्हा एकदा द्यूताच्या खेळाचं निमंत्रण दिलं. आता या खेपेला केवळ एकच डाव आणि एकच पण असणार होता. जो पक्ष हरेल, त्यानं बारा वर्षं वनवासात आणि शिवाय आणखी एक वर्ष अज्ञातवासात जायचं. त्या एक वर्षाच्या काळात त्या पक्षातील सर्वांनी वेषांतर करून वावरायचं. ते कोण आहेत, हे कुणालाही कळता कामा नये. जर कुणा एकाचंही वेषांतर उघडकीला आलं आणि इतरांना खरी ओळख पटली, तर सर्वांना आणखी तेरा वर्षं वनवासात जावं लागेल, असा नियम करण्यात आला. धृतराष्ट्र आधी या सगळ्यासाठी राजी नव्हता; पण अखेर दुर्योधनाच्या हट्टाला बळी पडून त्यानं युधिष्ठिराला द्यूताचं निमंत्रण पाठवलं.

युधिष्ठिरानं पुन्हा एकदा त्या निमंत्रणाचा स्वीकार केला. परत एकदा तो द्यूताचा डाव खेळला आणि परत एकदा हरला. सर्व पांडव, पत्नी द्रौपदी आणि आई कुंती यांच्यासह वनवासाला गेले. त्यांनी तो १२ वर्षांचा वनवास, तसंच एक वर्षाचा अज्ञातवासही यशस्वीरीत्या पूर्ण केला. त्यानंतर ते आपला राज्यावरचा हक्क सांगण्यासाठी दुर्योधनाकडे आले; पण दुर्योधनाने मात्र त्यांच्या वाटणीचं राज्य त्यांना देण्यास साफ नकार दिला. युधिष्ठिरानं मोठ्या मनानं राज्यावर पाणी सोडण्याची तयारी दर्शवली आणि त्याऐवजी पाच पांडवांपैकी प्रत्येकासाठी एक

अशी पाच गावं मागितली; पण दुर्योधनानं त्यावर उर्मटपणे असं उत्तर दिलं, "पाच गावंच काय, पण सुईच्या अग्रावर मावेल एवढी जमीनसुद्धा मी तुम्हाला देणार नाही!"

आता युधिष्ठिरासमोर दुसरा काहीच पर्याय उरला नाही. अशा वेळी कोणताही वीरपुरुष जे करेल, तेच त्यानं केलं. त्यानं बलाढ्य अशा हस्तिनापूर राज्याविरुद्ध युद्ध पुकारलं.

* * *

दोन्ही बाजूंनी युद्धाची जोरात तयारी सुरू झाली. आता लवकरच काहीतरी फार मोठा अनर्थ घडणार आहे, हे घरातील वडीलधाऱ्यांना कळून चुकलं. मग काळजी वाटून त्या साऱ्यांनी कृष्णाकडे धाव घेतली. यातून तोच काहीतरी मार्ग काढू शकेल, असं त्यांना वाटत होतं. (त्यांनी कृष्णाकडेच का बरं धाव घेतली? त्याचं एक उत्तर असं आहे की, कृष्ण हा सर्वांच्या घरचाच होता. तो कुणी परका नव्हता. शेवटी हा त्यांचा कौटुंबिक मामला होता. दुसरं म्हणजे पांडवांवर कृष्णाचा फार प्रभाव होता आणि तिसरं म्हणजे तो वयानंसुद्धा कौरव-पांडवांच्या बरोबरीचाच होता; त्यामुळे तो त्यांच्याशी वडीलकीच्या नात्यानं बोलण्याऐवजी मित्रत्वाच्या नात्यानं बोलला असता; त्यामुळे त्याचं म्हणणं त्या सर्वांनी नीट ऐकून घेऊन त्यावर गंभीरपणे विचार केला असता. चौथं कारण असं की, कृष्ण हा अत्यंत निःपक्षपाती होता, हे सर्वांनाच माहीत होतं. कौरव, पांडव आणि सर्व वडीलधाऱ्या व्यक्तींना कृष्णाविषयी आदर वाटत होता. पाचवं कारण म्हणजे तो स्वतःसुद्धा एक महाशक्तिशाली राजा असून तो त्याच्या धोरणीपणा व मुत्सद्दीपणाबद्दल प्रसिद्ध होता.)

कृष्णानं कौरव आणि पांडव या दोन्ही पक्षांना एकत्र बोलावून घेऊन, त्यांच्यात शिष्टाई करून समेट घडवून आणण्यासाठी खूप प्रयत्न केले; परंतु दुर्योधनाच्या मनात काहीही करून पांडवांशी युद्ध करायचंच होतं; त्यामुळे त्याने पांडवांशी वाटाघाटी करण्यास साफ नकार दिला. सर्व बोलणी फिसकटली. आता युद्ध होणार ही गोष्ट अटळ होती.

दोन्ही पक्षांनी आजूबाजूच्या राज्यांतील राजांशी बोलणी सुरू केली. शेजारची राज्ये, नातेवाईक, मित्र, मित्रांचे मित्र यांच्यापैकी जमेल तेवढ्या लोकांना आपल्याकडे वळवण्यासाठी जोरदार प्रयत्न सुरू केले. अनेक राजे-महाराजे आपापल्या सैन्यानिशी एकेका पक्षात येऊन दाखल झाले. अखेर या भूमीवरचे सगळेच या कौटुंबिक युद्धात कौरवांना, नाहीतर पांडवांना जाऊन मिळाले. राहिला फक्त कृष्ण. त्यानं मात्र कोणाचीच बाजू घेतली नाही.

पांडव आणि कौरव या दोघांनाही कृष्णानं आपल्या बाजूनं लढावं, असं वाटत

होतं. कृष्णानं त्या दोघांसमोर एक प्रस्ताव मांडला. एका पक्षाला त्याचं संपूर्ण सैन्य मिळणार होतं, तर दुसऱ्या पक्षाला केवळ एकटा कृष्ण. शिवाय तो हाती शस्त्रसुद्धा धरणार नव्हता. तशी अट त्यानं घातली होती. दुर्योधनानं ताबडतोब कृष्णाच्या सेनेची मागणी केली. पांडवांना मनातून बरंच वाटलं; कारण त्यांना आपल्या बाजूने कृष्णाची ती सेना नकोच होती. त्यांना हवा होता कृष्ण! तो आपल्या बाजूने असणार हे समजताच सर्व पांडव आनंदाने परत गेले.

मग कुरुक्षेत्राच्या भूमीवर हे महायुद्ध होणार असं ठरलं. (आजसुद्धा या लहानशा गावाला आपण कुरुक्षेत्र याच नावानं ओळखतो. हरियाना प्रांतातील हे छोटंसं गाव दिल्लीच्या उत्तरेला १६० किलोमीटर अंतरावर आहे.) या भूमीवरील अत्यंत शूर, महान योद्धे सलग १८ दिवस सिंहाच्या ताकदीनं एकमेकांशी लढत होते. त्यांच्या गर्जना सर्वत्र दुमदुमत होत्या. एक एक करत ते महान योद्धे धारातीर्थी पडत होते; पुन्हा कधीही न उठण्यासाठी. त्यांच्या खानदानी रक्तानं ती युद्धभूमी रंगून निघत होती. एक एक करत संपूर्ण घराणी या पृथ्वीतलावरून नामशेष होत चालली होती. ही भूमी सज्जन, चांगल्या पुरुषांना पारखी होत चालली होती. मागे उरल्या होत्या केवळ त्या सत्पुरुषांच्या विधवा आणि अनाथ मुलं.

अर्थात हे सगळं नंतर घडलं; परंतु कुरुक्षेत्राच्या रणभूमीवर धनुष्याच्या प्रत्यंचेतून पहिला बाणही अजून सुटलेला नसताना, समोरच्या शत्रूच्या मस्तकावर अजून गदेचा घणाघाती प्रहार झालेला नसताना, सूर्यप्रकाशात चमकणाऱ्या तलवारीच्या पात्याचा घाव कुणाच्या देहाला छेदून रक्ताच्या चिळकांड्या उडवत गेलेला नसताना, दोन्ही पक्षांचे सैन्य एकमेकांवर चाल करून येण्याआधीच, वीर योद्धे डोळ्यांत आग आणि मस्तकात संताप घेऊन एकमेकांवर तुटून पडण्याआधीच, प्रत्यक्ष महायुद्धाला तोंड फुटण्याआधीच ते संभाषण घडलं.

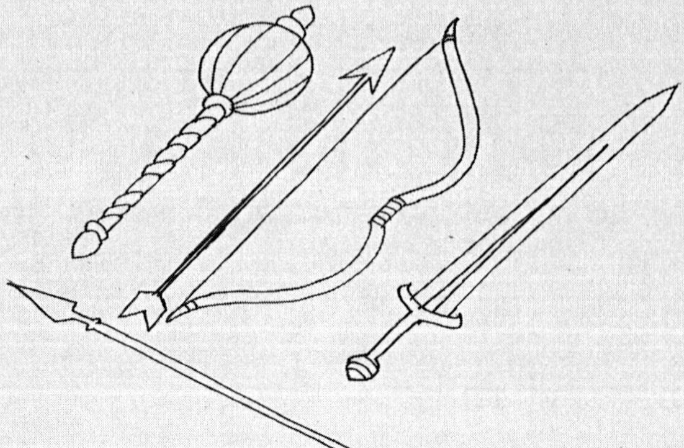

या संभाषणाबद्दल जाणून घेण्यापूर्वी तीन महत्त्वाच्या गोष्टी

महाभारत एक लाखाहूनही अधिक श्लोकांचं बनलेलं आहे; पण ते रचणारा महान कवी होता तरी कोण? आणि हे एवढं मोठं दीर्घकाव्य रचण्यास त्याला नक्की किती वेळ लागला?

आज आपल्याला एवढंच माहीत आहे की, या महाभारताची सुरुवात एका लहानशा कहाणीने झाली. या कहाणीचे नाव 'जय' असे असून ती केवळ २४,००० श्लोकांची बनलेली होती. याला महाभारत या महाकाव्याचा गाभा मानले जाते. या २४,००० श्लोकांत संपूर्ण महाभारताचे सार आहे. भगवद्गीता हाही याचाच एक भाग आहे. हे काव्य व्यास नावाच्या मुनींनी रचले असून त्यांना त्यासाठी तीन वर्षे लागली. (महाभारताच्या कथेत खुद्द व्यासमुनींची महत्त्वपूर्ण व्यक्तिरेखा आहे.)

अशी एक दंतकथा आहे की, व्यासांनी हे सर्व श्लोक श्रीगणेशाला कथन केले. गणेशाने ते सर्व एका बैठकीत लिहून काढण्याचे मान्य केले; पण त्यासाठी त्याने एक अट घातली होती. एकदा कथनाला प्रारंभ केल्यावर व्यासांनी त्यात मध्ये कुठेही खंड पाडायचा नाही, अशी ती अट होती. ती अट व्यासांनी मान्य केली; पण त्यावर त्यांनी स्वतःसुद्धा एक अट घातली. गणेशाने आधी एक एक श्लोक नीट समजून घेऊन मगच तो लिहून काढावा. हे तर ठरलं; पण हे लेखन करण्यासाठी लेखणीच मिळेना. गणेशाने उतावीळपणे स्वतःचा एक दात उपटून काढला; त्यामुळेच त्याला एकदंत हे नाव पडलं. मग त्यानं भूर्जपत्रांवर 'जय' हे संपूर्ण काव्य

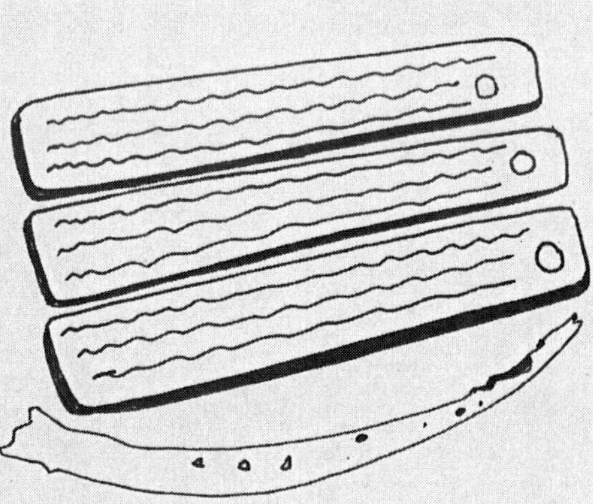

लिहून काढलं.

परंतु 'जय' नावाचं हे काव्य व्यासांनी स्वतः कधीच कुणाला कथन केलं नाही. अशी एक आख्यायिका आहे की, व्यासांचे शिष्य वैशंपायन मुनींनी अर्जुन आणि पांडवांचा पणतू राजा जनमेजयाला 'जय' नावाचं हे काव्य सांगितलं. जनमेजयाने पृथ्वीवरील एकूण एक सर्पांना ठार मारण्याचं सत्र सुरू केलं असता, वैशंपायन मुनींनी त्याला ते सांगितलं. (जनमेजयाचे पिताजी परीक्षित यांचा सर्पदंशामुळे मृत्यू झाला होता. त्या एका मृत्यूचा बदला घेण्यासाठी पृथ्वीतलावरील लक्षावधी सर्पांचा संहार करणं त्याच्या मते योग्यच होतं!) महाकाव्याच्या या भागातच वैशंपायन आणि राजा जनमेजय या दोघांमध्ये झालेल्या संभाषणाचा अंतर्भाव करण्यात आलेला असून त्याला 'भारत' असं नाव देण्यात आलं आहे.

त्यानंतर कित्येक वर्षांनी या काव्याला अनेकदा पुष्टी जोडण्यात आली. नंतर देशोदेशी भ्रमंती करणाऱ्या एका कथाकथनकाराने 'जय' नावाचं काव्य काही ऋषीमुनींना कथन केलं. या कथाकथनकाराचं नाव होतं उग्रश्रवा सौती. हे ऋषिमुनी एका मोठ्या यज्ञाला प्रारंभ करणार होते. हा यज्ञ विश्वशांतीसाठी करण्यात येणार होता. या 'जय' नावाच्या काव्यात एव्हाना इतकी भर पडली होती की, अखेरीस ते त्याच्या मूळ काव्याच्या चौपट मोठं झालं होतं. त्यालाच आज आपण सगळे 'महाभारत' म्हणून ओळखतो.

एव्हाना तुमच्या सर्वांच्या एक गोष्ट लक्षात आलीच असेल. या उग्रश्रवा सौतीनं हे काव्य कथन केलं होतं. हे त्याने कुठेही लिहून ठेवलेलं नव्हतं. पूर्वीच्या काळी अशीच पद्धत होती. अठरा लाखांहून अधिक श्लोक असलेल्या कथा, माहितीसुद्धा मौखिक परंपरेनंच या पिढीकडून पुढच्या पिढीकडे पोहोचवली जात असे. (जुन्या काळातील भारतीयांची पाठांतरशक्ती अद्‌भुतच होती.) त्यामुळे महाभारताची पहिली लिखित आवृत्ती चौथ्या शतकात, सुमारे सोळाशे वर्षांपूर्वी अस्तित्वात आली.

महाभारताची ही कथा अत्यंत रोमहर्षक आहे याचं मुख्य कारण असं की, ही पूर्णपणे व्यासांच्या कल्पनाशक्तीतून निर्माण झालेली किंवा कपोलकल्पित नसून ते कल्पना आणि सत्य यांचं मिश्रण आहे. इसवी सनपूर्व काळातील आठव्या शतकात

किंवा कदाचित त्याहूनही थोडं आधी या महाभारतातील घटना घडलेल्या होत्या. (भारतातील जुने लेख नक्की कोणत्या काळात लिहिले गेले असतील, हे सांगणंही कठीण जातं. अनेकदा या कालखंडांविषयीसुद्धा कल्पना आणि सत्य यांचं मिश्रण करण्यात आलेलं असतं.)

तर आता महाभारताविषयीची चर्चा पुरे झाली. आता आपण गीतेकडे वळू या. अर्जुन आणि कृष्ण यांच्यात घडून आलेलं हे संभाषण फक्त त्या दोघांमध्ये खासगीरीत्या झालं का? की आणखी कुणाला ते ऐकण्याची संधी प्राप्त झाली?

खरंतर अर्जुन आणि कृष्ण या दोघांशिवाय आणखी दोन व्यक्तींना हे संभाषण ऐकण्याची संधी मिळाली; पण गमतीची गोष्ट अशी की, या दोन व्यक्ती त्या वेळी कुरुक्षेत्राच्या युद्धभूमीवर मात्र उपस्थित नव्हत्या; तर त्या युद्धभूमीपासून खूप दूर, हस्तिनापूरच्या राजप्रासादात होत्या. (आणि कुरुक्षेत्रापासून हस्तिनापूर किती बरं दूर आहे? तब्बल १७० किलोमीटर. म्हणजे रथानं जायचं म्हटलं, तरी सहा ते सात तासांचं अंतर.)

मग असं असताना प्रत्यक्ष कुरुक्षेत्राच्या रणभूमीवर उपस्थित असणाऱ्या लोकांनाही जे संभाषण ऐकता आलं नाही, ते इतक्या दूर हस्तिनापूरमध्ये बसलेल्या व्यक्तींच्या कानांवर कसं काय पडलं असेल? तर ते असं घडलं–

कुरुक्षेत्रावर युद्धाला तोंड फुटण्याच्या आदल्या दिवशीची संध्याकाळ होती. घडल्या प्रकाराबद्दल धृतराष्ट्र व्यथित होता. या युद्धामुळे जो काही अपरिमित संहार घडून येणार होता, त्याच्या कल्पनेनंच त्याचं हृदय जड झालं होतं. कदाचित आपली मुलं घरी परत येणारच नाहीत, अशा भीतीनं त्याला ग्रासलं होतं. आपलं आपल्या मुलांवर इतकं प्रेम असल्यामुळेच आपण एका राजाचं कर्तव्य नीट पार पाडू शकलो नाही आणि त्यामुळेच आता आपल्यासमोर हा एवढा संहार घडून येणार आहे, या विचाराने त्याला मनातून खूप अपराधी वाटत होतं; त्यामुळे तो इतका दुःखी झाला की, त्यानं युद्धभूमीकडे जाण्यास नकार दिला.

पण मग युद्धाच्या ठिकाणी नक्की काय चालू आहे हे न कळल्यामुळे त्याला फारच अस्वस्थ वाटू लागलं. या ठिकाणी महाभारताच्या कथेत संजय नावाच्या पात्राचं आगमन झालं. हा संजय म्हणजे राजा धृतराष्ट्राचा सारथी. या संजयाला व्यास मुनींकडून दिव्य दृष्टीचं वरदान लाभलं होतं. (अगदी बरोबर! ज्यांनी महाभारताची कथा सांगितली, तेच हे व्यासमुनी!) तर या वरदानामुळे संजय दूरवर घडणाऱ्या घटना पाहू शकत असे, ऐकू शकत असे; इतकंच नव्हे, तर त्याला भूतकाळ आणि भविष्यकाळही दिसत असे. तर अस्वस्थ झालेल्या राजा धृतराष्ट्राच्या शेजारी बसून संजय कित्येक कोस दूर असलेल्या कुरुक्षेत्राच्या युद्धभूमीवर काय चालू आहे हे पाहू आणि ऐकू शकत होता. तेही अगदी स्वतःसमोर प्रत्यक्ष घडत असल्यासारखं!

त्यामुळे त्याने तेथे घडत असलेल्या घटना अगदी तपशीलवार वर्णन करून धृतराष्ट्राला सांगण्यास सुरुवात केली.

त्यामुळेच अर्जुन आणि श्रीकृष्ण यांच्यात चालू असलेलं संभाषण संजयला प्रत्यक्ष ऐकायला मिळालं आणि त्याच्या तोंडून धृतराष्ट्रालाही ऐकता आलं.

आता आपल्यासाठी एकच छोटासा उपचार शिल्लक राहिलेला आहे – गीतेचं नमन.

आपल्या परंपरेनुसार गीतापठणाला बसण्यापूर्वी छोटीशी प्रार्थना म्हणण्याची प्रथा आहे. ही प्रार्थना महाभारताचे निर्माते व्यासमुनी, प्रत्यक्ष गीता आणि भगवान कृष्ण यांना उद्देशून म्हणण्यात येते. या प्रार्थनेतून आपण त्या तिघांचे आशीर्वाद मागतो, त्यांची आपल्यावर कृपादृष्टी असावी, अशी मागणी करतो आणि या गीतेचं आपल्याला नीट आकलन व्हावं, यासाठी त्यांची मदत मागतो. त्यातील ज्ञान आपल्याला समजावं, यासाठी त्यांचे आशीर्वाद मागतो.

ही प्रार्थना ९ श्लोकांची आहे; पण त्यांतील चौथ्या श्लोकात गीतेची महती वर्णन केलेली आहे; त्यामुळे निदान तो श्लोक नीट समजावून घेतल्याखेरीज एकदम गीतेच्या पहिल्या अध्यायाकडे वळणं योग्य नाही; यास्तव आपण तो श्लोक वाचून पाहू या.

सर्वोपनिषदो गावो दोग्धा गोपालनंदनः ।
पार्थो वत्सः सुधीर्भोक्ता दुग्धं गीतामृतं महत् ॥

याचा अर्थ असा की, जर सर्व उपनिषदे* या गाई असल्या, तर कृष्ण हा एक दैवी गवळी आहे, जो त्यांचं दुग्धामृत काढतो. त्या दुग्धामृताचा, पुरातन अशा ज्ञानाचा पहिला घोट अर्जुनाच्या मुखी पडतो. हा अर्जुन हे वासरू आहे. ज्यांचं मन शुद्ध आहे; पवित्र आहे. जे ज्ञानी आहेत अशांनाच या दुग्धामृताचा लाभ होतो. या अमृताचा कधीही न संपणारा सागर म्हणजेच गीता!

आलं का ध्यानात? आता जरा थांबा. चला, आता युद्धभूमीवर जाऊ. युद्धभूमीच्या कडेला प्रेक्षकांच्या खुर्चीत बसू. रणरणत्या उन्हात, धुळीने भरलेल्या आसमंताकडे पाहू. समोर घडत असलेल्या घटनांकडे पाहू. इथल्या आसमंतात भीती भरलेली आहे, क्रौर्य आहे, शौर्य आहे. सैनिक अस्वस्थही आहेत आणि उत्तेजितही! घोड्यांचे

* उपनिषदे म्हणजे भारतभूमीवरील प्राचीन धर्मग्रंथ. यांमध्ये अतिप्रचंड ज्ञान सामावलेलं आहे.

खिंकाळणे सुरू आहे. हत्तींच्या गर्जना आणि शस्त्रास्त्रांचा खणखणाटही ऐकू येत आहे आणि ते पाहा तिकडे...

पण थांबा! इथे तर काहीतरी विचित्रच घडतंय. एका महान योद्ध्याला घेऊन जाणारा रथ अचानकपणे रांगेची शिस्त मोडून भरधाव निघालेला दिसतोय. बघताबघता हा रथ रणांगणाच्या मध्यभागी जाऊन पोहोचला आहे आणि हे काय? रथाच्या आत बसलेला तो महान योद्धा खाली उतरलेला दिसतोय. तो अत्यंत निराश होऊन युद्धभूमीवर गुडघे टेकून बसला आहे. त्याचं गांडीव धनुष्यही त्याच्या शेजारीच जमिनीवर पडलं आहे. कृष्ण अत्यंत काळजीने आपल्या या मित्राकडे पाहतो आहे. आता कृष्णानं बोलण्यास सुरुवात केली.

पण जरा थांबा, थांबा. एक मिनिट. आपण पॉजचं बटण दाबू. थोडं रीवाइंड करू. आपल्या या महान योद्ध्याच्या रथानं धावण्यास सुरुवात केली, त्या क्षणापाशी जाऊन आपण जरा थांबू. हं! आता त्या संजयप्रमाणेच आपण आपल्या नजरेसमोर चालू असलेल्या इतर सर्व गोष्टींकडे काणाडोळा करून आपलं संपूर्ण लक्ष केवळ आपला हा महापराक्रमी योद्धा आणि त्याचा सारथी कृष्ण या दोघांवरच केंद्रित करू.

आता त्यांच्यातील संभाषण लवकरच सुरू होणार आहे.

अनुक्रमणिका

१

अर्जुनाची उद्विग्नता – अर्जुन विषादयोग

येथेच त्या संभाषणाची पार्श्वभूमी तयार होते

खूपखूप वर्षांपूर्वीच्या त्या दिवशी कुरुक्षेत्र नावाच्या एका पवित्र स्थळी पहाट उजाडतच होती. साधारणपणे नोव्हेंबर महिन्याच्या शेवटचा तो काळ असावा. हिवाळ्याचं आगमन तर आता कोणत्याही क्षणी झालंच असतं. त्या वर्षीचा हिवाळा महाभयंकर असणार, अशी चिन्हं दिसत होती. गेल्या काही दिवसांपासून आभाळही करड्या रंगाचं, झाकोळलेलं दिसत होतं. मात्र, त्या पहाटेच्या वेळी क्षितिजावर थोडीथोडी गुलाबी आणि सोनेरी रंगाची उधळण करत त्या आभाळानं वातावरणात थोडाफार उल्हास आणण्याचा प्रयत्न केला होता. पश्चिमेकडे जांभळ्या रंगाची रात्र मावळत चालली होती. ते दृश्य खरोखर अवर्णनीय होतं. अगदी कठोरांतील कठोर हृदयालासुद्धा वितळवण्याचं सामर्थ्य त्या दृश्यात होतं. फक्त त्या वेळी त्या आभाळाकडे, त्याच्या सौंदर्याकडे पाहायला फुरसत कुणाला होती?

त्या दिवशी अक्षरशः हजारो सैनिक त्या कुरुक्षेत्राच्या भूमीवर जमले होते – त्यांत तरुण होते, म्हातारे होते, शूरवीर होते तर सशाचं काळीज असलेलेही होते; सेनादलांचे प्रमुख होते, त्यांचे अनुयायी लढवय्ये होते – पण त्यांतल्या एकाचंही त्या आभाळाकडे लक्ष गेलं नाही, कारण ते सगळे खूप महत्त्वाच्या गोष्टींमध्ये व्यग्र होते. त्या सर्वांच्याच जीवन-मरणाचा प्रश्न होता. असूया, मत्सर, भीती, लालसा अशा सर्व भावनांमधून ज्या गोष्टी जन्माला आल्या होत्या, त्यांच्यात त्या सर्वांचं मन आज व्यस्त होतं आणि या सर्वांचा परिपाक केवळ दुःख, वेदना आणि संहार हाच असणार होता, हेही सर्व जाणून होते.

ते सर्वजण युद्धासाठीच आज त्या ठिकाणी समोरासमोर उभे ठाकले होते.

युद्धभूमीच्या एका बाजूला कौरवांची अकरा अक्षौहिणी सेना उभी होती – यात मोठमोठी दले होती, रथ होते, हत्ती आणि घोड्यांवर आरूढ झालेले शूर लढवय्ये होते, पायदळही होतं. ही सेना आपली व्यूहरचना करून मोठ्या दिमाखात उभी

होती. त्यांच्या बरोबर मध्यभागी आपल्या सुवर्णरथावर कौरवांचे सेनापती भीष्मपितामह आरूढ झाले होते. भीष्मपितामह हे वयोवृद्ध होते; ते पृथ्वीतलावरील सर्वांत वयोवृद्ध होते, कारण त्यांना अमरत्वाचं वरदान लाभलेलं होतं. हे कौरव आणि पांडव या दोघांना अत्यंत प्रिय असणारे त्यांचे आजोबा होते. (ते या दोघांचे चुलतआजोबा होते.)

युद्धभूमीच्या दुसऱ्या बाजूला पांडवांची सात अक्षौहिणी सेना उभी होती – हो, फक्त सात. कौरवांच्या अकरा अक्षौहिणी सैन्याच्या मानाने खूपच कमी. खरंतर समोर कौरवांची इतकी अवाढव्य सेना उभी ठाकलेली पाहून पांडवांच्या सैनिकांचा थरकाप व्हायला हवा होता, भीतीनं त्यांची गाळण उडायला हवी होती; पण प्रत्यक्षात कुणाच्याच चेहऱ्यावर भीतीचा लवलेशही दिसत नव्हता. सर्वांचे चेहरे आत्मविश्वासाने, आशावादाने आणि उल्हासाने उजळून निघाले होते. या युद्धात कदाचित आपल्याला आपले प्राण गमवावे लागतील, हे त्यांच्यातल्या प्रत्येकाला माहीत होतं; नव्हे, तशी खात्री होती; पण तरीही अंतिम विजय पांडवांचाच होणार, कारण त्यांची बाजू सत्याची आणि न्यायाची आहे, असा त्यांच्यातल्या प्रत्येकाला दृढविश्वास होता.

कौरवांच्या पक्षात भीष्माचार्य होते. त्यांना अविनाशित्वाचं वरदान लाभलेलं होतं. इतकंच नव्हे, तर आपल्या मृत्यूचा समय निवडण्याचं स्वातंत्र्यही त्यांना या वरदानामुळे प्राप्त झालं होतं; पण त्याचबरोबर त्यांच्या स्वतःच्या, म्हणजेच पांडवांच्या पक्षात साक्षात श्रीकृष्ण होता. युद्धनीतीमध्ये श्रीकृष्णाचा हात धरणारं तर कुणीच नव्हतं. शिवाय त्यांचा सेनापती द्रौपदीचा भाऊ राजपुत्र दृष्टद्युम्न हा होता आणि

कौरव आणि पांडवांचे गुरू - महान योद्धे द्रोणाचार्य यांचा पाडाव या दृष्टद्युम्नाच्या हातून होणार हे विधिलिखित होतं.

खरं सांगायचं तर कौरवांच्या बाजूने उभे असलेले सैनिकच जरासे घाबरलेले, बावरलेले दिसत होते. ते हात चोळत होते, पाय आपटत होते, गोठलेल्या रक्ताला आणि मनात साठलेल्या भीतीला जरा चैतन्य आणण्याचा प्रयत्न करत होते. त्यांच्या पक्षासाठी वेगवेगळ्या राज्यांचे सैन्य जरी मदतीला धावून आले असले, तरी त्यातलं कुणीच स्वेच्छेने या युद्धात उतरलेलं नव्हतं, तर केवळ त्यांच्यावर तशी बळजबरी करण्यात आली होती, याची त्या सर्वांना कल्पना होती. त्यांतले काही सैन्य धृतराष्ट्राच्या मांडलिक राजांचे होते, तर इतर काही राजांवर धृतराष्ट्राचे उपकार असल्याने ते या युद्धात कौरवांच्या बाजूने उतरले होते; पण कौरवांची बाजू न्यायाची आहे, असं मात्र त्यांच्यातल्या कुणालाच वाटत नव्हतं. उलट, त्यांतल्या बऱ्याच लोकांचं असंच मत होतं की, कौरवांनी इतकी दुष्कृत्ये केलेली आहेत की, ते कधीच विजयी होऊ शकणार नाहीत. कौरवांच्या बाजूने लढणाऱ्या सैनिकांनासुद्धा मनातून असंच वाटत होतं की, या कौरवांना विजय मिळूच नये. कुरुक्षेत्राची ही रणभूमी अत्यंत पवित्र मानली जात असे. या भूमीवर कोणतंही युद्ध झालं, तरी प्रत्येक खेपेस फक्त न्यायाने चालणाऱ्यांचा, सत्याने वागणाऱ्यांचा विजय होतो, अशी या कुरुक्षेत्राची ख्याती होती. खरंतर मुळात ज्या सैनिकांची मनोधारणाच अशी आहे, असे सैनिक आपल्या बाजूने लढायला उभे असून तरी काय उपयोग? त्यांचं मनोबल कधी खच्ची होईल, हे कसं सांगणार?

या कौरवांच्या सेनेतल्या प्रत्येकाला एक गोष्ट मनोमन ठाऊक होती की, त्यांच्या बाजूने लढण्यासाठी उभे असलेले भीष्माचार्य आणि द्रोणाचार्यांसारखे महान योद्धेसुद्धा केवळ शरीरानेच कौरवांच्या बाजूने होते; परंतु मनाने मात्र ते पांडवांच्याच पक्षात, सत्याच्या आणि न्यायाच्याच पक्षात होते. उदाहरणार्थ- भीष्माचार्यांनी युद्धात सहभागी होण्यापूर्वी कौरवांना एक अट घातली होती. आपण युद्धात पाच पांडवांपैकी एकाचाही बळी घेणार नाही, असं त्यांनी आधीच सांगितलं होतं. शिवाय गुरू द्रोणाचार्यांचा सर्वांत लाडका शिष्य कोण? हे तर सर्वांनाच माहीत होतं. तो म्हणजे पांडवांमधला उत्कृष्ट धर्नुधारी, महापराक्रमी अर्जुन. खरंतर या युद्धात अर्जुनाला तुल्यबळ ठरू शकेल, त्याचा पाडाव करू शकेल असा एक योद्धा म्हणजे गुरू द्रोणाचार्य कौरवांच्या पक्षात असूनसुद्धा ते आपल्या पट्टशिष्याचा बळी घेतील, अशी शक्यताच नव्हता; त्यामुळेच अगदी अकरा अक्षौहिणी सैन्याचं कौरवांना पाठबळ असूनसुद्धा त्यांचा भविष्यकाळ फारसा उज्ज्वल दिसत नव्हता.

भविष्यात काय अनर्थ घडणार आहे, याची जाणीव फक्त युद्धभूमीवर उभ्या ठाकलेल्यांच्या मनात दाटून आली होती, असं नाही. खूप दूर हस्तिनापुरात आपल्या राजप्रासादात बसलेल्या धृतराष्ट्राच्या मनातसुद्धा ही जाणीव घर करून होती. एकीकडे त्याची बुद्धी त्याला असं सांगत होती की, त्याचे मुलगे कौरव अत्यंत शूर योद्धे होते, त्यांच्याकडे प्रचंड मोठं सैन्य होतं, शिवाय कृष्णाच्या यादवसेनेचं – नारायणीसेनेचं – पाठबळसुद्धा त्याच्याच मुलांना होतं; त्यामुळे या युद्धात कौरवांचा विजय निश्चित होता; पण त्याचबरोबर सर्व पांडवसुद्धा किती महापराक्रमी योद्धे आहेत हेही तो जाणून होता. त्यांची बाजू न्यायाची होती, सत्याची होती. शिवाय खुद्द श्रीकृष्ण त्यांच्या बाजूने होता; त्यामुळे धृतराष्ट्राचं हृदय त्याला हेच सांगत होतं की, या युद्धात पांडवांचाच विजय अटळ आहे; कौरव पराभूत होणार आहेत.

भरतवंशाचा राजा धृतराष्ट्र आपल्या सारथ्याकडे, म्हणजेच संजयाकडे वळला. संजयाला दिव्यदृष्टीचं वरदान प्राप्त असल्यामुळे रणभूमीवर जो काही घटनापट उलगडत होता, तो पाहण्याचं आणि ऐकण्याचं सामर्थ्य त्याच्याकडे होतं. मग राजा धृतराष्ट्र म्हणाला, "संजय, कुरुक्षेत्राच्या पुण्यभूमीवर माझी मुलं आणि माझा भाऊ पंडू याची मुलं युद्धासाठी एकमेकांच्या समोर उभी ठाकली आहेत."

त्यावर संजयानं आपलं संपूर्ण लक्ष युद्धभूमीकडे केंद्रित केलं. पांडवांच्या सेनेचा दिमाख पाहून दुर्योधनाच्या कपाळावर आठी पडल्याचं संजयानं पाहिलं. त्यानं ओठ घट्ट मिटले आणि निग्रही मुद्रेनं तो चालत गुरू द्रोणाचार्यांकडे गेला. त्यानंतर तेथे जे काही घडत होतं, ते सगळं जसंच्या तसं संजयाने आपल्या अधीर आणि अस्वस्थपणे बसलेल्या धन्याला सांगण्यास सुरुवात केली.

दुर्योधन खरंतर कधीच घाबरलेला किंवा कावराबावरा दिसत नसे; पण आजची गोष्ट वेगळी होती. त्याच्या त्या पुण्यवान चुलतभावंडांनी भलंमोठं सैन्य उभं केलेलं दिसत होतं; त्यामुळे दुर्योधनाला आता त्याच्या स्वतःच्या सेनापतींशी बोलणं भागच होतं. त्याच्या सैन्यातले अनेक महापराक्रमी योद्धे त्याचा तिरस्कार करत आणि पांडवांवर मनातून प्रेम करत, याची दुर्योधनाला पूर्ण कल्पना होती. आता कसंही करून त्याला त्यांच्या मनात अंगार फुलवावा लागणार होता. त्यांना नकोशा वाटणाऱ्या काही गोष्टींची आठवण करून द्यावी लागणार होती, त्यांच्या समोर असं काहीतरी प्रक्षोभक भाषण करावं लागणार होतं की, त्यांची न्यायप्रिय वृत्ती आणि सारासार विवेकबुद्धी बाजूला ठेवून समोरच्या शत्रूवर ते चाल करून जातील. खरं सांगायचं, तर दुर्योधनाचा आधीचा आत्मविश्वास आता मात्र चांगलाच डळमळीत झाला होता. या युद्धात सरशी कौरवांचीच होणार, असं आश्वासन त्याला आता गुरू द्रोणाचार्यांकडून हवं होतं.

त्यामुळे तो सरळ आपल्या गुरूंकडे, द्रोणाचार्यांकडे गेला. ''गुरुजी,'' तो म्हणाला. ''तुमच्या शिष्यांनी, पांडव भावाभावांनी मिळून केवढी मोठी सेना जमा केली आहे, ते पाहिलंत? तुमचाच शिष्य असलेल्या बुद्धिमान, चतुर दृष्टद्युम्नानं किती कौशल्यानं सेनेची व्यूहरचना केली आहे पाहा.''

दुर्योधनाचं लक्ष डोळ्यांच्या कोपऱ्यांतून गुरू द्रोणाचार्यांच्या हातांच्या हालचालीकडे होतं. द्रोणाचार्यांनी धनुष्यावरची पकड घट्ट केली. याचा अर्थ असा की, दुर्योधनाला जो अपेक्षित परिणाम होता, तो झाला होता. खुद्द आपल्या गुरूंविरुद्ध युद्ध पुकारून जे शस्त्रास्त्र उचलून द्रोणाचार्यांसमोर उभे होते, ते हे पांडव! 'असले कसले आपले हे शिष्य!' असंच नक्की त्यांच्या मनात आलं असणार.

दुर्योधन मनातून खूश झाला. त्यानं खेळलेली चाल कमालीची यशस्वी झाली होती. दृष्टद्युम्नाचा उल्लेख केल्याचा अपेक्षित परिणाम घडून आला होता. दृष्टद्युम्न हा द्रोणाचार्यांच्या कट्टर शत्रूचा मुलगा होता आणि एक ना एक दिवस द्रोणाचार्यांचा

मृत्यू या दृष्टद्युम्नाच्याच हातून घडून येणार, हे भाकीत वर्तवण्यात आलं होतं, तेव्हा दुर्योधनाच्या तोंडून त्याच्या नावाचा उच्चार झाल्यावर द्रोणाचार्यांचं रक्त खवळून उठलं नाही, तरच नवल!

"तुम्हीच पाहा ना. भीम आणि अर्जुनाशिवाय आणखीसुद्धा कितीतरी महापराक्रमी योद्धे त्यांच्या पक्षात आहेत. दृष्टकेतू, शैल्य, कुंतिभोज, युधमन्यू, उत्तमौज, अभिमन्यू..."

एवढं बोलून दुर्योधन मुद्दामच अर्ध्यात थांबला. आपल्या समोर किती मोठी आव्हानं उभी ठाकली आहेत, याची द्रोणाचार्यांना जाणीव करून देण्यासाठी हे एवढं पुरेसं होतं. मग त्यानं अचानक विषय बदलला, कारण त्याचे सेनापती जर हतबल झाले असते, तर काहीच उपयोग नव्हता.

"अर्थात," तो अगदी सहजपणे म्हणाला. "आपल्या पक्षातही पराक्रमी योद्ध्यांची काही कमी नाही हं गुरुवर्य. आपण स्वतः आहात, कर्ण आहे, कृपाचार्य आहेत, विकर्ण आहे आणि तुमचा स्वतःचा पुत्र अश्वत्थामा हासुद्धा आहेच की! शिवाय आणखी कितीतरी वीरपुरुष आहेत. ते सगळे माझ्याशी एकनिष्ठ आहेत; रणांगणावर प्राणार्पण करायलाही कुणीच मागेपुढे पाहणार नाही. शिवाय सर्वांत महत्त्वाचं म्हणजे आपल्या सर्वांचे तारणहार तर साक्षात भीष्मपितामह आहेत. जोपर्यंत ते स्वतः सुरक्षित आहेत, तोपर्यंत त्यांच्या छत्राखाली आपणसुद्धा सुरक्षित आहोत."

एवढं बोलून द्रोणाचार्यांची प्रतिक्रिया अजमावण्यासाठी दुर्योधन क्षणभर थांबला. तो त्यांच्यासमोर इतक्या आत्मविश्वासाने बोलला होता खरा; तरीपण आपल्या पक्षाची खरोखरच सरशी होणार की नाही, याबद्दल तो मनातून साशंकच होता. 'आपलं सगळं व्यवस्थित आहे, सगळं काही ठीक होणार आहे. होय ना आचार्य?' असं तो मूकपणे आचार्यांना जणू म्हणत होता. आपल्या शिष्याच्या डोळ्यांतली ही मूक विनवणी द्रोणाचार्यांना कळली असली, तरी त्यांनी चेहऱ्यावर तसं काही दाखवलं नाही. त्यांनी कोणतीच प्रतिक्रिया दिली नाही.

पण दुसऱ्या कुणीतरी मात्र प्रतिक्रिया दिली. ही व्यक्ती वयोवृद्ध होती. या व्यक्तीनं अनेक पिढ्यांचा उदयास्त पाहिला होता. त्यांच्या विशाल हृदयात त्यांच्या सर्वच नातवंडांविषयी अपार प्रेम होतं. आपल्या रथावर उभं राहून कौरवांच्या सरसेनापतीनं एकदा छाती भरून दीर्घ श्वास घेतला. मग त्यांनी एक भलीमोठी सिंहगर्जना केली आणि शंख फुंकला. ज्या कुणाच्या मनात या युद्धाविषयी शंका होत्या, त्यांना जणू त्या शंखध्वनीनं गप्प बसवलं. दोन्ही पक्षांमध्ये कदाचित समझोता होईल, कदाचित हे युद्ध टळेल, असं जर कुणाला वाटत असेल, तर त्याही शंकेचं निरसन झालं. कौरव आता मरेपर्यंत लढा देण्यासाठी सिद्ध होते, असं त्या शंखध्वनीनं जणू आकाशपाताळ एक करत जाहीर केलं.

दुर्योधनाच्या अंगातून आनंद, उत्साह आणि आशेची लहर दौडत गेली.

कौरवसेनासुद्धा उत्साहानं, आनंदानं नाचू लागली. बिगुल, ढोल, ताशे अशा वाद्यांचा गजर आसमंतात दुमदुमू लागला. विजय आपलाच होणार, अशी कौरवसेनेतील प्रत्येकाची खात्री पटली आणि अर्थात, तशीच शक्यता दिसत होती.

पण थांबा! हे काय? रणांगणाच्या दुसऱ्या बाजूनं उन्हात लखलखणारा एक सोनेरी रंगाचा रथ त्यांच्याकडेच येत होता. त्या रथाला ओढणारे चार शुभ्र घोडे चौखूर उधळले होते. रथावर हनुमानाचा ध्वज डौलाने फडकत होता. त्याचबरोबर जोडीनं दोन शंखांचा ध्वनी उमटला. रणांगणावर त्या वेळी उपस्थित असलेला प्रत्येक माणूस जणूकाही थिजल्यासारखा जागच्या जागी स्तब्ध उभा राहिला. हे शंखही साधेसुधे नव्हते आणि ते शंख फुंकणारे दोघंसुद्धा कुणी सर्वसामान्य सैनिक नव्हते.

पहाटेचं धुकं विरून गेलं होतं, तरीसुद्धा भीतीचं एक थंडगार सावट संपूर्ण कौरवसेनेवर पसरलं.

“महाराज,” इकडे संजय अंतःचक्षूंनी सर्वकाही दृश्य पाहून धृतराष्ट्राला वर्णन करून सांगत होता. “आत्ताच आपला दैवी पांचजन्य शंख फुंकत श्रीकृष्ण रणभूमीवर आला आहे. त्याच्या शेजारी रथावर अर्जुन त्याचा देवदत्त शंख फुंकत उभा आहे. रणांगणावर भीमसुद्धा आपली गदा घेऊन उपस्थित आहे. त्यानं आता ती गदा भूमीवर ठेवून आपला पौंड्र शंख फुंकण्यास सुरुवात केली आहे. त्याच वेळी युधिष्ठिरानं आपला अनंतविजयनामक अजेय शंख फुंकण्यास सुरुवात केली आहे. उमदा देखणा नकुल आणि त्याचा जुळा भाऊ श्रेष्ठ तलवारबाज सहदेव यांनीसुद्धा आपापले सुघोष आणि रत्नजडित मणिपुष्प हे शंख फुंकण्यास सुरुवात केली आहे. आता विराट, शिखंडी, दृष्टद्युम्न तसेच द्रौपदीची मुलं आणि सुभद्रेचा मुलगा अभिमन्यू हे सर्वच आपापले शंख फुंकत या युद्धात उतरले आहेत.”

हे ऐकल्यावर धृतराष्ट्राच्या जिवाचा थरकाप झाला. संजयाच्या ते लक्षात आलं; परंतु त्याला दूरदृष्टीचं वरदान लाभल्यामुळे जे काही घडत होतं तसंच भविष्यात जे घडणार होतं, ते त्याला आधीच दिसत होतं; त्यामुळे आपल्या अंध राजाची समजूत घालण्यासाठी त्याच्यापाशी पुरेसे शब्दच नव्हते. त्याला राजा धृतराष्ट्राविषयी करुणा वाटली; पण एक गोष्ट तर त्याला पक्की ठाऊक होती. गोष्टी या थराला जाण्यास खुद्द राजा धृतराष्ट्रच जबाबदार होता. मग आता संजयासमोर प्रश्न असा होता की, त्याला कुरुक्षेत्रावर जे काही घडताना दिसत होतं, ते सगळं तपशीलवार, जसंच्या तसं या अंध राजाला सांगायचं की नाही? पण मग हेही खरंच होतं की, राजापासून कोणतीही गोष्ट लपवून ठेवणंसुद्धा योग्यच नव्हतं. तो अधिकार मुळी त्याचा नव्हताच. त्याचं काम केवळ जे काही घडेल, ते कथन

करणं, एवढंच होतं. त्यामध्ये स्वतःच्या भावभावनांची सरमिसळ करण्याचा हक्क त्याला नव्हता; पण त्याचबरोबर त्याच्या समोर जे काही घडत होतं त्यावर काहीच भाष्य न करणं, कुणाचा पक्ष न घेणं किंवा घडत असलेल्या दुःखद घटनांबद्दल शोक व्यक्त न करणं, फारच कठीण काम होतं. या राज्याचा जो काही विनाशकारी संहार त्याच्या डोळ्यांसमोर सुरू होता, तो पाहून मत व्यक्त न करणं अवघड होतं. संजयानं आपली नजर धृतराष्ट्राच्या १०० पुत्रांच्या– कौरवांच्या– चेहऱ्यांवरून फिरवली. मनातल्या मनात अतीव दुःखानं एक सुस्कारा सोडत त्यानं समोर पाहत असलेल्या दृश्याचं धृतराष्ट्रासमोर वर्णन करण्यास सुरुवात केली. "समोर जो काही कोलाहल चाललेला आहे तो कर्णकटू आहे, गगनभेदी आहे; कौरवपुत्रांच्या हृदयाचा वेध घेणारा आहे."

वीर रणांगण सोडून निघाला
(निदान मनानं)

अर्जुनानं शंख खाली ठेवून आपलं आवडतं गांडीव धनुष्य उचललं. या धनुष्यावर त्याचा गाढ विश्वास होता. रणांगणावर जो काही गगनभेदी कोलाहल चालू होता, त्यानं त्याच्या धमन्यांमधून वाहणारं वीराचं रक्त खवळून उठलं होतं. तो युद्धासाठी सरसावून पुढे झाला. तत्पूर्वी एकदा आपल्या प्रतिस्पर्ध्यांची ताकद तरी अजमावून पाहावी, असा विचार त्याच्या मनात आला. शिवाय आपल्या विरोधकांनासुद्धा आपलं हे सर्वशक्तिमान, सामर्थ्यशाली रूप पाहू देत, असंही त्याला वाटलं. उमदा, देखणा, भरदार खांद्यांचा, सिंहकटी अतिमहारथी अर्जुन, सकाळच्या कोवळ्या उन्हामध्ये आपल्या शस्त्रास्त्रांनिशी तळपणारा अर्जुन, एक अक्षौहिणी सैन्याचा एकट्याच्या हिमतीवर मुकाबला करू शकणारा अर्जुन, साक्षात यमदूताचा अवतार धारण करून आपल्यासमोर उभा ठाकलेला हा अर्जुन पाहून समोरचे प्रतिस्पर्धी कसे भयकंपित होऊन उठतील, या विचारानं अर्जुन मनोमन सुखावला. त्याच्या चेहऱ्यावर स्मितरेखा उमटली.

"कृष्णा," तो आपला सारथी असलेल्या कृष्ण भगवानांच्या खांद्याला स्पर्श करून म्हणाला. "देवा, माझ्यावर एक कृपा कराल का? आता केवळ काही क्षणांतच इथे जमलेले सर्व योद्धे रणगर्जना करत एकमेकांवर चाल करून जातील. तर माझा रथ तुम्ही या रणभूमीच्या अगदी मधोमध घेऊन जा. शत्रूच्या अड्ड्यात मला नेऊन पोहोचवा. माझा हा दुष्ट स्वभावाचा चुलतभाऊ जे पापकर्म करत आहे, त्याला त्यात साथ देणारे हे लोक आहेत तरी कोण? मी तेथे जाऊन थेट त्यांच्या नजरेला नजर भिडवतो. मला पाहून त्यांचं धाबं दणाणलं की, मी तत्काळ त्यांना जमीनदोस्त करतो."

कृष्ण हसून म्हणाला, "किती हा भाव खायचा?"

त्यावर अर्जुन खांदे उडवून म्हणाला, "आता आहेच मी या पृथ्वीतलावरचा सर्वश्रेष्ठ धनुर्धारी, त्याला मी तरी काय करणार?"

त्याच्या त्या बढाया ऐकून कृष्णाच्या कपाळावर भलीमोठी आठी पडली. त्यानं भृकुटी उंचावली.

ते पाहून अर्जुन अस्वस्थ झाला. "का बरं? मी नाही का सर्वश्रेष्ठ धनुर्धारी?

तसा कर्णसुद्धा चांगलाच आहे; पण तरीही मीच सर्वश्रेष्ठ आहे, हे तर सर्वांनाच माहीत आहे. खुद्द आचार्यांनी स्वतः अगदी स्पष्ट शब्दांत हे सांगितलं आहे. देवा, तुम्हाला ते पटत नाही का?''

''शांत हो, अतिमहारथी!'' कृष्ण हसून म्हणाला. ''अरे, मी तुझी मस्करी करत होतो. मी कितीदा तुझी अशी चेष्टा करतो आणि दरवेळी तुझी अशी फसगत होते!''

त्यावर अर्जुनानं कृतक कोपाने हात उगारला. तो चुकवत कृष्णानं घोड्यांचा लगाम खेचून त्यांना पुढे जाण्याचा इशारा करत आपलं हसू दाबलं. ते पांढरेशुभ्र घोडे जोरात उधळले. जसा रथ वेगानं युद्धभूमीच्या केंद्रस्थानी निघाला, तशा घोड्यांच्या पांढऱ्याशुभ्र आयाळी हवेत उडू लागल्या. कृष्णानं रथावर नियंत्रण करत आपल्या मित्राकडे – अर्जुनाकडे – पाहिलं.

''समोर बघ. आता सगळं रणांगण तुझंच आहे!'' तो म्हणाला.

आपल्या समोर दोन्ही बाजूंना पसरलेल्या विस्तीर्ण सेनेवरून अर्जुनानं नजर फिरवली. समोर शस्त्रास्त्रं उन्हात तळपत होती. सैनिकांच्या रांगा शिस्तबद्ध रीतीनं उभ्या होत्या. कौरवांचं अकरा अक्षौहिणी सैन्य होतं ते! प्रत्येक योद्धा संग्रामाला तोंड कधी फुटतं, याची अधीरतेनं वाट पाहत उभा होता. अर्जुनानं आपलं लक्ष त्या सैन्यातील विविध दलांच्या सेनापतींकडे केंद्रित केलं. ते आपापल्या सोन्यानं मढलेल्या रथांमध्ये उभे होते. ते सगळेच्या सगळे उत्कृष्ट योद्धे होते. आपापली शस्त्रं सज्ज करून सगळे तयारीत थांबले होते.

त्यांतल्या प्रत्येकाला अर्जुन ओळखत होता. ते त्याचेच वाडवडील होते, आजोबा-पणजोबा होते. त्या साऱ्यांनी त्याला आपल्या मांडीवर खेळवलं होतं. त्याला कधी रागे भरलं होतं, तर कधी त्याचे लाड केले होते; त्याला हितोपदेश केला होता, त्याचं कौतुक केलं होतं. त्याच्यासमोर त्याचे चुलते होते, चुलतभाऊ होते. त्याच्या वाढीच्या वयात या सगळ्यांचंच काही ना काही योगदान होतं. समोर

त्याचे गुरू होते, वडीलधारी माणसं होती. तिथे त्याचे भीष्म पितामह होते. त्यांनी अर्जुनावर वडिलांसारखी माया केली होती आणि त्याचे प्रिय गुरू द्रोणाचार्यसुद्धा होते. त्याच्याकडे जी धनुर्विद्या होती, ती त्याला त्यांनीच शिकवली होती. तिथे त्याचे पुतणे होते, त्या पुतण्यांचे पुत्र होते. त्यांतल्या अनेकांना त्यानं आपल्या मांडीवर खेळवलं होतं. त्याचे सासरे होते, मेहुणे होते. त्या साऱ्यांनी प्रेमानं त्यांच्या कुटुंबात अर्जुनाचं स्वागत केलं होतं. आणखी कितीतरी दूरचे नातलग होते. त्यांच्यासोबत आनंदात घालवलेल्या संध्याकाळच्या रम्य सुखद आठवणी त्याच्याकडे होत्या. त्याच्या समोर त्याचे अनेक जिवलग मित्र उभे होते. त्यानं बालपणी त्यांच्याशी स्पर्धा केली होती, भांडणं केली होती, त्यांच्या सोबतीनं अभ्यास केला होता; त्यांच्या बरोबर हास्यविनोद आणि मस्तीसुद्धा केली होती.

तोच अर्जुन आता त्यांना शत्रू मानून, आपल्या बाणानं त्यांचा वेध घेण्यासाठी निरखून पाहत होता आणि त्याचा नेम तर आजवर कधीच चुकलेला नव्हता.

आणि अचानक आपण किती महाभयंकर कृत्य करायला निघालो आहोत, याची अर्जुनाला जाणीव होऊन त्याच्या जिवाचा थरकाप उडाला. जणू काही त्याच्यावर वीजच कोसळली. या विश्वामधला सर्वांत महान धनुर्धारी अक्षरशः घामानं निथळला. आजवर कधी वाटलं नसेल, एवढं भय वाटून तो गलितगात्र झाला. त्याच्या पायांमधलं त्राण गेलं. त्याच्या हातांना कंप सुटला. त्याच्या हातांची पकड ढिली होऊन गांडीव धनुष्य खाली पडलं.

''कृष्णा,'' तो कसाबसा म्हणाला. त्याचा आवाज नीट फुटतही नव्हता. ''मला हे सगळं नाही जमणार.''

कृष्णानं बसल्याबसल्या मागे वळून पाहिलं. अर्जुनाच्या विदीर्ण चेहऱ्याकडे लक्ष जाताच त्याला कळून चुकलं की, काहीतरी विचित्र घडलेलं आहे. ''काय झालं अर्जुना? तुला काय जमणार नाही?''

आपल्या हातानं समोर पसरलेल्या कौरवसैन्याकडे निर्देश करत अर्जुन म्हणाला, ''हे... हे युद्ध, हा रक्तपात, या हत्या... यांतलं काहीच जमणार नाही मला.''

कृष्ण शांतपणे ऐकत होता.

''हे कुणीच माझे शत्रू नाहीत, कृष्णा. हे माझ्या जिवलग मित्रांचे, कुटुंबीयांचे, नातलगांचे चेहरे आहेत. हे काही शत्रूंचे चेहरे नव्हेत.'' असं म्हणत अर्जुनानं अविश्वासानं मान जोरजोरात हलवली. ''मी तरी काय विचार करत होतो? मी माझ्या या प्रियजनांची स्वतःच्या हातांनी हत्या करायला निघालो होतो? आपल्या भावांना, नातलगांना ठार मारून मला कुठला विजय प्राप्त करायचा होता? केवळ एका जमिनीच्या तुकड्यासाठी माझ्या जवळच्या नातेवाइकांना आणि मित्रमंडळींना मारून टाकणं खरंच योग्य आहे का?''

अर्जुन गप्प झाला. त्याला पुढे बोलवेना. त्याच्या चेहऱ्यावर नैराश्य आणि तिटकारा स्पष्ट दिसत होता. हा तिटकारा त्याला स्वतःविषयीच वाटत होता. "माझ्या कुटुंबीयांच्या रक्तानं रंगलेलं धन घेऊन मी काय करू, कृष्णा? कारण त्या धनाचा ज्यांच्याबरोबर मी उपभोग घ्यायचा, ती माणसंच जर नसतील, तर मी त्या धनाचं करू तरी काय? माझ्याच माणसांचा बळी देऊन मी कुठल्या देवतेला संतुष्ट करायला निघालो आहे? आपल्या भावांना आणि आपल्या गुरुजनांना ठार मारण्याहून जास्त मोठं पाप या जगात तरी असू शकेल का? आणि नेमकं तेच तर मी आता करायला निघालोय. मी तर माझ्या भावांची आणि गुरूंचीच हत्या करायला निघालो आहे. नुसतं तेवढंच नाही, तर मी त्यांची हत्या करायला अगदी अधीर झालो आहे. वा! केवढं हे कर्तृत्व!"

धनुर्धारी अर्जुनाच्या मनावर नैराश्याचं मळभ पसरलं. त्याचं त्याच्या मनावर प्रचंड दडपण आलं. कृष्णाला त्याची दया आली. त्यानं तोंड उघडून अर्जुनाशी बोलायला सुरुवात केली; पण त्याला मध्येच थांबवून अर्जुन म्हणाला, "माझी समजूत काढू नका, देवा. समोरचे योद्धेसुद्धा अशाच प्रकारे आपल्या भावांची, नातलगांची, स्नेह्यांची हत्या करण्यासाठी सरसावून उभे असल्याचं मला सांगू नका. आपण प्रतिकार केला नाही, तर ते आपल्याला मारून टाकातील, असंही म्हणू नका. खरंतर हा युक्तिवादच मुळी मूर्खपणाचा आहे. एक गोष्ट आपल्याला फार पूर्वीपासूनच माहीत आहे, ती म्हणजे दुर्योधन अत्यंत अनीतिमान आणि उलट्या काळजाचा आहे. तो अन्यायानं वागणारा आणि लालचीसुद्धा आहे. तो जे काही सांगेल, ते त्याचे बंधू निमूटपणे ऐकतात. मग तो जसं वागतो, तसंच आम्ही वागायचं का? मग आमच्यात आणि त्यांच्यात फरक काय राहिला? आमची तर सदाचरणी, धर्मानं वागणारे अशी ख्याती आहे. मग हा कसला धर्म? हे असं वागणं नुसतं चुकीचंच नाही, तर तो अक्षम्य अपराध आहे आणि हे आम्हाला माहीत असताना असं कसं वागू आम्ही? मग आता सांगा देवा, मीही तेच केलं, तर मग त्यांच्यात आणि आमच्यात फरक तो काय राहिला?

"नाही कृष्णदेवा, नाही," कृष्णाला उत्तर देण्याची फुरसतसुद्धा न देता अर्जुन पुढे बोलत राहिला. "अनाथ झालेली नातवंडं, निराधार विधवा आणि मुली, भावांची आणि पुतण्यांची एक आख्खी पिढी नामशेष झालेली, राज्य जमीनदोस्त, सर्वत्र गुन्हेगारांचा आणि दुष्प्रवृत्त माणसांचा सुळसुळाट, जिथे स्त्रिया असुरक्षित असतील, असा समाज..." अर्जुन क्षणभर थांबला. त्याच्या घशात हुंदका दाटून आला होता. "हा एवढा विनाश ज्यासाठी करायचा, ते मुळीच महत्त्वाचं नाही.

"मला क्षमा करा कृष्णदेवा, पण मी युद्धभूमीवर निःशस्त्र उभा राहीन, कोणताही प्रतिकार न करता हसत मृत्यूला सामोरा जाईन; पण माझ्या एकाही नातलगावर मी माझ्या धनुष्यातून बाण सोडणार नाही."

"भरतकुळाचा लखलखता हिरा अर्जुन हे असं सगळं म्हणाला." संजयानं धृतराष्ट्राला सांगितलं. त्यानंतर तो धनुष्यबाण बाजूला ठेवून जड अंतःकरणाने मान खाली घालून आपल्या रथात बसला.

धृतराष्ट्रसुद्धा आपल्या सिंहासनावर बसून होता. त्याचे दृष्टिहीन डोळे कुठेतरी दूरवर रोखलेले होते. त्याच्या नसानसांत कुठेतरी आशा जागृत झाली होती. जगातील या सर्वश्रेष्ठ धनुर्धाऱ्यानं, या अर्जुनानं शस्त्रं खाली ठेवली होती? म्हणजे आपल्या मुलांबद्दल थोडीफार आशा करायला वाव आहे तर! कारण कौरवांना केवळ अर्जुनापासून तर भय होतं. हे पांडव फारच सज्जन होते, फारच न्यायप्रिय होते. कदाचित या अतिसज्जनपणापायी ते युद्धाकडे पाठ फिरवून निघून जाण्याचा वेडेपणाही करण्याची शक्यता होती. तसं झालं असतं तर हे संपूर्ण राज्य त्याच्याच मुलांच्या मालकीचं झालं असतं. कदाचित...!

पण संजयानं पुन्हा सांगण्यास सुरुवात केली. "अर्जुनाचं हृदय दुःखानं भरून गेलं होतं, त्याच्या डोळ्यांमध्ये पाणी तरारलं होतं आणि त्याचं मन नैराश्यानं भरून गेलं होतं. त्या अर्जुनाशी कृष्ण बोलू लागला..."

भगवद्‌गीतेचा पहिला श्लोक

गीतेची सुरुवात कुणाच्या बोलण्यानं होत असेल बरं? कृष्णाच्या? अर्जुनाच्या? नाही. अजिबात नाही. गीतेची सुरुवात होते धृतराष्ट्राच्या काळजीनं विचारलेल्या प्रश्नानं! तो चिंताग्रस्त स्वरात संजयाला काही विचारत आहे. गमतीची गोष्ट अशी की, संपूर्ण गीतेमध्ये धृतराष्ट्राच्या तोंडी हा एवढा एकच श्लोक आहे.

धृतराष्ट्र उवाच
धर्मक्षेत्रे कुरुक्षेत्रे समवेता युयुत्सवः।
मामकाः पाण्डवाश्चैव किमकुर्वत संजय ॥१.१॥

धृतराष्ट्र असे म्हणाला : "हे संजया, कुरुक्षेत्राच्या पुण्यभूमीवर जेथे माझे पुत्र आणि पांडव युद्धासाठी एकत्र जमले आहेत, तेथे काय घडत आहे, ते सांग बरे." (१-१)

प्राचीन भारतातील सैन्य

प्राचीन काळी देशातील सैन्याच्या चार तुकड्या असत. रथदळ, हत्तीदळ, घोडदळ आणि पायदळ. अगदी छोट्यांतील छोट्या सैन्याच्या विभागात – याला पट्टी असं म्हणत – यासुद्धा चार तुकड्या असत. अनेक पट्ट्या एकत्र येऊन त्याची सेनामुखे, अनेक सेनामुखे एकत्र येऊन गुलमा तयार होत. अशा पद्धतीनं प्रचंड मोठ्या सेनेची रचना करण्यात येई. त्यास अक्षौहिणी असे म्हणत. ही रचना साधारणपणे अशी असे. :

१ पट्टी

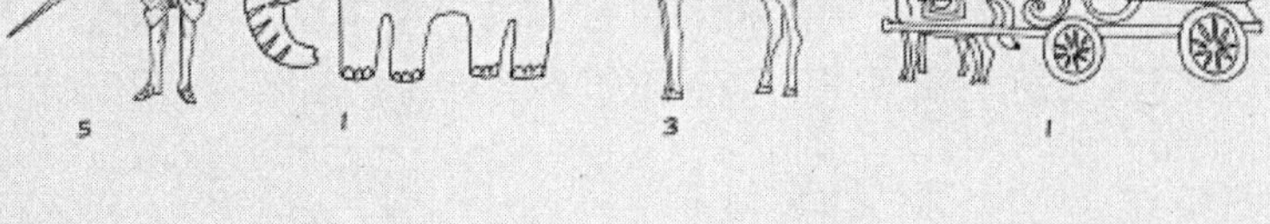

१ रथ + १ गज + ३ अश्व + ५ सैनिक = १ पट्टी

३ पट्टी = १ सेनामुखे

३ सेनामुखे = १ गुलमा

३ गुलमा = १ गण

३ गण = १ वाहिनी

३ वाहिनी = १ पृथान

३ पृथाने = १ चमू

३ चमू = १ अनिकिणी

१० अनिकिणी = १ भलीमोठी अक्षौहिणी

मग आता सांगा पाहू, एका अक्षौहिणीमध्ये किती रथ, किती हत्ती, किती घोडे, किती पायी चालणारे सैनिक समाविष्ट असतील? आधी मनातल्या मनात हिशेब करा आणि मगच खाली दिलेली उत्तरं वाचा.

आणि बरोबर उत्तर आहे... एका अक्षौहिणीमध्ये २१,८७० रथ, २१,८७० हत्ती, ६५,६१० घोडेस्वार आणि १०९,३५० पायी चालणारे सैनिक असत.

याचा अर्थ असा की, जर कौरवांकडे ११ अक्षौहिणी सैन्य असेल तर त्यात २४०,५७० रथ, २४०,५७० हत्ती, ७२१,७१० घोडे आणि १,२०२,८५० पायदळ होते. याउलट पांडवांकडे सात अक्षौहिणी सैन्य, म्हणजेच १५३,०९० रथ, १५३,०९० हत्ती, ४५९,२७० घोडे आणि ७६५,४५० पायदळ होते. एका रथात एक माणूस आणि एका हत्तीवर एक असं जरी नुसतं गृहीत धरलं, तरी या महायुद्धात चाळीस लाख योद्धे लढत होते. (प्रत्यक्षात एका रथात किमान २ सैनिक आणि एका हत्तीवर किमान सहा सैनिक असत!)

आणखी एक गोष्ट. या अक्षौहिणींच्या आकडेवारीच्या संदर्भात तुमच्या एक गोष्ट ध्यानात आली का? तुम्ही रथांची संख्या (२१८७०) घ्या, हत्तींची संख्या (२१८७०) घ्या, घोडेस्वारांची संख्या (६५६१०) घ्या किंवा पायी चालणाऱ्या सैनिकांची संख्या (१०९३५०) घ्या; त्यातील अंकांची बेरीज नेहमी १८च येते. महाभारतात १८ पर्वं आहेत, तर गीतेमध्ये १८ अध्याय आणि कुरुक्षेत्रावरचं महायुद्ध किती दिवस चाललं माहीत आहे का? १८ दिवस. आहे ना गंमत?

पाहा, पाहा! हा पाहा अतिमहारथी!

प्राचीन भारतामधल्या, निदान महाभारतामधल्या योद्ध्यांची त्यांच्या अंगच्या कौशल्यानुसार श्रेणी लावण्यात येत असे. सर्वसाधारण योद्धे आधी घोड्यावर स्वार होऊन युद्ध करत; पण त्यानंतर त्यांना वरची श्रेणी प्राप्त झाली की, त्यांना स्वतःचा

रथ आणि सारथीसुद्धा* मिळत असे; त्यामुळे त्या योद्ध्यांना आपलं पूर्ण लक्ष युद्धावर केंद्रित करता येत असे आणि सर्व शक्तीनिशी शत्रूचा पाडाव करता येत असे.

पण या रथारूढ योद्ध्यांमध्येसुद्धा त्यांच्या अंगच्या कौशल्यानुसार वर्गीकरण करण्यात येत असे.

त्यामध्ये अतिरथी हा सर्वांत कनिष्ठ श्रेणीचा योद्धा समजला जाई. म्हणजे तो एका वेळेस केवळ १०,००० योद्ध्यांचाच सामना करू शकत असे. (मग ते योद्धे घोडेस्वार झालेले असोत किंवा पायी चालणारे असोत.) त्यांच्या वरच्या श्रेणीतील योद्ध्यांना महारथी म्हणून संबोधण्यात येई. त्यांमध्ये दुर्योधन, दृष्टद्युम्न, अश्वत्थामा, अभिमन्यू त्याचप्रमाणे अर्जुन वगळता बाकीचे सर्व पांडव यांचा समावेश होता. हे महारथी एका वेळी ६०,००० योद्ध्यांचा मुकाबला करू शकत. त्यांच्याही वरच्या श्रेणीमध्ये होते अतिमहारथी म्हणजेच अर्जुन, कर्ण, भीष्माचार्य आणि द्रोणाचार्य हे योद्धे. यांच्यापैकी कुणीच साध्या जमिनीवर उभं राहून युद्ध करणाऱ्या सैनिकांकडे पाहतही नसे. त्यांचा मुकाबला फक्त महारथींशीच असे. ते एका वेळी दहा-बारा

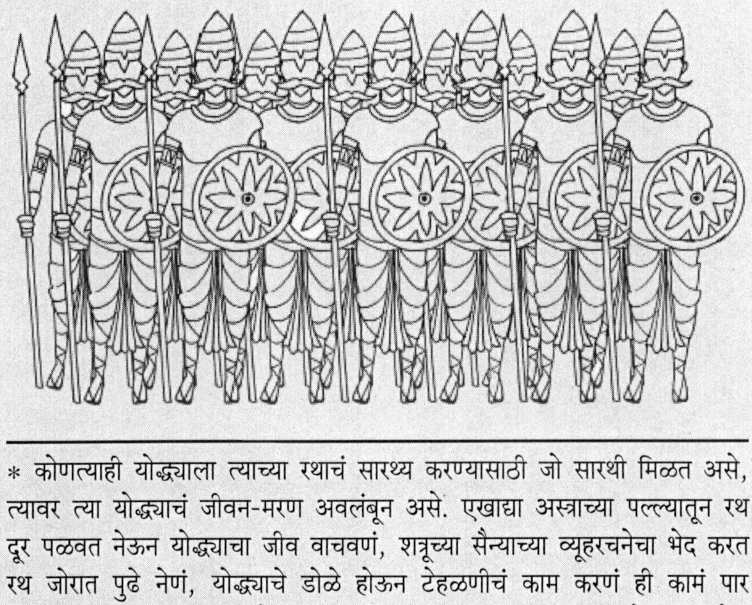

* कोणत्याही योद्ध्याला त्याच्या रथाचं सारथ्य करण्यासाठी जो सारथी मिळत असे, त्यावर त्या योद्ध्याचं जीवन-मरण अवलंबून असे. एखाद्या अस्त्राच्या पल्ल्यातून रथ दूर पळवत नेऊन योद्ध्याचा जीव वाचवणं, शत्रूच्या सैन्याच्या व्यूहरचनेचा भेद करत रथ जोरात पुढे नेणं, योद्ध्याचे डोळे होऊन टेहळणीचं काम करणं ही कामं पार पाडणारा सारथी हा त्या योद्ध्याचा अत्यंत महत्त्वाचा साथीदार असे; त्यामुळेच अर्जुनाला त्याच्या रथाचा सारथी म्हणून साक्षात भगवान कृष्ण लाभले, हे त्यांचं महद्‌भाग्यच होतं.

महारथींना तुल्यबळ ठरत.

या सर्वांच्याही वरची एक श्रेणी होती; त्या श्रेणीमधील योद्धयांना महामहारथी म्हणत. हे एका वेळी २४ अतिमहारथींशी दोन हात करू शकत असत. आजवर या पदापर्यंत कोणताच मानव पोहोचू शकलेला नव्हता; परंतु प्रत्यक्ष देव किंवा देवांचे अवतार घेऊन पृथ्वीवर जन्माला आलेल्या शिव, राम आणि कृष्ण यांसारख्या वीरपुरुषांची गणना महामहारथींमध्ये होत असे.

होय महाराज. नाही महाराज. आम्ही येथे लढण्यासाठी आलो आहोत, महाराज.

प्राचीन भारतातील युद्धे काही अत्यंत कठोर अशा नीतिनियमांचं पालन करूनच लढण्यात येत असत. त्या नियमांना माणुसकीचा आधार घेऊन आणि दोन्ही पक्षांचा विचार करून बनवण्यात आलं होतं. त्याचप्रमाणे घरी बसलेल्यांवरसुद्धा अन्याय होणार नाही, अशी काळजी त्या वेळी घेतली जात असे. इथे आपण थोडे महत्त्वाचे युद्धविषयक नियम पाहू. कुरुक्षेत्रावरील या युद्धात मात्र या नियमांचा बऱ्याच वेळा भंग करण्यात आला.

◆ युद्ध सूर्योदयानंतर सुरू होऊन सूर्यास्ताबरोबर ते थांबेल.

◆ कोणत्याही एकट्या सैनिकावर एकापेक्षा जास्त योद्धयांनी चाल करून जाता कामा नये.

◆ दोन योद्धयांकडे जर समसमान शस्त्रे असली, तरच केवळ ते द्वंद्व खेळू शकतात. शिवाय त्यांचे वाहनसुद्धा सारखेच असले पाहिजे. (उदाहरणार्थ- रथात बसून आलेल्या योद्धयाला केवळ दुसऱ्या रथारूढ योद्धयाशीच मुकाबला करता येईल; तो घोडेस्वाराशी लढू शकणार नाही.)

- शरणागत योद्धयाला मारण्याची कुणालाही परवानगी नाही.
- शरणागत योद्धयाला युद्धकैदी बनवण्यात येईल आणि एका युद्धकैद्याचे सर्व हक्क व सवलती त्याला प्राप्त होतील.
- रणांगणावर मूर्च्छित झालेल्या योद्धयाला मारणे नियमबाह्य असेल.
- युद्धात सहभागी नसलेल्या व्यक्तीची अथवा प्राण्याची हत्या करता येणार नाही.
- कोणत्याही योद्धयाच्या पाठीमागून वार करणे अनुचित असून तसे करण्याची कुणालाही परवानगी नाही.
- एखाद्या प्राण्यापासून जर योद्धयाच्या जिवाला थेट धोका नसेल, तर त्या प्राण्याला मारता येणार नाही.

- प्रत्येक शस्त्रास्त्रासंबंधीचे नियम वेगवेगळे असून त्यांचे कसोशीने पालन करावे लागेल. उदाहरणार्थ- गदायुद्धात प्रतिस्पर्ध्याच्या कमरेखाली वार करण्याची परवानगी नाही.
- युद्धाविषयीचे कोणतेही नियम योद्ध्यांनी मोडता कामा नयेत.
- स्त्रिया, युद्धकैदी आणि शेतकरी यांचा जीव अत्यंत मोलाचा असून त्यांची हत्या करता येणार नाही.
- शत्रूच्या प्रदेशात घुसून लूटमार केलेली चालणार नाही.

हे सगळे नियम फारच आदर्शवादी होते, नाही का? युद्ध हे शेवटी युद्धच! मग ते कोणत्याही कालखंडातील असो, कोणत्याही वयाच्या लोकांमधील असो; पण आजकालच्या युद्धांत तर रात्रीच्या वेळी किरण साधून शत्रूच्या मुलखातील नागरी वस्त्या उद्‌ध्वस्त केल्या जातात. मनुष्यवस्तीत बॉम्बफेक केली जाते, शहरंच्या शहरं बेचिराख होतात. या अशा युद्धापेक्षा त्या काळचं युद्ध कितीतरी पटींनी सुसंस्कृतच म्हटलं पाहिजे.

युद्धातील खेळी

या अक्षौहिणी सैन्याच्या तुकड्यांचं वर्णन वाचून तुम्हाला कशाची बरं आठवण झाली? हत्ती, घोडे, रथ आणि पायदळ यांविषयी ऐकून काही आठवलं का? अगदी बरोबर! प्राचीन काळी भारतात चतुरंग नावाचा एक खेळ होता. आत्ताच्या काळातील बुद्धिबळाच्या खेळाचा उगम यापासूनच झाला. मग आता हाच धागा पकडून आपण पाच वेळा विश्वचषक जिंकणाऱ्या विश्वनाथन आनंद याला नक्कीच अतिमहारथी म्हणू शकतो, नाही का?

२

ज्ञानाचा योग – सांख्ययोग

कृष्ण अर्जुनाची कडक भाषेत कानउघाडणी करतो

"तुला खंत वाटली पाहिजे, अर्जुना!" हे शब्द कृष्ण भगवानांनी अतिशय शांतपणे उच्चारले असले, तरीही त्यातून त्यांना अर्जुनाची कानउघाडणीच करायची होती.

"हा पाहा, स्वतःला जगातला सर्वश्रेष्ठ धनुर्धारी म्हणवून घेणारा योद्धा. योद्ध्यांमधला सर्वांत महान योद्धा, शत्रूचा विनाश करणारा, एकलक्षी पुरुष!"

पण अर्जुन रथाच्या जमिनीवर अंगाचं मुटकुळं करून निपचित पडून होता. त्यानं हे ऐकून हूं की चूं केलं नाही. उलट, तो अधिकच खोल गर्तेत गेल्यासारखा आतल्या आत मिटून गेला.

"हे बघ, हे युद्ध कशासाठी घडून येत आहे, याची तुला प्रथमपासूनच कल्पना होती की नाही? तुझ्या समोर शत्रू म्हणून कोण उभं ठाकणार आहे, हे तुला अगदी नीट माहीत होतं. या युद्धात सहभागी होण्याचा निर्णय घेण्यापूर्वी त्यावर पूर्ण विचार करण्याची संधी तुला होती. काय योग्य, काय अयोग्य याविषयी नीट चर्चा करूनच तू यात सहभागी झाला असशील ना? आता या क्षणी यावर विचार करण्याची ही वेळच नाही. तू आता युद्धभूमीवर आहेस. तू तुझ्या सेनेला नक्की विजय प्राप्त करून देशील, अशी प्रत्येक सैनिकाची खात्री आहे. सगळे आशेने तुझ्याकडे डोळे लावून बसले आहेत."

कृष्ण भगवान बोलताबोलता जरा वेळ थांबले. आपल्या बोलण्याचा अर्जुनावर थोडातरी परिणाम होईलच, अशी त्यांना आशा वाटत होती. पण तसं काहीच झालं नाही.

"एखाद्या योद्ध्याच्या दृष्टीने अत्यंत लांछनास्पद असं तुझं हे वागणं आहे अर्जुना आणि तुलाही ते माहीत आहे. युद्धभूमीकडे पाठ फिरवून पळ काढणं तुला शोभत नाही. असं निराश, हताश होणं तुला शोभत नाही." आता कृष्णदेवांचा स्वर

आणखी कठोर झाला होता. "हे हुंदके देऊन रडणं आता पुरे झालं, अर्जुना. ऊठ, धनुष्याची प्रत्यंचा ताण. पांडवांच्या राजपुत्राला साजेसं युद्ध कर."

"थांबा कृष्णदेवा, थांबा," अर्जुन विनवण्या करत म्हणाला. "हे तुम्ही मला नक्की काय करायला सांगत आहात? माझ्या भावंडांचा मी गळा कापू? माझ्या गुरूंची हत्या करू? हे असं वागणं कोणत्याही जगात महान कृत्य कसं काय होऊ शकतं?" अर्जुनानं अविश्वासानं मान हलवली. "मी स्वतः आजपर्यंत जे जे धर्मग्रंथ वाचले आहेत, त्यांतील प्रत्येक ग्रंथातून या अशा कृत्याचा निषेधच करण्यात आला आहे. हे युद्ध संपुष्टात आल्यानंतर माझं जे काही उर्वरित आयुष्य असेल, त्यातला प्रत्येक क्षण रक्तरंजित असेल, नैराश्यानं आणि अपराधीपणाच्या भावनेनं भरलेला असेल. तुम्हाला हे दिसत नाही का देवा की, मी कसा काय...?"

अर्जुन बोलताबोलता मध्येच थांबला. स्वतःचा हा युक्तिवाद त्याला स्वतःलाच फार पोकळ आणि उथळ वाटू लागला होता. तो स्वतः शूरवीरांच्या घराण्यातला पुत्र होता. तो निसर्गतःच एक योद्धा होता. शिवाय त्यानं अनेक वर्षं कठोर परिश्रम करून युद्धकौशल्याचं प्रशिक्षण घेतलं होतं. त्यानं जे काही कौशल्य आणि ज्ञान आत्मसात केलं होतं, त्याला अभिव्यक्ती प्राप्त होण्यासाठी या अशा प्रकारच्या महायुद्धाची खरोखरच गरज होती. आता त्याला युद्धभूमीवरून पळ काढण्याची कितीही तीव्र इच्छा होत असली, तरीही एका वीर योद्ध्यानं हे असं करणं म्हणजे भेकडपणाची तर अगदी हद्दच ठरली असती. आता शस्त्र खाली ठेवून रणभूमीकडे पाठ फिरवून निघून जाणं किती महान आहे, असं त्याला मनातून वाटत असलं, तरी खरंतर तो पळपुटेपणाच होता. त्याच्या मनात विचार आला, 'खरोखरच आपण आता आपल्या मनाचा कौल घेऊन इथून निघून गेलो, तरी ही अपराधीपणाची भावना आपल्याला नंतर सुखानं जगू तरी देईल का?'

पण तसं जर नाही केलं, तर शिल्लक राहिलेला पर्याय म्हणजे स्वतःच्याच प्रियजनांची निर्घृण हत्या करणं हाच होता आणि तोसुद्धा तेवढाच महाभयंकर होता. गेली अनेक वर्षं कधीही अशा तऱ्हेच्या संभ्रमावस्थेत अडकल्यावर अर्जुन जे काही करत असे, तेच त्यानं आतासुद्धा केलं. ज्या एकमेव व्यक्तीवर त्याचा गाढ विश्वास होता; अशा आपल्या सखा, सल्लागार, तत्त्वज्ञ कृष्णदेवांकडे तो वळला. त्याने आपल्यापुढची समस्या त्यांच्यासमोर ठेवली.

"कृष्णदेवा, अशा परिस्थितीत मी काय करू? माझ्याकडे तरी याचं काहीच उत्तर नाही. आजवर तुम्ही मला नेहमीच योग्य तो सल्ला दिलात. मला कधीच निराश केलं नाही आणि आजही करणार नाही, अशी माझी खात्री आहे. तेव्हा आता या क्षणी मी काय केलं पाहिजे, हे अत्यंत स्पष्ट शब्दांत तुम्ही मला सांगा."

एवढं बोलून अर्जुन बोलायचं थांबला; पण त्याचं बोलणं संपलेलं नाही, याची

कृष्णदेवांना जाणीव झाली; त्यामुळे ते उत्तर न देता तो पुढे काय म्हणतो, याची वाट बघत राहिले.

क्षणभरानंतर अर्जुनानं मान वर केली. त्याच्या देखण्या चेहऱ्यावर दृढनिश्चय स्पष्ट दिसत होता. तो म्हणाला, "पण कृष्णदेवा, तुम्ही बोलण्यापूर्वी मी एक गोष्ट स्पष्ट करून सांगतो. तुम्ही मला जो काही सल्ला देता, तो मी नेहमीच शिरोधार्य मानत आलो आहे; परंतु या वेळी तुमचा दृष्टिकोन मला संपूर्णपणे पटला पाहिजे, तरच मी तुमच्या सल्ल्यानुसार वागेन. नाहीतर..." एवढं बोलून कृष्णदेवांच्या नजरेत नजर मिळवून तो म्हणाला, "मी लढणार नाही."

कृष्णदेवांच्या चेहऱ्यावर स्मितरेषा उमटली. "मग प्रिय अर्जुना, तू आता माझं बोलणं ऐक..."

गीतेची शिकवण

१. मनाची संभ्रमित अवस्था होण्यात काहीच गैर नाही. उलट, अशा प्रकारे गोंधळून जाणं तर चांगलंच आहे.

२. आता तू गोंधळात पडलेलाच आहेस, तर उत्तरं बाहेर शोधत बसू नको. स्वतःच्या मनात डोकावून बघ.

या संपूर्ण संभाषणामध्ये कृष्णदेवांच्या चेहऱ्यावर विलसणारं स्मितहास्य अत्यंत महत्त्वाचं आहे. अर्जुन रणांगणावर पोहोचल्यानंतर अचानक त्याची जी काही गलितगात्र अवस्था होऊन गेली आहे; ती पाहून कृष्णदेवांना त्याची गंमत वाटत आहे; पण आता त्यानं वाद घालणं थांबवलं असून, आपण संभ्रमात पडलो आहोत आणि काय करावं हे आपल्याला सुचत नसल्याची कबुली दिली आहे, याबद्दल कृष्णदेवांना आनंद झाला आहे. काय करणं योग्य आहे, हा निर्णय आपल्याला घेता येत नसल्याची कबुली देण्यात लाज वाटण्यासारखं काय आहे? खरंतर काय योग्य, काय अयोग्य हे ठरवण्यातली ती पहिली पायरी आहे.

पण मग काय योग्य, हे ठरवायचं तरी कसं? आपल्या आजूबाजूच्या लोकांना विचारून ते जो काही सल्ला देतील, त्यानुसार वागायचं का? मुळीच नाही! गीता आपल्याला अर्जुनासारखं वागायला सांगते.

आपण आता रणांगणाकडे पाठ फिरवून निघालो, तर आपले शत्रू आपली छीः थू करतील, आपल्याला भेकड ठरवतील, कौरवांचं प्रचंड सैन्य पाहून आपण गर्भगळित झालो असा ते समज करून घेतील, याची अर्जुनाला पूर्ण कल्पना आहे. त्याचे भाऊ, त्याचे गुरू, त्याची पत्नी आणि त्याची मुलं या सर्वांचीच त्याच्या या वागण्यामुळे निराशा होईल, हेही त्याला माहीत आहे. जे सैन्य त्याच्या नेतृत्वाची वाट पाहत उभं आहे, त्याच सैन्याला सोडून देऊन तो निघून गेला, तर सेनेची मान खाली होईल. त्यांना स्वतःचा विश्वासघात झाल्यासारखं वाटेल आणि इतिहासातसुद्धा अर्जुन हा विश्वासघातकी पुरुष असल्याचं लिहिलं जाईल, याची त्याला जाणीव होती. याउलट, त्यानं युद्धाला सामोरं जाऊन शत्रूशी लढा दिला, तर सर्वजण त्याला वीर ठरवून त्याची स्तुतिस्तोत्रं गातील, पुढच्या अनेक पिढ्या एक उत्कृष्ट योद्धा म्हणून त्याचं नाव काढतील, त्याला अनुसरून वागण्याचा प्रयत्न करतील, हेही त्याला ठाऊक होतं. जर इतर कुठल्याही पुरुषापुढे हे दोन पर्याय ठेवले असते, तर कुणीही फारसा विचारसुद्धा न करता ताबडतोब दुसरा पर्याय निवडला असता.

पण अर्जुनाची महानता तर याच गोष्टीत आहे. त्यानं असं नाही केलं. इतर लोकांना काय वाटतं, यापेक्षाही आपलं मन आपल्याला काय सांगतं, हे त्याच्या

दृष्टीनं महत्त्वाचं होतं; पण आता त्याचा त्याच्या हृदयाशी लढा सुरू होता. त्याच क्षणी अर्जुनानं त्याच्या आयुष्यातला दुसरा अत्यंत महत्त्वपूर्ण निर्णय घेतला. त्याच्या समोरचे दोन्ही पर्याय वाईटच होते. मग आता घाईनं त्यांतला एक निवडून त्यानुसार वागायचं आणि परिणामांविषयी नंतर चिंता करू, असं मनाला समजावायचं, असं अर्जुनानं त्या क्षणी केलं नाही. त्याऐवजी आपल्या अंतर्मनात चालू असलेल्या द्वंद्वाचा तिथल्या तिथे सोक्षमोक्ष लावायचा, असं त्यानं ठरवलं. असं निर्णयाची वाट बघणं किती काळ चालू राहणार, त्यामुळे आपल्याला स्वतःला किती त्रास होणार, इतर लोकांची किती गैरसोय होणार असा कोणताही विचार न करता त्यानं शस्त्रं खाली ठेवली. तो सरळ सल्ल्यासाठी कृष्णदेवांकडे वळला.

मग अशी परिस्थिती कधीही तुमच्या आयुष्यात उद्‌भवली, तर तुम्हीसुद्धा हेच करायचं. कृष्णाकडे वळायचं.

पण कसं?

आणि मुळात हा कृष्ण कोण? आपल्याला कुठे भेटेल हा?

कृष्ण आपल्याला गीतेतून भेटतो. गीता हा हिंदूंचा धर्मग्रंथ असून त्यात कृष्ण हा स्वतः देव असल्याचं म्हटलं आहे; पण हा देव गीतेत कसा रंगवण्यात आला आहे? तर हा देव माणसाचा जिवाभावाचा सखा आहे. माणूस या देवापाशी अगदी कशाबद्दलही बोलू शकतो. देव अत्यंत प्रेमानं जो काही सल्ला देईल, तो माणूस अगदी डोळे झाकून मानू शकतो. संजय गीतेमध्ये जेव्हाजेव्हा या कृष्णाचा उल्लेख करतो, तेव्हा तो त्याला नुसतं कृष्ण असं न म्हणता, श्री भगवान असं संबोधतो.

तुम्हाला ही देवाशी बोलण्याची कल्पना फार विचित्र वाटत असेल, तर त्याऐवजी तुम्ही तुमच्या सद्‌सद्विवेकबुद्धीशी बोलू शकता. तुमच्या अंतरीच्या आवाजाला साद घालू शकता. कोणत्याही विशिष्ट परिस्थितीत काय करणं उचित आणि काय अनुचित, हे आपल्या अंतर्मनाला चांगलं ठाऊक असतं; पण नेहमी असं होतं की, तो एक आवाज सोडून दुसरेच काहीतरी आवाज आणि उद्‌गार आपल्याला ऐकू येऊ लागतात. 'लोक काय म्हणतील? मी लोकांना विचित्र, भेकड, बावळट वाटेन का? मी हुशार नाही, पुरोगामी विचारांचा नाही, असं कुणी समजेल का? मी अतिसज्जन, आदर्शवादी, शामळू आहे असा कुणाचा ग्रह होईल का?' या असल्या आवाजांनी आपलं डोकं भरून जातं; पण त्या आवाजांकडे संपूर्ण दुर्लक्ष करून तुम्ही तुमच्या अंतर्मनाचा आवाज अगदी लक्षपूर्वक ऐकलात, तर आपण काय करणं योग्य हे तुम्हाला लगेच समजेल आणि खरंतर तेच सर्वांत महत्त्वाचं आहे.

अमेरिकेतील हार्पर ली या लेखकाचं एक अत्यंत गाजलेलं पुस्तक आहे. त्याचं नाव 'टू किल अ मॉकिंग बर्ड.' नायकाची बाल्यावस्थेपासून प्रौढावस्थेपर्यंतची संपूर्ण

वाटचाल आणि त्याची वाढती मानसिक परिपक्वता दाखवणारी जी काही पुस्तकं असतात, त्यांपैकी एक आहे हे पुस्तक. यात एका सात वर्षाच्या मुलीचे वकील असलेले वडील एका कृष्णवर्णीय माणसाचा खटला हाती घेऊन न्यायालयात एका श्वेतवर्णीय माणसाच्या विरोधात त्याच्या बाजूने उभे राहतात, अशी ही कथा आहे. ही कथा १९३० सालच्या सुमारास अमेरिकेतील अलाबामानामक एका छोट्याशा गावात घडते. हे गाव त्या काळात वर्णविद्वेषी प्रवृत्तीच्या माणसांनी भरलेलं होतं. साहजिकच या मुलीचे वडील, म्हणजेच ॲटिकस फ्रेंच संपूर्ण गावचा रोष ओढवून घेतात. मग ती मुलगी व तिचा मोठा भाऊ या दोघांवरही गावकरी आग पाखडतात. एक दिवस ती मुलगी आपल्या वडिलांना सरळसरळ विचारते, ''पण तुम्ही मुळात हा इतका वादग्रस्त खटला चालवण्यासाठी घेतलातच का?

कारण बऱ्याचशा लोकांना तर असंच वाटतं की, ते बरोबर आहेत आणि तुम्ही चूक आहात!''

यावर तिचे वडील तिला सांगतात, ''हे बघ बाळा, कुणाला काय वाटतं, हा सर्वस्वी ज्याचा त्याचा प्रश्न आहे. त्या मताचा आपण आदर केला पाहिजे; पण मला इतर लोकांसोबत जगण्याआधी माझ्या स्वतःच्या सोबत जगायला हवं. बहुमत कोणाच्या बाजूने आहे, याचा अजिबात विचार न करणारी अशी एकच गोष्ट असते, ती म्हणजे माणसाची सदसद्विवेक बुद्धी!''

ॲटिकस तो खटला लढतो आणि हरतो; परंतु तो आपल्या या कृतीनं साहस, धैर्य आणि तत्त्वांशी तडजोड न करण्याची वृत्ती आयुष्यात किती महत्त्वाची असते, हे उदाहरण आपल्या मुलांसमोर ठेवतो.

आणि भगवान कृष्ण म्हणाले, "अर्जुना, तुला कसलं दुःख झालंय? हे बघ, दुःख करण्याची काहीच गरज नाही. खरंतर कुणाचीही हत्या करणं तुझ्या मुळी हातातच नाही. तुझे आदरणीय पितामह, प्रेमळ आचार्य, तुझी चुलतभावंडे, तुझे मित्र या कुणाचेही प्राण तू घेऊ शकत नाहीस. तू अतिमहारथी असलास, तरीही ही गोष्ट तुझ्या हातात नाही."

त्यांचे शब्द ऐकून अर्जुनानं चमकून वर पाहिलं. "माझ्या धनुष्यातून सुटलेला बाण जेव्हा त्यांच्या शरीरात घुसेल, तेव्हा त्यांना वेदना होणार नाहीत का? रक्तपात होणार नाही का? ही माणसं जमीनदोस्त होणार नाहीत का? कृष्णदेवा, याला तुम्ही काय म्हणता, ते मला माहीत नाही; पण माझ्या दृष्टीनं तरी ती हत्याच असेल."

"अरे, त्याचं कारण तू वस्तुस्थिती काय आहे ते पाहतच नाहीस, अर्जुना!" कृष्णदेव म्हणाले. "जन्म म्हणजे नक्की काय? आणि मृत्यू म्हणजे तरी काय? तुला असं वाटतंय का की, आपण जन्माला येण्यापूर्वी अस्तित्वातच नव्हतो? पण खरंतर आपण अस्तित्वात होतो. फक्त वेगळ्या रूपांत आणि आपला मृत्यू झाल्यावर आपलं अस्तित्व संपुष्टात येतं का? नाही, मुळीच नाही. आपलं अस्तित्व कायमच राहतं; पण वेगळ्या कुठल्यातरी रूपात एवढंच! तुला पटतंय का माझं बोलणं? लक्षात येतंय का?"

अर्जुनानं मान हलवली.

"तू या सगळ्या गोष्टींकडे वेगळ्या दृष्टिकोनातून बघ. एखाद्या व्यक्तीचा जेव्हा मृत्यू होतो, तेव्हा नक्की कुठल्या गोष्टीचा मृत्यू होतो? केवळ त्याच्या पार्थिव शरीराचा मृत्यू होतो; पण त्याचा आत्मा, त्याचं चैतन्य तर अस्पर्श, अविनाशी असतं. त्याचा कुणीच नाश करू शकत नाही. तुला जर असं वाटत असेल की, कुणाच्या आत्म्याची हत्या करण्याची क्षमता तुझ्या ठायी आहे, तर मग तुझ्यासारखा मूर्ख तूच."

महान धनुर्धारी अर्जुनाच्या कपाळाला आठी पडली. कृष्णदेवांच्या बोलण्यावर

विश्वास ठेवण्याची त्याची अगदी मनापासून इच्छा होती; पण त्यांचा तो युक्तिवाद त्याला मुळीच पटत नव्हता.

"हे बघ, तू असा विचार कर अर्जुना," कृष्णदेव पुन्हा म्हणाले. "आपल्या शरीरात आपला आत्मा केवळ काही काळापुरता निवासासाठी आलेला असतो. आपण नाही का कपडे बदलत? तसा आत्मासुद्धा देह बदलत असतो. जुन्या झालेल्या शरीराचा त्याग करून तो नवं शरीर धारण करतो. पण आत्मा अविनाशी असतो. त्याच्यात कोणताही बदल घडून येत नाही.

"आता कळलं ना तुला की, तुझ्या प्रियजनांना तू कोणतीही इजा पोहोचवू शकत नाहीस. मग तुला कसली चिंता वाटते? जा रणांगणावर आणि लढ."

तरीही अर्जुनाच्या मनाचं समाधान झालंच नव्हतं. "आत्मा अविनाशी आहे, त्यात काही बदल घडून येत नाही वगैरे – ऐकायला छान वाटतं हे सारं आणि देवा, तुम्ही स्वतःच हे सांगत आहात, म्हणजे ते खरंसुद्धा असेलच; पण जेव्हा हे युद्ध संपुष्टात येईल, तेव्हा आपण आपल्या भावंडांच्या शरीराची हत्या केली, त्यांच्या चिरंतन अशा आत्म्यांची नव्हे, असा विचार करूनतरी मला काही सुख मिळणार आहे का? माझ्या भावंडांना मी ज्या रूपात ओळखत होतो, त्या रूपात तर राहणार नाहीत ना ते? म्हणजे मला त्यांचा वियोगच होणार ना?"

भगवान कृष्णांनी खांदे उडवले. "ठीक आहे. मग आपण तुझ्या म्हणण्याप्रमाणे विचार करू. आपण असं म्हणू की, त्यानंतर तुला त्यांचा कायमचा वियोग होईल. पण कधी ना कधीतरी तुला त्यांचा वियोग होणार, हे तुला माहीत नव्हतं का? माहीत होतंच की! तू काय कायमचं त्यांना हृदयाशी कवटाळून बसणार आहेस का? अर्जुना, जरा माझं ऐक. जो जो जन्माला येतो, त्याचा मृत्यू कधी ना कधी अटळ असतोच; पण जो जो मरण पावतो, त्याचा पुनर्जन्मसुद्धा होतोच. मग आता मला सांग, जी गोष्ट अशी अविनाशी आहे, तिच्याबद्दल कुणीतरी शहाणा माणूस इतका शोक करेल का?"

३. कोणताही पदार्थ नव्यानं निर्माण करता येत नाही अथवा नष्टही करता येत नाही; त्याचं फक्त स्वरूप बदलतं.

तुम्ही जर शाळेच्या आठव्या इयत्तेत शिकत असाल, तर पदार्थविज्ञान विषयामध्ये तुम्ही पदार्थाच्या ''अक्षय्यतेचा नियम'' (The law of Conservation of Matter) शिकला असालच.

अमेरिकेचा अंतरिक्षवीर कार्ल सेगन यानं त्याच्या 'कॉसमॉस' नावाच्या पुस्तकात याविषयी बोलत असताना जे काही म्हटलंय, ते वाचून तर आपल्या अंगावर रोमांच उभे राहतात. तो म्हणतो, ''आपल्या जनुकांमध्ये (डी.एन.ए) असलेला नायट्रोजन, दातांमधील कॅल्शियम, आपल्या रक्तातलं आयर्न आणि आपण बनवलेल्या ॲपल पायमधील कार्बन हे सगळे पदार्थ कोसळत असलेल्या ताऱ्यांच्या अंतर्भागात तयार झाले आहेत. म्हणजेच आपण ताऱ्यांच्या भुकटीपासून बनलो आहोत.''

आणि आपण त्याच ताऱ्यांच्या भुकटीला जाऊन मिळणार आहोत. विश्वातील प्रत्येक गोष्टीचं पुढे हेच तर होणार आहे. हो, अगदी डायनोसॉरचंसुद्धा!

मग या डायनोसोरमध्ये जी ताऱ्यांची भुकटी होती, तिचं पुढे काय झालं बरं? डायनोसोर जेव्हा नामशेष झाले, तेव्हा ही भुकटी इतस्ततः विखुरली. मग त्याच भुकटीचे कण जरा वेगळ्या रूपांत एकमेकांना येऊन मिळाले आणि त्यातून आपण तयार झालो; तेही लक्षावधी वर्षांनंतर.

गीतेच्या या दोन श्लोकांमध्ये कृष्णानंसुद्धा साधारणपणे हेच तर सांगितलंय.

न त्वेवाहं जातु नासं न त्वं नेमे जनाधिपाः ।
न चैव न भविष्यामः सर्वे वयमतः परम् ॥२-१२॥

मी अस्तित्वात नव्हतो; असा काळ कधीच नव्हता; तुम्ही किंवा तुमच्या आधीपासूनच्या गोष्टीही अस्तित्वात नाहीत, असा काळ कधीच नव्हता आणि आपल्यापैकी कुणाचंच अस्तित्व यापुढेही कधी नष्ट होणार नाही, भविष्यातही नाही. (२-१२)

नासतो विद्यते भावो नाभावो विद्यते सतः ।
उभयोरपि दृष्टोऽन्तस्त्वनयोस्तत्त्वदर्शिभिः ॥२-१६॥

सर्व विद्वान योगी व्यक्तींना या एका सत्याचा शोध लागला आहे.
ते सत्य असं : जे नसतं, ते निर्माण होत नाही आणि जे असतं,
ते कधी नाश पावत नाही. (२-१६)

म्हणजे इथे आपल्याला नक्की काय म्हणायचं आहे – हिंदू यालाच पुनर्जन्म असं म्हणतात – ही एक अशी प्रक्रिया असते, जिच्यातून एक व्यक्ती मृत झाल्यानंतर तिचा आत्मा दुसरं शरीर धारण करतो. मग सगळे वैज्ञानिक यालाच ''पदार्थाच्या अविनाशित्वाचा नियम'' असं म्हणतात का? हं! हे असं म्हणणं म्हणजे गीतेतील तत्त्वज्ञान फारच सोप्या शब्दांत मांडण्यासारखं आहे. पण एक मात्र खरं की, पदार्थ-विज्ञानशास्त्राचा हा नियम आणि गीतेची ही शिकवण या दोन्हींमधली मूळ संकल्पना तीच आहे. काहीतरी तर नक्कीच आहे – मग त्याला तुम्ही ऊर्जा म्हणा, जीवनचैतन्य म्हणा, आत्मा म्हणा – ते जे काही आहे, ते आपल्यामध्ये आहे आणि ते कधीही नष्ट पावत नाही.

अध्यात्माचा विषय निघाला की, विज्ञान लगेच नाक मुरडतं आणि विज्ञान सर्व गोष्टींचा पुरावा मागत असल्यामुळे अध्यात्म वैतागतं, कारण अध्यात्माची श्रद्धा असल्याने त्याला पुरावा लागत नाही; पण जर विज्ञान आणि अध्यात्म हे कधी समोरासमोर शांतपणे चर्चेला बसले, तर दोघांच्याही असं लक्षात येईल की, त्यांच्यात बऱ्याच बाबतींत साधर्म्य आहे.

पण कृष्ण भगवानांच्या या कोणत्याही युक्तिवादाचा काहीही उपयोग होत नव्हता.

एखाद्या कक्षात बसून कुणाच्या मृत्यूविषयी गप्पा करणं किंवा त्याविषयीचे सिद्धान्त मांडणं वेगळं असतं; पण आपण प्रत्यक्ष युद्धात भाग घेऊ लागलो, आपल्या हातून खरोखर माणसांची हत्या होऊ लागली, तर ते सत्य स्वीकारणं काही सोपं नसतं.

कृष्णदेवांनी मग परिस्थितीची जरा वेगळ्या पद्धतीनं हाताळणी करण्याचं ठरवलं. तर्कशुद्ध युक्तिवादापेक्षा भावनेला हात घालणारं बोलून जर त्याचा उपयोग होणार असेल, तर तसंही करायला त्यांची तयारी होती.

"हे कुंतीपुत्रा, तू नक्की कोण आहेस, याचा जरा तरी विचार कर," ते म्हणाले. "तू क्षत्रिय कुळात जन्म घेतलेला आहेस. तुझं घराणं लढवय्याचं आहे. सत्याची कास धरून अन्यायाचा प्रतिकार करणं, त्याविरुद्ध लढा देणं हा खरा क्षत्रियांचा धर्म असतो. अराजकतेचा बीमोड करून न्यायाची राजवट प्रस्थापित करणं, मग त्यासाठी गरज पडली तर शस्त्र उचलणं हेही सर्व क्षत्रियांचं कर्तव्यच आहे. डोंगर-दऱ्यांमध्ये जाऊन ध्यानधारणेला बसण्याचा पर्याय कोणाही क्षत्रियाला उपलब्ध नाही.

"खरंतर," कृष्ण भगवान पुढे म्हणाले. "ही अशी सुवर्णसंधी तुझ्यासमोर उभी ठाकली आहे, याचा तुला आनंद वाटला पाहिजे. न्यायाची लढाई लढण्याची संधी प्रत्येक क्षत्रियाला मिळतेच असं नाही. या युद्धात कुणाचा पक्ष न्यायाचा आहे, याची तुला पूर्ण कल्पना आहे. हे असं काही नेहमीनेहमी घडत नाही. खरंतर काय बरोबर आणि काय चूक याचा निर्णय करणं तसं अवघड काम आहे. निर्णय घेताना मन गोंधळून जातं. अर्जुना, तू असं समज की, स्वर्गाची दारंच तुला खुली झाली आहेत. तुझ्या संपूर्ण क्षमतेचा वापर करून लढा दे; तुझं कर्तव्य बजाव आणि स्वर्गात स्वतःची जागा मिळव; पण जर तू रणांगणाकडे पाठ फिरवून निघून गेलास तर ते एक दुष्कृत्य, एक पापकर्म केल्यासारखंच होईल."

ते ऐकताच अर्जुनाच्या नजरेत भीती तरळली. कृष्णदेवांच्या ते लक्षात येताच

त्या गोष्टीचा पुरेपूर फायदा उठवण्याचं त्यांनी ठरवलं.

"आणि तू जर लढला नाहीस, तर जो काही कलंक तुझ्या नावाला आणि तुझ्या कुळाच्या नावाला लागेल, त्याचं तर मी वर्णनही करू शकत नाही. पार्था, जे खूप मोठे असतात, खूप उच्चस्थानी असतात, त्यांचं अधःपतनही तेवढंच मोठं असतं. तुझ्यासारख्या पुरुषाच्या नावाला बट्टा लागणं ही तर मरणापेक्षाही जास्त भयंकर गोष्ट आहे आणि ते जर तुझ्या वाट्याला आलं ना, तर पार्था, तू जगू शकणार नाहीस, हे मी खात्रीपूर्वक सांगतो. युद्धात मरण पत्करलंस, तर तू स्वर्गात जाशील. युद्धात जिंकलास, तर अवघ्या पृथ्वीतलावर राज्य करशील. हे तर समजणं फारसं कठीण नाही ना? मग आता ऊठ आणि लढ."

अर्थात आपला हा उपदेश ऐकताक्षणी अर्जुन लगेच उठून युद्धाला सुरुवात करेल, असं कृष्णदेवांना मुळीच वाटत नव्हतं आणि तसंच झालं. अर्जुनानं काहीच केलं नाही. पुन्हा एकदा कृष्ण भगवानांनी वेगळ्या पद्धतीनं त्याला समजावण्याचा प्रयत्न केला.

"या सर्व मानसिक गोंधळातून स्वतःची सुटका करून घेण्याची फक्त एकच युक्ती आहे, अर्जुना," कृष्णदेव म्हणाले. "एकदा ती

आत्मसात केलीस की, सगळा गुंता सुटेल. तू मुक्त होशील.''

त्यांचे शब्द ऐकून अर्जुनानं मान वर केली. त्याच्या नजरेत आशा स्पष्ट उमटली होती. ''कृष्णदेवा, तुम्ही माझी पुन्हा एकदा थट्टा तर करत नाही ना?''

त्यावर कृष्णदेवांनी सावकाश मान हलवून नकार दिला.

त्यावर कृतक् कोपानं अर्जुन म्हणाला, ''वा देवा, वा! तुम्ही स्वतःला माझे मित्र म्हणवता. मग माझ्या मनातला गुंता सोडवण्याचा उपाय जर तुम्हाला ठाऊक होता, तर मग तो याआधीच तुम्ही का नाही सांगितला? आता, या क्षणी मला तो उपाय तुम्ही सांगा. माझ्या डोक्यात जो गोंधळ उडालेला आहे; त्यामुळे मी वैतागलो आहे. लवकर सांगा ना देवा.''

हे शब्द ऐकून करुणेचा सागर असलेले भगवान कृष्ण किंचित हसले. किती अधीर झाला होता हा अर्जुन! इतका बुद्धिमान, इतका कर्तृत्ववान विद्यार्थी, आपल्या गुरूंनी शिकवलेली सर्व विद्या आत्मसात करणारा धीरोदात्त आणि आत्मविश्वासानं परिपूर्ण असा अर्जुन! नित्य नूतन कौशल्ये तातडीनं शिकून घेण्याची इच्छा असणारा अर्जुन! कृष्णदेवांना परत एकदा हसू फुटलं, कारण आता ते ज्या युक्तीबद्दल, ज्या कौशल्याबद्दल बोलत होते, ते आत्मसात करणं इतर कौशल्यांइतकं सोपं नव्हतं.

''मग ऐक तर, अर्जुना.'' भगवान कृष्ण आपल्या मित्राच्या उत्सुक चेहऱ्याकडे कटाक्ष टाकत म्हणाले.

समाधानप्राप्तीचा गुरुमंत्र कृष्णानं अर्जुनाला दिला

"अर्जुना, ती युक्ती अशी आहे की, तुझं जे काही कर्तव्य असेल, ते एकलक्षीपणानं करायचं; अत्यंत गंभीरपणे, तळमळीने आणि प्रामाणिकपणे करायचं. त्या कामाची फळं काय मिळतील, याचा जरासुद्धा विचार करायचा नाही."

अर्जुनाच्या कपाळावर आठी पडली. भगवान कृष्ण जे काही सांगत होते, ते तसं सरळसोटच वाटत होतं. म्हणजे म्हणायला तरी सोपं होतं; पण प्रत्यक्षात ते पार पाडणं तेवढं सोपं होतं का?

"तुला तुझ्या कामात यश येईल की अपयश, यासंबंधी जरासुद्धा विचार करायचा नाही. त्या कामामुळे कुणी संतुष्ट होईल की नाही किंवा ते पार पाडल्यामुळे तू स्वतः समाधानी होशील की नाही, या कशाचाच विचार मनात येऊ द्यायचा नाही, कारण काम करताकरता तू एकीकडे जर त्यापासून होणाऱ्या परिणामांचा विचार करत बसलास, तर तुझं लक्ष विचलित होईल.

"अर्जुना, जे महापुरुष आपण हे काम नक्की कोणत्या कारणासाठी करत आहोत याचाच फक्त विचार करतात; पण ते काम केल्यामुळे काय परिणाम घडून येतील याचा विचार जे करत नाहीत ना तेच खरे स्थितप्रज्ञ असतात. असे पुरुष नेहमी वर्तमानात जगण्यातच समाधान मानतात."

त्यावर मान हलवून अर्जुन म्हणाला, "कृष्णदेवा, हे तुमचं म्हणणं जरा अधिक तपशील देऊन सांगा. हा स्थितप्रज्ञ पुरुष नक्की असतो तरी कसा, याचं कल्पनाचित्र मी मनोमन रंगवण्याचा प्रयत्न करतोय. हा पुरुष, हा स्थितप्रज्ञ नक्की दिसतो तरी कसा? मी जर कधी त्याला भेटलो, तर तो मला काय म्हणेल? मी त्याला कसा ओळखू?"

"पार्था, हा जो पुरुष असेल, तो कोणत्याही इच्छा आणि वासनांपासून मुक्त असेल. सुखी, समाधानी होण्यासाठी त्याला कोणत्याही ऐहिक गोष्टींची गरज भासणार नाही. तो स्वतःमध्येच तृप्त, संतुष्ट असेल. अगदी दुःखानं घेरला गेल्यावरसुद्धा तो अतिशय शांत असेल. त्याच्या मनात कोणतीही खळबळ नसेल. स्थितप्रज्ञ पुरुष कोणत्याही गोष्टीनं, घटनेनं कधीच उत्तेजित होत नाही. त्याला कशाची भीतीसुद्धा वाटत नाही आणि कशाचा रागही येत नाही. एखाद्या विजयप्राप्तीनंतर त्याला

विजयोन्माद होत नाही किंवा पराभवाचं दुःखही होत नाही. ज्या लोकांना तो आवडतो, जे लोक त्याचा दुस्वास करतात, जे लोक त्याच्यासाठी काम करतात, ज्या लोकांसाठी तो काम करतो, अशा सर्वच लोकांना तो सारखाच आदर देतो, सर्वांशी सारख्याच प्रेमानं वागतो.''

"मला हा स्थितप्रज्ञ आवडू लागला आहे,'' अर्जुन म्हणाला. "पण मुळात तो या स्थितप्रज्ञाच्या अवस्थेपर्यंत जाऊन पोहोचला तरी कसा?''

"पार्था, त्यासाठी स्वतःच्या पंचेंद्रियांवर नियंत्रण करता येणं अत्यंत आवश्यक आहे. जवळपास सर्वच माणसं आपल्या पंचेंद्रियांचं सदासर्वकाळ कोडकौतुक करण्यात मग्न असतात. त्यांना अवतीभवती सुंदर गोष्टी हव्या असतात (दृष्टी), त्यांना नादमधुर आवाज ऐकायचे असतात (श्रवण), रुचकर भोजनाचा आस्वाद घ्यायचा असतो (जिव्हा), सुंदर वास घ्यायचे असतात (गंध), त्यांना सुंदर, नाजूक तलम गोष्टींना स्पर्श करायचा असतो (स्पर्श). थोडक्यात काय, त्यांच्या मनात सतत इंद्रियजन्य सुखाचाच विचार असतो.

"आपण जर सतत अशा ऐहिक सुख देणाऱ्या गोष्टींचाच विचार करत राहिलो, तर हळूहळू आपल्याला त्या आवडू लागतात (अनुबंध). एखाद्या गोष्टीशी जर अनुबंध जुळला, तर ती गोष्ट हवीहवीशी वाटू लागते (इच्छा, लालसा). काही कारणानं ती गोष्ट आपल्याला प्राप्त झाली नाही किंवा आपल्याऐवजी ती दुसऱ्या कोणालातरी प्राप्त झाली, तर आपण संतापतो (क्रोध). आपण संतापलो की, आपल्या मेंदूमध्ये वैचारिक गोंधळ उडतो (गुंतागुंत). तसं झालं की, आपण सरळ विचार मुळी करूच शकत नाही. आपली सारासार विवेकबुद्धी नष्ट होते, योग्य निर्णय घेण्याची क्षमता लोप पावते. मग आपण काहीतरी चुकीचं, मूर्खासारखं वागतो; नाहीतर अनैतिक आचरण करतो. (बुद्धीचा विनाश होतो.)''

अर्जुनानं मान डोलवली. या सर्व गोष्टींचा त्याच्या व्यक्तिगत आयुष्यात त्याला अनुभव होताच की! पण भगवान कृष्णांनी ज्या तर्कसुसंगतपणे ते सगळं त्याला उलगडून दाखवलं, ते त्याला आवडलं.

"स्थितप्रज्ञाला घटनाक्रमाचं आकलन फार चांगलं होतं. या सर्वाचीच सुरुवात आपल्या ज्ञानेंद्रियांपासून होते, याची त्याला पूर्ण कल्पना असते,'' कृष्णदेव म्हणाले. "त्यामुळे एखाद्या कासवाने जसे आपले पाय आपल्या कवचात ओढून घेऊन शांत व्हावं, तद्वत स्थितप्रज्ञ आपल्या ज्ञानेंद्रियांना आत ओढून घेऊन कोषात जातो; त्यामुळे तो खूप शांत असतो.

"हजारो नद्या येऊन महासागराला मिळत असूनसुद्धा तो मात्र शांतच असतो, तसंच या स्थितप्रज्ञाचंसुद्धा असतं. चहूबाजूंनी इच्छा, आकांक्षा, वासनांचा ओघ त्याच्याकडे सतत येत असूनसुद्धा त्याचं मन मात्र त्या कशानंही विचलित न होता शांतच असतं.''

गीतेची शिकवण

४. युरेका! सुखी होण्याची गुरुकिल्ली आहे.

अर्जुनसुद्धा आपल्यासारखाच माणूस होता आणि आपण सगळेच या परस्परविरोधी गोष्टींनी भरलेल्या जगात राहतो – सुख आणि दुःख, शारीरिक आराम आणि कष्ट, नफा आणि तोटा, विजय आणि पराजय, यश आणि अपयश, जन्म आणि मृत्यू. आपण कष्ट करतो, घाम गाळतो, बेत आखतो; आपला सगळा वेळ खर्ची घालून या परस्परविरोधी गोष्टींमधली केवळ एक, एकच गोष्ट प्राप्त करण्याची सतत धडपड करतो. आपल्याला फक्त सुख, विजय, यश, नफा एवढंच हवं असतं; पण त्या जोड्यांमधील राहिलेल्या गोष्टी आपण टाळतो. शक्यतो त्या आपल्या वाट्याला येऊच नयेत, याची आपण काळजी घेतो. त्या गोष्टी म्हणजे दुःख, कष्ट, विरह, अपयश आणि पराजय.

पण खरं सांगायचं तर या वरकरणी परस्परविरोधी भासणाऱ्या गोष्टी खरंतर तितक्या काही परस्परविरोधी नसतातच. त्यापेक्षाही महत्त्वाची गोष्ट म्हणजे या गोष्टी एकमेकींशिवाय अस्तित्वात असूच शकत नाहीत. आपल्याला एखादी गोष्ट असणं खूप आनंददायी वाटतं; त्यामुळे त्या गोष्टीचं नसणं आपल्याला दुःखदायी वाटतं, कारण आपण हरलो, आपला पराजय झाला असं जग आपल्याला सांगतं. त्यावर आपण विश्वास ठेवतो. त्याचप्रमाणे आपण जिंकलो असल्याचंही आपल्याला हे जगच सांगतं. त्यावरही आपण विश्वास ठेवतो.

हे सगळं गणित कसं चालतं, ठाऊक आहे का? या समीकरणाची जी 'वाईट' बाजू असते तिचा आपण अस्वीकार करू शकत नाही, ती बाजू आपण नाकारू शकत नाही; कारण आपण तसं केलं, तर आपल्याला चांगली बाजूसुद्धा नाकारावी लागते. तुम्ही एका गोष्टीचा अनुभव तर नक्कीच घेतला असेल. जर तुम्हाला फारसा खटाटोप, फारसे प्रयास न करता एखादी गोष्ट अगदी सहज प्राप्त झाली, तर ती मिळाल्याबद्दल तेवढा आनंद होत नाही. म्हणजेच ती कष्टसाध्य नसल्यामुळे त्यातली गंमत निघून जाते. याच नाण्याची दुसरी बाजू म्हणजे तुम्हाला जर एखादी गोष्ट मुळातच फारशी प्रिय नसेल, तर ती गमावल्याचं दुःखसुद्धा फारसं होत नाही; पण या सगळ्यापेक्षाही अतिशय महत्त्वाचं हे की, काहीच कायमस्वरूपी किंवा चिरस्थायी नसतं – ना आनंद, ना दुःख, ना यश, ना अपयश!

मग तुम्ही काय केलं पाहिजे? या प्रत्येक जोडीमधल्या परस्परविरोधी गोष्टींचा तुम्ही सारख्याच आनंदानं स्वीकार केला पाहिजे, त्यांना सामोरं गेलं पाहिजे आणि ही गोष्ट एका दुसऱ्या मार्गानंसुद्धा साध्य करता येते. ती म्हणजे या परस्परविरोधी

गोष्टींच्या जोड्यांपैकी प्रत्येक गोष्टीचा तुम्ही अस्वीकार करायचा! यांतला कोणताही पर्याय तुम्ही निवडलात, तरी त्याचा परिणाम तोच होईल – काही 'चांगलं' घडलं, तरी तुम्ही आनंदानं हरखून जाणार नाही; त्याचप्रमाणे काही 'वाईट' घडलं तरी तुम्ही नैराश्यानं घेरले जाणार नाही. तुमच्या मनाची शांती कधी ढळणार नाही. मनःशांती याचा अर्थच असा की, अपयशाचं भय नाही, विजय प्राप्त करण्याची इच्छा नाही, वियोग किंवा ताटातुटीची वेदना नाही आणि कुणी नकार दिल्याचं दुःख नाही.

खरं सांगायचं तर हे सगळं जगच या अशा परस्परविरोधी गोष्टींच्या जोड्यांचं बनलेलं आहे. मग या सर्वच्या सर्व जोड्यांचा आहे तसा स्वीकार तरी करायचा किंवा त्या जोड्यांमधल्या (चांगल्या आणि वाईट अशा) दोन्हीही बाजूंचा अस्वीकार तरी करायचा. ही गोष्ट निश्चितच कठीण असेल, असं तुमच्या मनात आलं ना? खरं आहे ते. ही कठीण गोष्ट साध्य करण्याचा प्रवास तसा प्रदीर्घ, कंटाळवाणा आहे; पण त्याची सुरुवात करण्याचा एक साधा, सरळ, सोपा मार्ग म्हणजे आपलं सर्व लक्ष आपण हाती घेतलेल्या कामावर केंद्रित करायचं, चित्त जरासुद्धा विचलित होऊ द्यायचं नाही. मग ते काम कोणतंही असो – परीक्षेसाठी अभ्यास करणं, आई-वडिलांना घरकामात मदत करणं, आपल्या आजारामुळे जरा चिडचिड्या झालेल्या आजी-आजोबांची काळजी घेणं, आपलं वर्गातल्या मुलांशी विशेष पटत नसतानासुद्धा त्यांच्याशी मिळतंजुळतं घेऊन शाळेतल्या प्रोजेक्टचं काम पार पाडणं... जे कोणतं काम तुम्हाला करायचं असेल, ते किती कंटाळवाणं आहे, अवघड आहे, याचा विचार करू नका. मुळात हे सगळं करायचंच कशाला, हा प्रश्नसुद्धा स्वतःला मुळीच विचारू नका. हे काम केल्यानं आपल्याला काय फळ मिळणार आहे, याचा विचार अजिबात करू नका किंवा या कामी अपयश आलं तर काय, याची चिंतासुद्धा करू नका. मान खाली घालून, फक्त मनापासून ते काम करा.

काही काळानंतर ते काम हेच तुमचं ध्येय किंवा उद्दिष्ट बनेल आणि तुम्ही फळाची मुळीच चिंता करणार नाही. ते काम करायला मिळणं, त्या कामात रममाण होणं हेच तुमचं फळ होऊन जाईल. त्यापेक्षा आणखी काही बक्षीस प्राप्त होण्याची तुम्हाला गरजच भासणार नाही. तुम्हाला त्याची आठवणसुद्धा होणार नाही. याकडे वरकरणी पाहता तुम्हाला असं वाटेल, 'अरे, हे असलं कसलं अळणी, बेचव आयुष्य?' पण ज्या कुणी ही गोष्ट साध्य केली आहे, ते तुम्हाला शपथेवर असं सांगतील की, कायमस्वरूपी आनंदाची आणि मनःशांतीची प्राप्ती होण्याचा हा एक हमखास मार्ग आहे.

जर

(रुडयार्ड किपलिंग यांच्या कवितेतील काही काव्यपंक्ती)

जर तू स्वप्न पाहू शकलास
पण स्वप्नांचा गुलाम नाही बनलास
जर तू विचार केलास
पण त्या विचारांनाच आपलं लक्ष्य नाही बनवलंस
जर तू विजय आणि पराजय या दोहोंना सामोरं गेलास
आणि या दोन्ही आगंतुकांना सारखंच वागवलंस,

जर तू सर्वसामान्यांमध्ये मिसळूनसुद्धा
आपलं वेगळेपण टिकवून ठेवलंस
जर तू थोरामोठ्यांमध्ये वावरताना
पाय जमिनीवर टिकवून ठेवलेस
जर मित्र किंवा शत्रू तुला दुखावू शकले नाहीत

जर तू सर्वांची दखल घेतलीस पण
कोणालाच मखरात बसवलं नाहीस...
तर हे जग आणि त्यात जे काही आहे
ते तुझंच आहे बेटा.
एवढंच नाही, तर खऱ्या अर्थानं तेव्हाच
तू मर्द बनणार आहेस.

संपूर्ण गीतेचं सार फक्त एका श्लोकात सांगायचं झालं तर...

गीतेच्या दुसऱ्या अध्यायातील ४७ क्रमांकाच्या श्लोकात गीतेचं सार सामावलेलं आहे. अर्थातच गीतेच्या ७०० श्लोकांमधील सर्वांत लोकप्रिय असा तो श्लोक आहे. ज्या हिंदूंना गीतेबद्दल फारशी माहिती नाही, त्यांनासुद्धा या श्लोकाचा पहिला चरण मुखोद्गत असतो.

कर्मण्येवाधिकारस्ते मा फलेषु कदाचन ।
मा कर्मफलहेतुर्भूर्मा ते सङ्गोऽस्त्वकर्मणि ॥२-४७॥

तुम्हाला फक्त तुमच्या कर्तव्याचं पालन करण्याचा अधिकार आहे; परंतु तुमच्या कर्मांची फळे मिळण्याचा अधिकार तुम्हाला नाही. तुमच्या हातून जी काही कृती घडते, त्या कृतीचं कारण तुम्ही स्वतः आहात असं कधीही समजू नका आणि कधीच कृती न करता बसून राहू नका (२-४७)

३

कर्मयोग

कृष्णाने अर्जुनाचा सुटकेचा मार्गच बंद करून टाकला

''थांबा जनार्दना, थांबा.'' अर्जुन म्हणाला. त्याचा चेहरा अधिकच गोंधळून गेलेला दिसत होता. ''तुम्ही आता जे काही बोलत होता, ते मला कळतंय, असं मला जरा वेळ वाटत होतं; पण आता पुन्हा एकदा मी गोंधळात पडलो आहे. एकीकडे तुम्ही मला सांगता की, मी माझ्या ज्ञानेंद्रियांवरचं लक्ष काढून घ्यावं आणि एक स्थितप्रज्ञ व्हावं, या जगाकडून कसलीही अपेक्षा करू नये आणि दुसरीकडे तुम्हीच मला माझ्या महत्त्वाकांक्षेचा गुलाम व्हायला सांगत आहात. एक राज्य मिळवण्यासाठी मी युद्ध करावं, माझ्या जिवलगांचं रक्त सांडावं!

''तुम्ही एका वाक्यात असं म्हणता की, मी ज्ञानाच्या मार्गानं वाटचाल करावी, मनःशांतीचा शोध घेण्यासाठी स्वतःच्या अंतर्यामी डोकावून पाहावं; तर पुढच्याच वाक्यात तुम्ही मला कृतिशील होऊन रणांगणावर जाऊन क्रूरकर्मा होण्यास सांगता? तुम्ही हे परस्परविरोधी बोलणं थांबवून मला फक्त एकदाच सांगाल का, मी नक्की कोणता मार्ग घ्यावा? काय उचित आहे?''

''पार्था, सत्य असं आहे,'' भगवान कृष्ण म्हणाले. ''या दोन्हींतील जास्त चांगला मार्ग कुठलाच नाही. दोन्हीही मार्ग – ज्ञानाचा मार्ग आणि कृतीचा मार्ग – सारखेच आहेत. त्यांतला तुझ्या स्वभावप्रकृतीला जो योग्य वाटेल, तो तू निवड.

''ज्ञानाचा मार्ग हा विचारवंतांसाठी असतो. जे लोक शांत प्रवृत्तीचे असतात, विचारमग्न असतात, त्यांना हा मार्ग योग्य; पण जे कृतिशील असतात,'' असं म्हणून भगवान कृष्णांनी मुद्दाम अर्जुनाकडे रोखून पाहिलं. ''त्यांच्यासाठी मात्र हा दुसरा म्हणजेच कर्म करण्याचा मार्गच योग्य! जे उत्साहानं सळसळणारे आणि कार्यप्रवण असतात, त्यांनी हाच मार्ग स्वीकारावा.''

''हे वर्णन ऐकून मला मी एक गुंड असल्यासारखं वाटू लागलं आहे,'' अर्जुन म्हणाला. ''मला वाटतं, मीसुद्धा शांत राहून विचार करू शकतो. तुमच्या मते जे

'भयानक दुष्कर्म' करण्यासाठी मी अगदी योग्य आहे, त्या कर्मावर अगदी आनंदानं पाणी सोडून मी रानावनांत जाऊन तपश्चर्या करायला, मनःशांतीचा शोध घ्यायला तयार आहे.''

''अरे पार्था, हे कृतिशीलतेचा त्याग करणं इतकं सोपं असतं, तर किती बरं झालं असतं!'' कृष्णदेव म्हणाले. ''जरा नीट विचार कर. जो मानवी देह धारण करून वावरत आहे, त्याला कृतिशीलतेचा त्याग करणं कधीतरी शक्य आहे का? केवळ जीवित राहण्यासाठीसुद्धा कृती ही करावीच लागते - श्वासोच्छ्वासाची क्रिया, जेवणं, झोपणं...

''आणि हो मित्रा, तू जरी रणांगणाकडे पाठ फिरवून रानावनांत निघून गेलास, तरी तू हे युद्ध मागे सोडून जाशीलच याची काय खात्री? तुला हे कसं कळत नाही, ते युद्ध तर तू तुझ्या डोक्यात, तुझ्या मनात बरोबर घेऊनच जाशील. आपण युद्धाकडे पाठ फिरवून आलो ते योग्य की अयोग्य, हा विचार तू तिथेसुद्धा करत बसशील. युद्धात सहभागी असलेले तुझे बंधू, तुझे पुत्र यांची काळजी तिथेही तुला वाटत राहीलच. आपण स्वतःच स्वतःशी प्रतारणा केल्याची जाणीव होऊन तू हजार मरणं मरशील.''

भगवान कृष्णांच्या बोलण्यात तथ्य होतं, हे अर्जुनाला कळून चुकलं. नेहमीसारखंच त्याच्या कृष्णसख्याला त्याचं मन पुरतं समजलं होतं. अर्जुनाला स्वतःला तो जितका कळला होता, त्याहून कितीतरी जास्त भगवान कृष्णांना तो कळला होता. त्याचं मन कळलं होतं. अर्जुनाला याच गोष्टीची भीती वाटली.

''एखाद्या माणसानं कृतिशीलतेकडे केवळ पाठ फिरवली, कृती करण्याचं थांबवलं, तरीही ती कृती तो त्याच्या डोक्यात, मनात वागवतच असतो. तिचा विचार करतच असतो. मनानं तो अजूनही त्या कृतीशी जोडलेलाच असतो; त्यामुळे आपण कृतीचा त्याग केला आहे, असं या माणसानं मानणं, हा केवढा मोठा ढोंगीपणा आहे! अर्जुना, तू असा ढोंगी होऊ नकोस.

''त्यापेक्षा आपलं काम अत्यंत तळमळीनं, सचोटीनं, मनापासून करणारा माणूस हो तू. ते करत असताना कोणत्याही फळाची अपेक्षा तू मनात ठेवू नको. त्यापेक्षा आपण कर्म करत आहोत म्हणजे ईश्वराची सेवा करत आहोत, असं मानणारा पुरुष तू हो. तू तुझ्या कर्मातून या पृथ्वीची, विश्वाची सेवा करत आहेस, हे लक्षात घे. एक खात्री बाळग; त्या बदल्यात देव, पृथ्वी आणि विश्व तुला पराकोटीचा आनंद देतील. अगदी न मोजता येण्याइतका आनंद तुला प्राप्त होईल. देव आणि मनुष्य यांच्यातील देवाणघेवाणीचं हे चक्र असंच सुरळीत चालू राहील.''

अर्जुनानं मान हलवून होकार दिला. देव आणि मनुष्य यांच्यातील देवाणघेवाणीचं ते चक्र त्याच्या चांगल्याच परिचयाचं होतं. देवानं आजवर त्याला कोणतीही गोष्ट

प्राप्त करण्यासाठी प्रचंड मेहनत करायला लावली होती; पण त्याचबरोबर त्यानं प्रामाणिकपणे आणि शिस्तबद्ध रीतीने कठोर परिश्रम केल्यावर त्याला त्याचं फळ मिळाल्यावाचून कधीच राहिलं नव्हतं.

"या विश्वानं तुला जे भरभरून दिलं आहे, त्याचा मनमुराद उपभोग तू घेत आलास. जीवनदायी सूर्य, समृद्धी आणि पोषण देणारा पाऊस, हे उंचउंच पर्वत, या खळाळत वाहणाऱ्या नद्या या सर्वांनी तुला कितीतरी दिलं; पण तू मात्र स्वतःची जबाबदारी उचलण्यासाठी स्वतःचा खांदा पुढे केला नाहीस, या विश्वाला काहीच परत दिलं नाहीस, तर तुझ्यात आणि एखाद्या भुरट्या चोरात फरक तो काय?

"पण जर कर्म करण्याचा अर्थच देवांना काही भोग अर्पण करणं हा असतो हे तू समजून घेतलंस, तर ते कर्म करण्याचा तुला कधीच कंटाळा येणार नाही. उलट, त्यातून आनंदच मिळेल. हे विश्व जेव्हा आपल्याला इतकं सारं भरभरून देत असतं, तेव्हा त्याची आपल्याकडून कसल्याच परतफेडीची अपेक्षा नसते; पण तरीही ते आपल्याला देतच राहतं. ते तर त्याचं काम करतच राहतं, कारण त्यानं जर त्याचं काम केलं नाही, तर या संपूर्ण विश्वाचा विनाश होऊन जाईल. अर्जुना, मग तू तुझं कर्मसुद्धा याच भावनेतून कर. तू कर्म कर, कारण ते करण्याची गरज आहे आणि तू जर ते केलं नाहीस, तर हे जग अनर्थाच्या गर्तेत कोसळण्यास फार वेळ लागणार नाही."

अर्जुनानं अविश्वासानं भगवान कृष्णांकडे पाहिलं. "कृष्णदेवा, तुम्ही फार

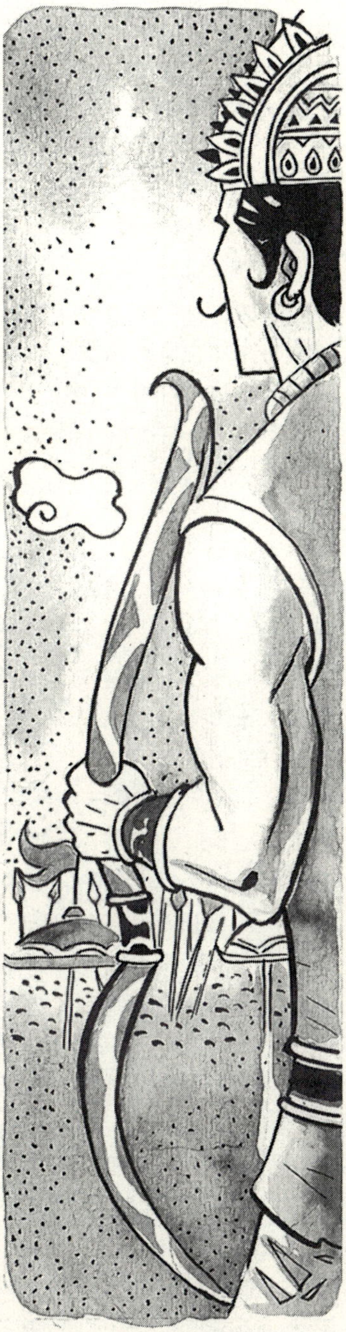

अतिशयोक्तिपूर्ण बोलत आहात,'' अर्जुन म्हणाला. ''जर या इथे जमलेल्या लक्षावधी माणसांमधून केवळ एक माणूस युद्धाकडे पाठ फिरवून निघून गेला, तर त्यानं संपूर्ण जगात कसं काय अराजक माजेल? मी जी काही कृती करेन, ते पापकर्म आहे, दुष्कृत्य आहे हे मला माहीत असतानासुद्धा केवळ तुम्ही मला सांगताय की, मी ते केलं नाही, तर या जगात अनर्थ घडून येईल म्हणून मी ते करायचं! केवढा अन्याय आहे हा माझ्यावर?''

''पण पार्था, तू कुणी सर्वसामान्य माणूस नाहीस,'' भगवान कृष्ण म्हणाले. ''तू सगळ्या सामान्य माणसांचा नेता आहेस आणि याच कारणासाठी तुझ्यावर मोठी जबाबदारी येऊन पडली आहे. जी माणसं तुझ्याकडं आदरानं बघतात, तुला मानतात, त्यांच्यासाठी तू तुझ्या वागण्यानं उदाहरण घालून द्यायला हवंस. दुर्दैवानं तुझ्या स्वतःच्या मनाप्रमाणे वागण्याचं स्वातंत्र्य तुला नाही. तुझे जे अनुयायी आहेत, त्यांच्या मनावर तुझ्या वागणुकीचा काय परिणाम होईल, याचा विचार तू केलाच पाहिजेस.''

''पण मी युद्धाकडे पाठ फिरवून निघून गेलो, तर त्यांच्यासाठीसुद्धा ते योग्य उदाहरण घालून दिल्यासारखंच ठरेल नाही का?'' अर्जुन विनवणीच्या सुरात म्हणाला. ''आपल्या भावंडांची हत्या करणं चुकीचं आहे हे जसं मला उमगलं, तसंच ते त्यांनासुद्धा उमगेल. त्यातून सर्वांना केवळ दुःखच मिळेल. इतक्या नरसंहारानंतर जगातील कितीही सुखं, कितीही संपत्ती मिळाली, तरी ती फोलच आहे हे त्यांनाही समजेल. हो ना?''

अर्जुनाचं बोलणं ऐकून भगवान कृष्ण खेदानं हसले. ''तसं खरोखरच घडलं, तर किती बरं होईल, असं तुला वाटतं ना? पण मित्रा, यातलं काहीच घडणार नाही. सामान्य माणसं तुझ्यासारखा विचार करत नाहीत – आपण या पृथ्वीतलावर आपल्याला नेमून दिलेलं काम करण्यासाठी आलेलो असून ते काम पार पाडल्यावर आपल्याला त्याची यथोचित फळंसुद्धा मिळणार आहेत, असंच त्यांना वाटतं. अर्थात त्यामुळेच ते त्यांच्यावर सोपवण्यात आलेलं काम अत्यंत मन लावून करत असतात. या दोन प्रचंड मोठ्या सेनांचे सेनापती त्यांच्यावर सोपवण्यात आलेल्या कामांविषयी अत्यंत दक्ष आहेत. ते 'काम' म्हणजे युद्ध करणं. ते जी गोष्ट तळमळीनं करायला निघाले आहेत, त्याच गोष्टीचा इतका तिरस्कार करून तू तिच्याकडे पाठ फिरवून निघून गेलास, तर तू त्या सर्वांचा अपमान केल्यासारखं होईल. त्याहीपेक्षा वाईट गोष्ट म्हणजे तुझ्या या कृत्यामुळे त्या सर्वांच्याच मनात प्रचंड गोंधळ उडेल.

''तू फक्त असा विचार कर की, तुझ्याप्रमाणे सर्वच नेते एखादं काम आवडत नाही, पटत नाही म्हणून त्या कामाकडे पाठ फिरवून निघून गेले तर? आपल्या अनुयायांच्या बाबतीतली त्यांची जबाबदारी जर या नेत्यांनी पार पाडलीच नाही तर?

ते अनुयायी आपल्या नेत्यांवर पूर्ण श्रद्धा आणि विश्वास ठेवत असतात. त्यांना असं वाटतं की, आपण आपल्या नेत्याला अनुसरून वागलो, तर आपलं जीवन जास्त सुखी आणि समृद्ध होईल. मग जर त्यांचे नेतेच असे त्यांच्याकडे पाठ फिरवून निघून गेले, तर जगात अनर्थ घडून येणार नाही का?''

भगवान कृष्ण दोन खलनायकांचा परदाफाश करतात

अर्जुन जरा वेळ गप्प राहिला. भगवान कृष्णांच्या युक्तिवादावर मनात विचार करत राहिला. त्यांच्या बोलण्यात तथ्य तर निश्चितच होतं; पण तरीही काही गोष्टींचं त्याला अजूनही नीट आकलन झालेलं नव्हतं. "पण कृष्णदेवा, मी जर अज्ञानी, अशिक्षित माणसांप्रमाणेच वागलो, तर मग माझ्यात आणि त्यांच्यात फरक काय राहिला?"

"चांगला प्रश्न विचारलास, अर्जुना," भगवान कृष्ण म्हणाले. "आणि पुन्हा एकदा मी तुला हेच सांगतो की, ज्या ध्येयानं, ज्या उद्दिष्टानं तुम्ही तुमचं नेमून दिलेलं काम पार पाडता, त्यातच तुमचं वेगळेपण कळतं. अज्ञानी माणूस सतत असंच समजतो की, त्याच्या हातून घडणाऱ्या प्रत्येक कृत्याला तोच जबाबदार आहे आणि म्हणूनच ते काम पार पाडल्यानंतर त्याला त्याचा मोबदला हवा असतो, कर्माचं फळ हवं असतं आणि ते अपेक्षित फळ जर त्याला मिळालं नाही, तर तो चिडतो, संतापतो. आणि त्याला खरोखर त्याच्या कामाचं फळ मिळालं, तर तो खूश होतो. त्याला असं वाटतं की, जे काही घडलं, ते सर्वस्वी त्याच्या स्वतःच्या प्रयत्नांमुळेच घडलं."

महानायक अर्जुनानं आपल्या सारथ्याकडे म्हणजेच भगवान कृष्णांकडे पाहिलं. त्यांच्या बोलण्याची त्याला गंमत वाटली. जर एखादा माणूस त्यानं केलेल्या कृत्यासाठी जबाबदार नसेल, तर मग कोण असेल? भगवान कृष्णांना नक्की काय म्हणायचं होतं? असा विचार त्याच्या मनात आला.

"पण जो ज्ञानी असतो, त्याला हे माहीत असतं की, त्याच्या हातून जे काही कर्म घडतं, त्याला तो स्वतः नव्हे तर त्याचा स्वभाव जबाबदार असतो," भगवान कृष्ण म्हणाले. "त्याला एक गोष्ट माहीत असते की, प्रत्येक माणूस जन्मतःच आपला स्वभाव बरोबर घेऊन आलेला असतो. तो विचारवंत आहे की कृतिशील आहे, नेता आहे की अनुयायी आहे हे आधीपासून ठरलेलंच असतं. ते त्यानं स्वतःहून ठरवलेलं नसतं; त्यामुळेच जी गोष्ट उपजतच त्याच्यापाशी आहे, ती

म्हणजे त्याचा स्वभावधर्म; त्यानुसार तो वागतो. त्याला नेमून दिलेलं काम तो निष्ठेनं पार पाडतो आणि ते करत असताना त्याच्या मनात फक्त ते काम व्यवस्थित पूर्ण करण्याचाच विचार असतो. दुसरा कसलाही नसतो. ते काम केल्यावर आपल्याला त्याची काय फळं मिळतील, याचा विचार तो कधीच करत नाही. त्या कामाची जी काही निष्पत्ती होईल, त्याचा तो तटस्थ वृत्तीनं स्वीकार करतो. त्याविषयी त्याला ना आनंद असतो, ना दुःख. त्याचं कारण असं की, मुळात त्या कर्माचा त्याच्या स्वतःशी काही संबंध नसतो.

"अर्जुना, एक गोष्ट नीट लक्षात घे. जे कर्म करण्यासाठी माणूस जन्माला आलेला असतो, ते आणि फक्त तेच त्यानं करावं. तुझ्या बाबतीत बोलायचं, तर तू योद्धा होण्यासाठीच जन्माला आलास. माणसानं स्वतःचं काम सोडून दुसऱ्या कुणाचं काम करायला कधीही जाऊ नये. अगदी ते उत्तम करू शकण्याची क्षमता असली, तरीसुद्धा! त्यापेक्षा स्वतःचं कर्तव्य पार पाडत असताना मरण आलं तरी बेहत्तर! कारण दुसऱ्या कुणाचं तरी काम करण्याच्या नादात एखाद्या व्यक्तीनं स्वतःचं कर्तव्य नीट पार पाडलं नाही, तर त्यात फार मोठा धोका आहे."

अर्जुन शांत बसून होता. तो विचारात मग्न होता. भगवान कृष्णाचं बोलणं त्याच्या कानावर पडत होतं.

भगवान पुढे म्हणाले, "हे महाबाहू, एक लक्षात घे. कोणतंही काम चांगलं किंवा वाईट नसतं. काम हे काम असतं. एखादं काम करत असताना आनंद मिळतो किंवा ते काम करणं आपल्याला मनातून योग्य वाटतं, म्हणून त्या कामावर प्रेम करायचं किंवा दुसरं एखादं काम करायला तितकंसं आवडत नाही किंवा ते काम करणं मनोमन आपल्याला अयोग्य वाटतं म्हणून त्या कामाचा रागराग करायचा, या दोन्हीही गोष्टी चुकीच्याच आहेत. कोणत्याही गोष्टीशी अनुबंध निर्माण होणं काय किंवा कोणत्याही गोष्टीचा राग येणं काय, दोन्हीही अयोग्य आहे. राग आणि प्रेम या दोन्ही भावना मानवी मनाचे मोठे शत्रू आहेत. या भावना माणसाला वैचारिक गोंधळात टाकतात; त्यामुळे माणसाला नीट दिसू शकत नाही. धूळ बसल्यामुळे आरसा जसा झाकोळला जातो किंवा धुरामागे कधीकधी जाळ दिसत नाही, तशीच मानवी मनाची अवस्था होते.

"त्यामुळे जा पार्था, जा. रणांगणावर जाऊन शत्रूचा निःपात कर. या मानसिक गोंधळातून बाहेर पड आणि लढ!"

गीतेची शिकवण

५. *आयुष्य हे जत्रेतील फिरत्या चक्रासारखं असतं. आपण त्याचे नियंत्रण करू शकत नाही; पण आपण त्याचा आनंद नक्की लुटू शकतो.*

मानवी आयुष्य हे जत्रेतील रोलर कोस्टर राइडसारखंच असतं. कधीतरी खूप वर जातं आणि त्यानंतर पुन्हा खाली येतं; पण खाली आलेलं परत वरसुद्धा जातंच; हे सर्व अटळ आहे. वर आणि खाली जाण्याच्या या दोन्ही क्रियांमध्ये नक्की किती काळ जाईल, त्यावर आपलं कुणाचंच काही नियंत्रण नसतं. आपल्या आयुष्याच्या या रोलर कोस्टर राइडचा वेग किती असेल, हेसुद्धा आपण सांगू शकत नाही. ते किती उंच चढतं किंवा किती खाली येतं, हेही आपल्या हातात नसतं.

परंतु आपण जे जत्रेत पाहतो ते खरंखुरं रोलर कोस्टर आणि आपलं हे जीवनरूपी रोलर कोस्टर यांत एक मोठा फरक आहे. तो असा : खऱ्याखुऱ्या रोलर कोस्टरमध्ये आपल्याला काहीच करायचं नसतं. नुसतं जागेवर बसून त्या राइडची मजा लुटायची असते; परंतु जीवनरूपी रोलर कोस्टर राइडमध्ये मात्र प्रत्येक प्रवाशाला काहीतरी काम नेमून देण्यात आलेलं असतं. ते त्याला पार पाडायचं असतं. काही लोकांच्या वाट्याला आलेलं काम जगाच्या नजरेत खूप महत्त्वाचं असतं; तर काहींच्या वाट्याला आलेलं काम जगाच्या दृष्टीनं खूपच सामान्य, निरर्थक असं असतं. म्हणजे ते काम तर कुणाही ऐऱ्यागैऱ्याला जमेल असं असतं; पण अगदी खरं सांगायचं, तर फार मोठं आणि महत्त्वाचं काम पार पाडणाऱ्या माणसाचंसुद्धा त्याच्या आयुष्याच्या रोलर कोस्टर राइडवर काहीही नियंत्रण नसतं.

आपली सगळ्यांत मोठी चूक म्हणजे नेमकं हेच आपल्याला समजत नाही. आपण जेव्हा त्या रोलर कोस्टरमध्ये बसलेले असतो, तेव्हा त्याचा फार लहानसा भागच आपल्या दृष्टिपथात येतो; पण त्या कोस्टरवरील आपल्याला न दिसणाऱ्या भागात त्या वेळी नेमकं काय घडत असतं, याची आपल्याला काहीही कल्पना नसते. आपल्याला असं वाटतं की, सगळी सूत्रं आपल्या हाती आहेत. या रोलर कोस्टरच्या वर उंचउंच चढत जाण्याला किंवा उंचावरून खाली येण्याला आपण जबाबदार आहोत; त्यामुळे आपल्याला नेमून दिलेलं काम आपण किती उत्कृष्ट रीतीनं किंवा किती वाईट तऱ्हेनं पार पाडतो, त्यावर या रोलर कोस्टरचा मार्ग निश्चित होणार आहे; त्यामुळे ते उंचउंच जात राहावं यासाठी आपण खूप जीव तोडून परिश्रम करतो – वर्गात पहिला क्रमांक पटकावणं, टेनिसचा सामना जिंकणं, वर्गप्रतिनिधी म्हणून निवडून येणं – आणि अशा सगळ्या गोष्टींत यश मिळाल्यावर आपला आनंद गगनात मावेनासा होतो; पण कधीकधी असंही घडतं की, आपण

तेवढीच जीवतोड मेहनत करूनसुद्धा आपल्या प्रयत्नांना यश येतच नाही. उलट, रोलर कोस्टर राइड खाली जाऊ लागते – खूप अभ्यास करूनसुद्धा एखाद्या परीक्षेत तिसरा क्रमांक प्राप्त होतो, एखाद्या महत्त्वाच्या सामन्याच्या अगदी आदल्या दिवशी नडगीच्या हाडालाच दुखापत होते किंवा आपल्यापेक्षा कुणीतरी खूपच जास्त लोकप्रिय असल्याची आपल्याला जाणीव होते. मग आपण आपल्याकडून प्रत्येक गोष्ट अगदी व्यवस्थित पार पाडूनसुद्धा हे अपयश का येतं? रोलर कोस्टर वरवर जाण्याऐवजी खालीखाली का येऊ लागतं? याचं कारण रोलर कोस्टरचा मार्ग आपण जे काही करत असतो त्यावर ठरत नसून, त्यासाठी इतर अनेक गोष्टी कारणीभूत असतात.

मग याचा अर्थ काय? जर आपल्या बाबतीत जे काही घडायचं असेल ते घडणारच असेल – या रोलर कोस्टरचा मार्ग जर आधीपासूनच ठरलेला असेल – तर मग आपण काही करायचं तरी कशाला? त्यापेक्षा आपण छानपैकी आरामात बसून राहावं. बरोबर आहे ना?

नाही.

हे पाहा, त्या राक्षसी रोलर कोस्टरमध्ये असताना तुम्ही नक्की काय करता – एक उत्तम विद्यार्थी, एक उत्तम मित्र, एक कर्तव्यदक्ष मुलगा अथवा मुलगी, एक काळजीवाहू प्रेमळ भाऊ किंवा बहीण बनून राहता – सृष्टीच्या या एकंदर अवाढव्य कारभारात या सर्व गोष्टी फारच किरकोळ, बिनमहत्त्वाच्या वाटू शकतात; पण तरीसुद्धा आपण तशा पद्धतीनं त्या उत्तम प्रकारे पार पाडल्या तर ती राइड आपल्या सहप्रवाशांना भीतिदायक वाटत नाही आणि आपल्यालासुद्धा तिचा चांगल्या रीतीनं आनंद लुटता येतो. (काहीही न करता नुसतं बसून राहणं किती कंटाळवाणं होईल, हो ना?) शिवाय आणखी महत्त्वाची गोष्ट अशी की, आपल्या आजूबाजूचे इतर लोक, मित्रमंडळी, भाऊ, बहीण, नातेवाईक जेव्हा त्यांची त्यांची कामे व्यवस्थित काटेकोरपणे पार पाडत असतात, तेव्हा ही रोलर कोस्टर राइड सर्वांसाठीच मजेची

आणि मुख्य म्हणजे सुरक्षित राहते.

तुम्हाला जर तुमचं काम करताना मजा येत नसेल, ते कंटाळवाणं, नकोसं वाटत असेल, ते करण्याची इच्छाच होत नसेल; तर त्याचा अर्थ तुम्ही आळशी, बेजबाबदार आणि स्वार्थी आहात, असा होतो. तुम्ही तुमचं काम सोडून जर दुसऱ्या कुणाचं काम करू लागलात, तर कधीतरी त्यामुळे तुमच्या सहप्रवाशाची सुरक्षितता धोक्यात येऊ शकते. उदाहरणार्थ- तुमच्या धाकट्या भावाला सांभाळण्याचं काम तुमच्यावर सोपवलेलं असतं; पण अचानक तुमच्या रोजच्या क्रिकेट टीममधला एखादा गडी आजारी पडतो आणि तुम्ही त्याच्याऐवजी खेळायला घरातून पळून जाता. (ही गोष्ट नीट समजून घेण्यासाठी तुम्ही ज्या धाकट्या भावाला एकट्याला घरी सोडून निघून जाता, त्या भावाच्या जागी तुम्हीच आहात अशी कल्पना करून बघा बरं. मग त्या वेळी तो किती घाबरून गेला असेल, ते तुम्हाला कळेल!) थोडक्यात काय, तुम्हाला नेमून दिलेलं काम जर तुम्ही सचोटीनं, निष्ठेनं, प्रामाणिकपणे पार पाडत नसाल, तर तुम्हाला त्या इतक्या रोमहर्षक रोलर कोस्टर राइडवर बसण्याचा काहीही अधिकार नाही; त्यामुळे तुम्हाला तुमच्या कामात टाळाटाळ करता येणार नाही. काम तर करावंच लागेल; पण गीतेत असं म्हटलंय की, ते काम करत असताना कुठल्याही फळाची अपेक्षा न करता ते केलं पाहिजे.

उदाहरण द्यायचं झालं, तर तुम्ही अतिशय मनापासून, पुष्कळ अभ्यास करून परीक्षा दिल्यामुळे तुमचा वर्गात पहिला क्रमांक येईल, अशी अपेक्षा मनात धरून बसू नका किंवा तसा नाही आला, तर लगेच खचून, निराश होऊन जाऊ नका. गीतेत असं म्हटलंय की, काही विशिष्ट फळाची अपेक्षा मनात धरून केलेलं काम ही मुळात चुकीचीच कृती असते. त्यापेक्षा योग्य कृती कोणती असेल, तर ती म्हणजे एक विद्यार्थी म्हणून तळमळीनं, मनापासून एखाद्या विषयाचा अभ्यास करणं. त्याचप्रमाणे तुमच्या एखाद्या मैत्रिणीच्या गरजेला तुम्ही धावून गेलात, एखाद्या संकटात तिला मदत केलीत किंवा दुःखात साथ दिलीत (कृती), म्हणून पुढे तुमच्यावर तशी वेळ आल्यावर तशीच साथ ती तुम्हाला देईल (फळ), अशी अपेक्षा करणं हेही चुकीचं आहे. तिच्या अडचणीच्या काळात तुम्ही तिच्या बरोबर होतात, याचा अर्थ त्या वेळी तुम्ही एका चांगल्या मित्राचं कर्तव्य पार पाडत होतात, इतकाच आहे.

यात युक्तीच्या गोष्टी अशा आहेत–

१. एखादं काम करत असताना ते केल्याचं आपल्याला काय फळ मिळणार, यावर नजर ठेवून ते कधीच करू नये, कारण तुमच्या हातात केवळ काम करणं एवढंच आहे. त्यानंतर जे काही घडेल, त्यावर तुमचं काहीच नियंत्रण नाही.

२. तुम्ही तुमच्या कर्तव्याचं पालन करताना कधीही टाळाटाळ करू नका. मग ते करणं कितीही कंटाळवाणं, नकोसं का वाटत असेना! कर्तव्याचं पालन करणं या विश्वासाठी अत्यंत गरजेचं आहे. तुम्ही या विश्वाचं काहीतरी देणं लागता. त्यासाठी ते आवश्यक आहे.

३. तुम्हाला नेमून दिलेलं काम पूर्ण करणं हे तुमच्यासाठी एक पवित्र कर्तव्य असलं पाहिजे. त्याच नजरेनं तुम्ही त्या कामाकडे पाहिलं पाहिजे. तुम्ही तुमचं काम पूर्ण करून ते अवघ्या विश्वाला अर्पण करा. त्यानंतर तुम्हाला त्याचं जे काही फळ विश्वाकडून मिळणार असेल, ते मिळेलच; पण तुम्ही त्याविषयी विचार न करता शांत मनाने तुमचं काम करा.

मानवी मनात वास करणारी महाभयंकर जुळी भावंडे

गीतेच्या तिसऱ्या अध्यायात अर्जुन आणि भगवान कृष्ण यांच्यात जे संभाषण घडून येतं, त्यात कुठेतरी अर्जुन भगवानांना विचारतो, ''देवा, तुम्हाला तर माहीतच आहे, माणसं कधीतरी फार भयंकर अशी दुष्कृत्यं करतात, पापकर्म करतात. तसं करणं चुकीचं आहे, हे माहीत असूनही ते ती करतात. जणू काही एक अदृश्य शक्ती त्यांच्या इच्छेविरुद्ध त्यांच्याकडून ते करवून घेत असते. ही नक्की कुठली अदृश्य शक्ती असते? तुम्हाला त्याविषयी काही माहीत आहे का?'' त्यावर उत्तर देताना भगवान कृष्ण या महाभयंकर जुळ्या भावंडांचा उल्लेख करतात. ती दोन भावंडं म्हणजे काम (वासना) आणि क्रोध (राग) – आपल्याला या भावंडांपासून सतर्क राहिलंच पाहिजे.

श्री भगवानुवाच ।
काम एष क्रोध एष रजोगुणसमुद्भवः ।
महाशनो महापाप्मा विद्ध्येनमिह वैरिणम् ॥३-३७॥

भगवान कृष्ण म्हणतात :
काम आणि क्रोध हे दोन्ही राजस गुण आहेत. ते सर्वकाही गिळंकृत करून टाकतात. ते पाप आहे, हा आपला शत्रू आहे; हे जाणून घे (३-३७)

नावात काय आहे? खूप काही!

आतापर्यंत एक गोष्ट तुमच्या लक्षात आली असेल; ती म्हणजे गीतेमधील या संभाषणाच्या दरम्यान भगवान कृष्ण आणि अर्जुन एकमेकांना अनेक वेगवेगळ्या नावांनी संबोधित करतात, हाका मारतात. यांतील प्रत्येक नाव सुयोग्य असून प्रत्येक नावाला विशिष्ट अर्थ आहे. शिवाय केवळ दोन व्यक्तींमध्ये हे ७०० श्लोकांचं भलंमोठं संभाषण चालू आहे; पण ते या वेगवेगळ्या नामांच्या उच्चारामुळे कंटाळवाणंसुद्धा होत नाही. ते दोघं एकमेकांना अशा विविध नामांनी संबोधतात, तेव्हा ते ऐकताना खूप छान वाटतं. कधी महान, तर कधी प्रेमळ आणि लडिवाळ वाटतं. त्यामुळे या महाकाव्याला थोडी लयबद्धता, गेयता प्राप्त होते.

गीतेतील या दोन महानायकांनी एकमेकांना उद्देशून वापरलेली नावं इथे संकलित करून त्या नावांचे अर्थही देत आहे.

अर्जुनानं कृष्णासाठी वापरलेली नामे :

- **अच्युत :** ज्याचं आपल्या महान अशा उच्चासनावरून कधीही स्खलन होत नाही, असा.
- **मधुसूदन :** मधू नावाच्या राक्षसाचा वध करणारा.
- **माधव :** कृष्ण ज्या विष्णूंचा अवतार होते, त्या विष्णूचं हे नाव. विष्णू हे लक्ष्मी म्हणजेच माधवीचे पती, म्हणून त्यांना माधव असं म्हणत.
- **पुरुषोत्तम :** संपूर्ण पुरुषजातीत सर्वश्रेष्ठ असलेला.
- **जनार्दन :** अज्ञान दूर करणारा.
- **हृषीकेश :** ज्ञानेंद्रियांवर विजय प्राप्त केलेला.
- **वर्ष्णेय :** वर्ष्णी कुलाचा मूळ पुरुष राजा वर्ष्णी याचा वंशज
- **अनंत :** ज्याला सीमा नाही असा
- **अप्रमेय :** ज्याची गणती करता येणार नाही असा
- **विश्वरूप :** ज्याचं रूप म्हणजे साक्षात विश्वच!
- **देवदेवा :** देवांचा देव
- **सखा :** जिवलग मित्र

कृष्णानं अर्जुनासाठी वापरलेली संबोधनं :

- **पार्थ :** पृथेचा म्हणजेच कुंतीचा पुत्र
- **धनंजय :** धनसंपत्तीवर ताबा असलेला

- **महाबाहू :** ज्याचे हात अत्यंत बलशाली आहेत असा
- **गुदकेश :** ज्यानं निद्रेवर विजय मिळवला आहे असा. (असं म्हणतात की, अर्जुनाला कित्येक दिवस न झोपता काम करता येत असे.)
- **कौंतेय :** कुंतीपुत्र
- **भरतार्षभ :** भारतातील सर्वोत्कृष्ट
- **परांतप :** शत्रूवर विजय मिळवणारा
- **कुरुसात्तम :** कुरूंमधील सर्वश्रेष्ठ
- **धनुर्धर :** धनुष्य पेलणारा
- **कपिध्वज :** ज्याच्या ध्वजावर माकडाचं चित्र आहे असा. (युद्धाच्या वेळी अर्जुनाचं ध्वजचिन्ह हनुमान हे होतं.)
- **सव्यसाची :** अनेक दिशांना एकाच वेळी असंख्य बाण मारू शकणारा
- **सखा :** जिवलग मित्र

“आणि भगवान कृष्ण अर्जुनाला म्हणाले,” संजय धृतराष्ट्रमहाराजांना पुढे सांगू लागला. “सुखप्राप्तीची गुरुकिल्ली – म्हणजेच आपल्यावर सोपवण्यात आलेलं काम मनोभावे, कसल्याही फळाची अपेक्षा न धरता करणं – ही संकल्पना काही नवीन नाही. मी यापूर्वीही हे सत्य अनेकांना सांगितलं आहे. उदाहरणार्थ- मी ते विवस्वानास सांगितलं. त्यानं ते आपला पुत्र मनू याला सांगितलं. मनूनं पुढे त्याचा पुत्र इक्ष्वाकू याच्या कानावर घातलं आणि इक्ष्वाकूनं त्यापुढील पिढ्यांपर्यंत ते ज्ञान पोहोचवलं; पण सत्य असं जेव्हा एका माणसाकडून दुसऱ्याकडे, एका पिढीकडून दुसऱ्या पिढीकडे संक्रमित होत जातं, तेव्हा नेहमीच त्यात काहीतरी बदल घडून येतो, कधीतरी सत्याचा विपर्याससुद्धा होतो; त्यामुळेच मग ते सत्य पुन्हा एकदा सांगण्याची गरज भासते. म्हणूनच अर्जुना, हे सत्य मी आज तुला पुन्हा एकदा उलगडून सांगतो आहे. तू माझा जिवाभावाचा सखा आहेस, तुझा माझ्यावर पूर्ण विश्वास आहे, म्हणूनच हे मी करत आहे.”

इकडे राजवाड्यात सिंहासनावर बसलेल्या धृतराष्ट्राला आश्चर्याचा धक्का बसला. ‘मनू आणि इक्ष्वाकू हे अयोध्येचा राजा राम याचे पूर्वज होते, ते हजारो वर्षांपूर्वी होऊन गेलेले राजे होते. मग त्यांना या कृष्णानं हे ज्ञान कसं बरं दिलं असेल?’ असं त्याच्या मनात आलं.

४

ज्ञानयोग

आपण इतरांपेक्षा थोडे वेगळे असल्याचं भगवान कृष्ण सूचित करतात

इकडे कुरुक्षेत्राच्या युद्धभूमीवर अर्जुनसुद्धा भगवान कृष्णांच्या तोंडचे हे शब्द ऐकून स्तिमित झाला होता. "काय?" तो आपलं आश्चर्य मुळीच न लपवता म्हणाला. "पण तुम्ही विवस्वानाला हे कसं काय सांगितलंत? कारण विवस्वानाच्या कालखंडात तुम्ही तिथे असण्याची काहीच शक्यता नाही."

भगवान कृष्णांनी त्यावर एक दीर्घ श्वास घेतला. ते यावर आता जे काही सांगणार होते, ते अर्जुनाला पटेल, अशी काहीच शक्यता नव्हती; पण तेच सत्य होतं. आपल्या बोलण्यावर आपला मित्र अर्जुन काहीही विश्वास ठेवणार नाही, ही अपेक्षा मनात धरूनच ते पुढे बोलू लागले.

"अर्जुना, याआधी माझे अनेक जन्म होऊन गेले आहेत. तसेच तुझेही झाले आहेत. आपल्यात फरक इतकाच की, या पूर्वजन्मांमधील सर्वकाही मला आठवतं आणि तुला आठवत नाही, इतकंच! पार्था, या पृथ्वीतलावर जन्म घेण्यासाठी मला काही मानव असण्याची गरज भासत नाही. मी चराचराचा ईश्वर आहे, परमेश्वर आहे, जो कधी जन्मालाही येत नाही आणि मृत्यूही पावत नाही." भगवान कृष्ण पुढे म्हणाले, "या पृथ्वीतलावर मी मला पाहिजे तेव्हा पुन्हाःपुन्हा जन्म घेतो."

अर्जुन भगवान कृष्णांकडे दृष्टी खिळवून बघत राहिला. ते जे काही बोलत होते, ते त्याच्या समजुतीच्या पलीकडचं होतं. 'परमेश्वर? चराचराचा ईश्वर? म्हणजे नक्की काय म्हणायचं आहे आपल्या या मित्राला?'

पण भगवान कृष्ण पुढे बोलतच होते. त्यांच्या नेहमीच्या मधुर वाणीला आता काहीतरी वेगळीच लय प्राप्त झाली होती. तो आवाज दिव्य, स्वर्गीय भासत होता. अर्जुन त्यांचं बोलणं कान देऊन ऐकत राहिला. "जेव्हाजेव्हा या भरतवर्षात धर्माला

अवकळा येऊन अधर्माचं, अराजकाचं थैमान सुरू होतं, तेव्हातेव्हा मी अवतार घेतो. चांगल्याचं रक्षण करून अमंगळाचा निःपात करण्यासाठी आणि धर्माचं राज्य पुन्हा प्रस्थापित करण्यासाठी मी युगानुयुगे जन्म घेतच राहतो.

''ज्या माणसांना माझ्याविषयीचं हे सत्य उमगलं, ते भीती, वासना, क्रोध यांचा त्याग करून माझ्यात विलीन होऊन ज्ञानप्राप्ती करून घेतात. या ज्ञानप्राप्तीनंतर त्यांचं चित्त शुद्ध होऊन त्यांना मुक्ती मिळते. या जन्म-मरणाच्या चक्रातून त्यांची सुटका होते. त्यांना पुन्हा मानवाचा जन्म घेऊन दुःख-वेदनांना सामोरं जावं लागत नाही. कारण, त्यामुळे पार्था, अशी माणसं माझ्याशी एकरूप होऊन मीच होऊन जातात.'' हे बोलत असताना भगवान कृष्णांच्या चेहऱ्यावर मंद स्मित उमटलं होतं.

गीतेची शिकवण

६. *चांगल्याला मार्ग सापडतोच.*

म्हणजे भगवान कृष्ण हे खरंच परमेश्वर आहेत का? गीतेच्या आणि हिंदू धर्माच्या म्हणण्यानुसार हो, आहेतच आणि हा परमेश्वर निरनिराळ्या अवतारांत या पृथ्वीतलावर पुन्हाःपुन्हा जन्म घेतो का? पृथ्वीवर जेव्हा अराजक माजतं, वाइटाचा प्रादुर्भाव होतो, तेव्हा त्या वाइटाचं निर्दालन करून, चांगुलपणा पुनर्प्रस्थापित करण्यासाठी ईश्वर मानवजन्म घेतो का? अर्थातच घेतो. निदान गीतातरी असंच सांगते.

कृष्ण हे परमेश्वराचा अवतार होते, यावर तुमचा विश्वास बसो अथवा न बसो. पृथ्वीवर जेव्हाजेव्हा अराजक माजतं, तेव्हा खुद्द परमेश्वर अवतार घेऊन दुष्टांचं निर्दालन करून, सुव्यवस्था प्रस्थापित करतो ही गोष्टसुद्धा तुम्हाला पटो अथवा न पटो. कदाचित तुमचा एखाद्या वेगळ्या देवावर विश्वास असेल किंवा सत्कृत्यं करणाऱ्या दुसऱ्या एखाद्या 'हीरो'वर तुमचा विश्वास असेल. अशा एखाद्या हीरोवर, जो दुष्टांचा संहार करत असेल, समाजात सुव्यवस्था निर्माण करत असेल आणि इतरांनासुद्धा चांगल्या मार्गानं जाण्यासाठी प्रवृत्त करत असेल. उदाहरणार्थ- तुमची श्रद्धा महात्मा गांधींवर असेल नाहीतर अगदी बॅटमॅनवरसुद्धा असेल!

काही जरी असलं, तरी तुमचा चांगल्यावर, सत्प्रवृत्तीवर तरी विश्वास असेलच. चांगुलपणा किंवा सत्प्रवृत्ती म्हणजेच देव. माझ्या या विधानाशी सर्वच सश्रद्ध माणसं निश्चित सहमत होतील. खरं तर आपल्या आजूबाजूला अनेक स्वार्थी, दुष्ट, संतप्त माणसं आपल्याला भेटतात; त्यामुळेच आपल्याला त्यातच कुणी निःस्वार्थी, कनवाळू, सत्प्रवृत्त व्यक्ती भेटली, तर आपण तिचा आदर करू लागतो. त्या व्यक्तीवर प्रेम करू लागतो. समाजात अनेकदा दुष्प्रवृत्त लोकांची खूप भरभराट होताना दिसते, त्यांना बरीच सुखसमृद्धी-ऐषआराम प्राप्त झालेला दिसतो; पण तरीही आपण त्यांचा आदर्श कधीच डोळ्यांसमोर ठेवत नाही. आपण नेहमी सत्प्रवृत्त आदरणीय अशाच व्यक्तींचं अनुकरण करायला जातो. आपण आपल्या आयुष्यात जे काही अनुभव घेतो, त्यांवरून आपल्याला एक गोष्ट नक्कीच शिकायला मिळते. वाईट मार्गानं चालणं, दुष्टपणे वागणं नेहमीच सोपं असतं. त्यामानानं स्वतःचा चांगुलपणा जपणं, सन्मार्गावर चालणं नेहमीच कठीण असतं, तरी पण आपण सन्मार्गाची कास धरली, तरच आपल्याला मानसिक शांती लाभते.

परंतु अनेकदा 'चांगलं' म्हणजे नक्की काय, हे ओळखणं खूप कठीण जातं. ज्या लोकांची परमेश्वरावर श्रद्धा असते, ते लोक धर्मग्रंथांची पारायणं करतात. त्यांच्या मते त्या ग्रंथांत जे काही लिहिलेलं असतं, ती देवाचीच शिकवण असते.

त्या ग्रंथांत लिहिल्यानुसार आचरण करणं म्हणजे सदाचरण, असं ते लोक मानतात; पण काही लोकांचा जरी देवावर विश्वास नसला, तरीही ते या ग्रंथांनाच आपले गुरू मानतात. त्यांत दिलेल्या नियमांनुसार आचरण करण्याचा ते प्रयत्न करतात. तो योग्य तऱ्हेने जगण्याचा मार्ग आहे, असं ते मानतात. फरक इतकाच की, त्या ग्रंथांत लिहिलेलं जे काही ज्ञान आहे, ते देवाच्या मुखातून आलेलं नसून आपल्या विद्वान पूर्वजांनी, ज्ञानी स्त्री-पुरुषांनी ते लिहून ठेवलं आहे, असं ते मानतात किंवा काही माणसं स्वतःच्या डोळ्यांसमोर दुसऱ्या एखाद्या महान व्यक्तीचा आदर्श ठेवून त्याप्रमाणे वागतात.

तुम्हीसुद्धा असं करू शकता. तुमच्या मते जे चांगले लोक आहेत, अशांची एक यादी बनवा. तुमच्या या यादीमध्ये मार्टिन ल्यूथर किंगसारख्या महान व्यक्ती असतील. त्यानं अन्यायाविरुद्ध जो लढा दिला तो हिंसेनं किंवा शस्त्रास्त्रांचा वापर करून नव्हे, तर अत्यंत सन्मानानं आणि अहिंसापूर्वक; पण त्याचबरोबर तुमच्या यादीत कोपऱ्यावरची एखादी भाजीवालीसुद्धा असेल. म्हातारपणामुळे होणाऱ्या गुडघेदुखीच्या वेदना सहन करत कदाचित अत्यंत हसऱ्या चेहऱ्यानं ती तुमचं स्वागत करेल. तुमची अशी यादी तयार झाली की, त्यातल्या प्रत्येक व्यक्तीच्या नावासमोर तुम्हाला त्या व्यक्तीचे कोणते गुण आवडले, हे मात्र नमूद करायला विसरू नका. तेच गुण स्वतःच्या अंगी बाणवण्याचासुद्धा मनापासून प्रयत्न करा.

पुढील आयुष्यात त्या व्यक्तींचं उदाहरण डोळ्यांसमोर ठेवून त्यांच्याप्रमाणे वागायला सुरुवात करा. त्यानंतर कधीही तुम्हाला कुणाचा खूप राग आला, कुणी तुमच्याशी चुकीचं वागल्याबद्दल त्या व्यक्तीच्या तोंडात ठेवून द्यावीशी जरी वाटली, तरी त्या वेळी क्षणभर थांबा. जरावेळ दीर्घ श्वास घ्या. मनातल्या मनात दहा अंक मोजा. हवंतर तुमच्या उशीला थोडेसे ठोसे मारा. जे काही केल्यानं तुमचा राग शांत होणार असेल, ते करा. तुम्ही बनवलेल्या यादीतील लोकांवर जर अशी वेळ ओढवली असती, तर त्यांनी नेमकं काय केलं असतं, याचा नीट विचार करा. मग तुम्ही पण तेच करा.

हिंदू धर्मीयांच्या मते देव हा कुठे बाहेर राहत नसून तो तुम्हा-आम्हा सर्वांच्या अंतरंगात राहतो. आपण फक्त इतकंच करायचं की, आपल्या आत वास करून असलेल्या देवाशी नातं जोडायचं. कृष्णदेवांनी अर्जुनाला तेच तर सांगितलं. जेव्हा आपण तसं करू, तेव्हा आपणच देव होऊन जाऊ. तुम्ही जर चांगल्या, सत्प्रवृत्त माणसांचं अनुकरण केलंत, तर तुमच्या अंतर्यामी वास करून राहणाऱ्या देवाशी तुमचं आपोआपच नातं जुळू लागतं. जर तुम्ही खूप प्रयत्न केलेत, तर तुम्ही देवाशी एकरूप होऊन जाता. इतकंच नव्हे, तर चांगल्या लोकांची अशी यादी जर दुसरं कुणी बनवत असेल, तर अशा यादीतही तुमच्याच नावाला स्थान मिळून जातं.

(अर्थात असं काहीतरी घडावं, ही अपेक्षा मनात धरून चांगलं वागणं मात्र योग्य नाही!)

मग कृष्णाचा हाच युक्तिवाद आपण आणखी थोडा ताणला, तर या जगातील महान नेत्यांकडे, सत्प्रवृत्त माणसांकडे आपण ईश्वराचा अवतार म्हणून का बघू नये बरं? माणसांच्या रूपांत हे छोटेछोटे देवच तर असतात. जेव्हा या जगात दुष्प्रवृत्तींचा सुळसुळाट वाढू लागतो, तेव्हा आपल्याला सन्मार्ग दाखवण्यासाठी, न्यायाचा मार्ग दाखवण्यासाठी हेच लोक धावून येतात, असा जर आपण विचार केला, तर तो चुकीचा वाटत नाही ना?

विष्णूचे दहा अवतार

हिंदू धर्माच्या लोकांचा असा विश्वास आहे की, भूतकाळात मानवजातीला दिलेलं वचन पाळण्यासाठी भगवान विष्णूंनी एकूण नऊ वेळा अवतार घेऊन पृथ्वीवर जन्म घेतला – "जेव्हाजेव्हा या जगात अराजक माजते, दुष्प्रवृत्तींचा कहर होतो, तेव्हातेव्हा त्यांचं निर्दालन करण्यासाठी मी या जगात अवतार घेतो." सध्याच्या युगात विष्णू कधी जन्म घेत आहेत, याची आपण वाट पाहत आहोत. आता ते जेव्हा अवतार घेऊन या जगात येतील, तेव्हा कल्की या घोडेस्वाराच्या रूपात आपली तलवार परजून येतील. याआधीचे त्यांचे नऊ अवतार असे होते–

१. **मत्स्य :** मोठा मासा

२. **कूर्म :** मोठे समुद्री कासव

३. **वराह :** महाकाय डुक्कर

४. **नरसिंह :** सिंहाचं मुख धारण केलेला नर

५. **वामन :** लहान ब्राह्मण

६. **परशुराम :** हातात परशू घेऊन आलेला तेजस्वी पुरुष

७. **राम :** सत्यवचनी, सदाचरणी राजा

८. **कृष्ण :** बासरी वाजवून गोपींना मंत्रमुग्ध करणारा, अर्जुनाचा सखा

९. **महर्षी गौतम बुद्ध :** सिद्धार्थ

हे सगळे अवतार तुम्हाला खूप विचित्र वाटतील. यांतील काही पशू, तर काही मानव आहेत; पण एक गंमत सांगू? ते जसे वाटतात तसे वाटेल त्या क्रमानं आलेले नाहीत. तर नेमके हेच प्राणी का निवडण्यात आले किंवा ते नेमके याच क्रमानं विष्णूचे अवतार म्हणून का प्रकट झाले, याविषयी बरेच सिद्धान्त मांडण्यात

आले आहेत. त्यांपैकी एक आपण पाहू.

या सिद्धान्तानुसार या दशावतारांच्या क्रमामध्ये मानवाच्या उत्क्रांतीचं गुपित दडलेलं आहे. विज्ञानानं तर आता हे सिद्धच करून दाखवलं आहे की, जीवनाची, सुरुवात पाण्यातील सजीवांपासून झाली; पण भारतीय ऋषिमुनींना हे सत्य लक्षावधी वर्षांपूर्वीच उमगलं होतं; त्यामुळेच तर विष्णूचा पहिला अवतार म्हणजे मत्स्य किंवा मासा!

त्यानंतर समुद्री कासव. कासव हा प्राणी जलचर आणि भूचर आहे. त्यानंतरचा अवतार वराहाचा म्हणजे सस्तन प्राणी. पुढील अवतार होता नरसिंहाचा म्हणजे हा तर जवळजवळ माणूसच. विज्ञानातसुद्धा उत्क्रांतीच्या पायऱ्यांमध्ये अतिप्रचंड अशा मानवसदृश माकडांचा उल्लेख केलेला आढळतो. त्यानंतरचा वामन अवतार म्हणजे अगदी सुरुवातीच्या काळातील उंचीनं कमी असणारा आदिमानव. त्यानंतर जन्माला आला तो खराखुरा 'होमो सेपियन्स.' सेपियन्स म्हणजेच मानव किंवा परशुराम.

आता यापुढे तर खरंच गमतीचा भाग येतो. येथे एक गोष्ट लक्षात घ्या. परशुरामाचं अस्त्र होतं परशू किंवा कुऱ्हाड. विज्ञानाप्रमाणे हा लोहयुगाचा प्रारंभ होता. माणसानं टोळ्यांनी राहायला आणि जनावरांची शिकार करायला सुरुवात केली. तसंच पुढे शेतीच्या कामासाठी लोखंडी अवजारांचाही वापर सुरू केला. परशुरामानंतरचा अवतार म्हणजे राम. हा एक राजा होता. यावरून आपल्या एक लक्षात येतं की, नागरी वसाहतींना येथून सुरुवात झाली. त्याच्या केंद्रस्थानी व्यवस्थापनासाठी राजेपण होते.

रामाच्या नंतरचा अवतार कृष्णाचा. कृष्ण म्हणजे संस्कृती (नृत्य, संगीत), मनोरंजन (खेळ, खोड्या) यांचं प्रतीक. माणसं जेव्हा एका जागी वस्ती करून राहू लागली आणि शेती हे त्यांच्या उपजीविकेचं साधन बनलं, तेव्हाच त्यांच्या जीवनात संस्कृती आणि मनोरंजनाला स्थान प्राप्त झालं. अशा प्रकारे वसलेल्या नगरांचा कारभार सुरळीत चालावा म्हणून राजसत्ता आल्या; त्यामुळे आपोआपच कायदा व सुव्यवस्था आली. सामान्य माणसाचं आयुष्य सुरक्षित बनलं. त्याचा रोजच्या जेवणाचा प्रश्न मिटला; त्यामुळे आता त्याच्या सृजनात्मक प्रतिभेला वाव मिळू लागला.

कृष्णानंतर बुद्धानं जन्म घेतला. मानवी प्रगतीतील पुढच्या पायरीचं ते प्रतीक आहे. सर्व ऐहिक गोष्टींपासून स्वतःला दूर करून जगण्याचा खरा अर्थ शोधणं. हे सगळं कशामुळे झालं? अमाप धन, सत्ता आणि कीर्ती प्राप्त होऊनसुद्धा आपण खऱ्या अर्थानं सुखी होत नाही, हे माणसाच्या लक्षात आल्यावर त्याला जगण्याचा खरा अर्थ शोधावासा माणसाला वाटला.

छान आहे ना हा विचार? तुम्ही तुमच्या आजूबाजूच्या इतर लोकांनासुद्धा भगवान विष्णूंच्या या अवतारांविषयी विचारा. तुम्हाला लोक त्याविषयीचे वेगवेगळे सिद्धान्त ऐकवतील. कदाचित तुम्हाला स्वतःलासुद्धा यापेक्षा वेगळं काहीतरी सुचेल. हे नेमके याच क्रमानं कसे काय आले, याचं वेगळं स्पष्टीकरण तुम्हीही देऊ शकाल.

ता.क. हे दहा अवतार सर्वांत महत्त्वाचे असले, तरी जर आपण जुने धर्मग्रंथ काढून पाहिले, तर आपल्याला आणखी किमान १४ अवतार सापडतील. म्हणजे एकूण २४ अवतार झाले. ही जी मोठी यादी आहे, याप्रमाणेसुद्धा शेवटचा अवतार कल्की हाच आहे; परंतु या यादीची सुरुवात 'मत्स्य' अवतारानं झालेली नाही; तर यात पहिला अवतार 'आदिपुरुष' असल्याचं म्हटलं आहे. या मोठ्या यादीत 'ऋषभ' आहे. ऋषभ म्हणजे जैन पंथाचे लोक ज्यांचे अनुयायी आहेत, ते पहिले तीर्थंकर. या यादीमध्ये 'मोहिनी' या अप्सरेचाही समावेश आहे. समुद्रमंथनामधून जे अमृत बाहेर पडलं, त्याचा हिस्सा असुरांना तिनं मिळू दिला नाही. त्याचप्रमाणे या यादीत धन्वंतरी, म्हणजे भारतीय आयुर्वेदाच्या जनकाचाही समावेश आहे. त्याशिवाय कृष्णाचा मोठा भाऊ बलराम आणि हो, आपले मित्र व्यासमुनी यांचासुद्धा समावेश आहे बरं का!

जाताजाता आणखी थोडी माहिती देत आहे – काही हिंदू परंपरांनुसार कृष्णाला विष्णूचा अवतार मानलं जात नाही. त्यांचा युक्तिवाद असा आहे की, कृष्ण हा केवळ अवतार कसा असू शकेल? मीच परब्रह्म आहे, असं भगवान कृष्णांनी गीतेत स्पष्टच म्हटलं आहे ना! त्यामुळे काही लोकांच्या मते दशावतारांमधील इतर सर्वच अवतार हे प्रत्यक्ष कृष्णाचेच अवतार आहेत, विष्णूंचे नव्हे! मग आता त्यांच्या यादीमधील ८ वी जागा (कृष्णाची) रिकामी झाली ना? मग त्यांनी काय केलं बरं? सरळ कृष्णाचा भाऊ बलराम याचं नाव त्या जागी आणलं.

अर्जुनाला हे उमगलं की, शारीरिक कसरत हासुद्धा भक्तीचाच एक प्रकार आहे

अर्जुन कृष्णदेवांकडे अवाक होऊ पाहत राहिला. त्याच्या मनात कुठेतरी अशी भावना जागृत झाली की, हे सगळं पूर्वी कधीतरी घडून गेलं आहे, याआधी कधीतरी आपण हे अनुभवलं आहे. 'कृष्णदेव हे साक्षात परब्रह्म आहेत हे तुला मनोमन खरं तर माहीतच होतं,' अर्जुनाचा आतला आवाज त्याला म्हणाला. 'पण तुला त्याचा विसर पडला होता. तुला हेही माहीत आहे की, तू नर आहेस आणि ते नारायण आहेत. नर आणि नारायण ही दोन्हीही एकाच देवाची दोन अविभाज्य अंगं आहेत; त्यामुळे तू आणि भगवान कृष्ण हे दोघे एकमेकांपासून दूर राहू शकत नाहीत.'

अर्जुनाला मनातल्या मनात खूप खंत वाटू लागली. कृष्ण हे साक्षात परब्रह्म आहेत, हे खरंतर आपल्याला माहीत होतं ना? मग आपण त्यांची आणखी जास्त भक्ती का बरं नाही केली? त्यांच्याशी आणखी जास्त आदरानं का नाही वागलो? याउलट, आपण तर त्यांच्याशी वाद घातला. त्यांच्या बोलण्याचं स्पष्टीकरण मागितलं. आपल्याला नक्की झालंय तरी काय? पण मग त्याच्या मनातल्या आवाजानंच त्याची समजूतसुद्धा काढली. 'हे बघ, स्वतःवर इतका नाराज होऊ नकोस. कृष्ण साक्षात परब्रह्म आहेत या गोष्टीचा खुद्द त्यांनीच तुला विसर पाडला होता. त्यांच्या दिव्यत्वामुळे तू दिपून जाऊ नयेस, अशीच त्यांची इच्छा होती. तू त्यांना एक जिवलग सखा म्हणून जवळ हवा होतास. त्यांचं तुझ्यावर अपार प्रेम आहे.'

अर्जुनाच्या अंतर्मनातला आवाज हळूहळू अस्पष्ट होत थांबला. त्या आवाजानं आपल्याला नेमकं कायकाय सांगितलं, ते आठवण्याचा अर्जुन फार निकरानं प्रयत्न करू लागला; पण तरीही त्याला ते काही आठवेना. अगदी एक शब्दसुद्धा आठवेना. ते फारच महत्त्वाचं होतं, एवढंच त्याला आठवलं.

अर्जुनानं जोरजोरात आपली मान हलवून आपलं चित्त एकाग्र करण्याचा खूप प्रयत्न केला.

"अर्जुना, माझ्यापर्यंत पोहोचण्यासाठी मानव वेगवेगळे मार्ग शोधतात," कृष्ण अर्जुनाला म्हणत होते. "मी त्या सर्वच मार्गांचा स्वीकार करतो. प्रत्येकजण वेगवेगळं कामं करत असतो. कुणी विद्याभ्यास, ध्यानधारणा करतं (विद्वान व्यक्ती असं करतात), तर कुणी हातात शस्त्र घेऊन अन्यायाचा प्रतिकार करत असतं (योद्धे, लढवय्ये असं करतात). काही लोक व्यापार करतात, कुणी शेतीचा उद्योग करतात, गाई-गुरांचा सांभाळ करतात (शेतकरी, मेंढपाळ) - कोण नेमकं काय काम करतो, यानं मला काहीच फरक पडत नाही. मी सर्वांचा सारख्याच प्रेमानं स्वीकार करतो. फक्त ते जे काम करतात, ते चांगलं असलं पाहिजे, योग्य असलं पाहिजे."

"पण 'योग्य' किंवा 'चांगलं' काम म्हणजे नक्की काय, कृष्णा? मी जे करतोय, ते योग्य की अयोग्य, हे मला कसं कळणार?"

"मी हे यापूर्वीही अनेकदा स्पष्ट केलंय, अर्जुना आणि मी पुन्हासुद्धा तेच सांगतो. एखादं काम करण्याची गरज आहे, म्हणून जर तू ते केलंस आणि ते करताना आपल्याला त्याचं काय फळ मिळेल याचा विचारही तू मनात आणला नाहीस किंवा होणाऱ्या परिणामांची चिंता करत बसला नाहीस, ते काम करताना केवळ ते मला अर्पण करण्याचा तू विचार केलास, काम करत असताना तुझ्या मनात कोणत्याही प्रकारची ईर्षा, असूया किंवा मत्सर नसेल, त्या कामात तुला यश मिळो अथवा अपयश, त्यानं तुला काहीच फरक पडला नाही, तर मग ते काम कुठलंही असो, ते 'योग्य'च असेल."

अर्जुनानं मान हलवली. तो अजूनही बुचकळ्यात पडलेला होता. "माझं काम मी तुला अर्पण करायचं म्हणजे नक्की काय, कृष्णा?"

"अनेक लोक वेगवेगळ्या कृती मला अर्पण करत असतात," कृष्ण म्हणाले. "काही लोक समाजातून दूर होतात, सर्व ऐहिक सुखांचा त्याग करतात; कान आणि डोळे बंद करतात. तर काही लोक या जगाचा खुल्या मनानं स्वीकार करतात, आजूबाजूच्या सर्व गोष्टी ही या विश्वानं आपल्याला दिलेली भेट आहे, असं समजून त्यांचा आनंद लुटतात; तोही अगदी निर्भेळपणे, कशावरही स्वतःचा हक्क प्रस्थापित

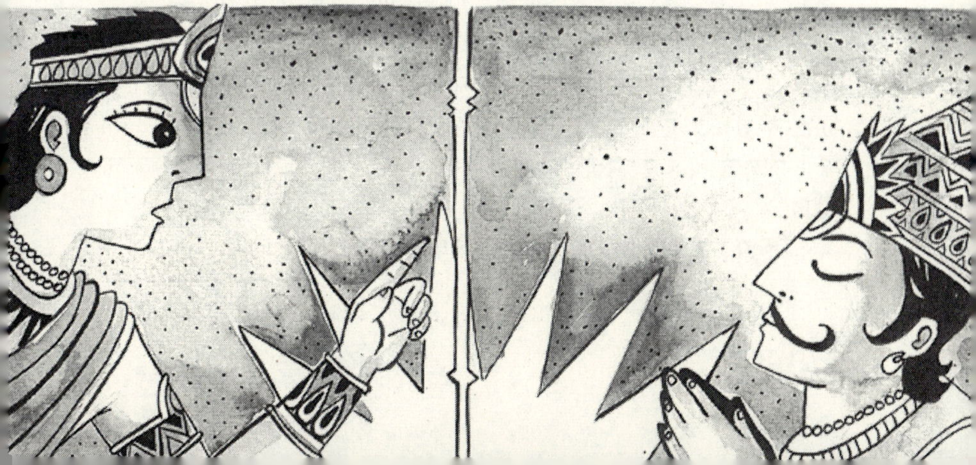

न करताच! मग हाच त्यांनी माझ्यासाठी केलेला त्याग असतो, समर्पण असतं. तर काही लोक उपवास करतात म्हणजे ते त्यांची भूक मला समर्पित करतात, तर काही खूप अंगमेहनत, शारीरिक कसरत करतात, म्हणजेच ते त्यांच्या ऐषआरामाचा त्याग करतात. काही लोक त्यांच्या श्वासांवर नियंत्रण ठेवतात. म्हणजेच जीवनामधली सर्वांत मोठी गोष्ट, त्यांचं जीवनचैतन्य, म्हणजेच त्यांचा श्वास ते मला समर्पित करतात. शिवाय आणखी काही लोक तर या सर्वच गोष्टींचा काही प्रमाणात त्याग करतात, स्वतःच्या मनावर आणि शरीरावर नियंत्रण करतात, मनाला आणि शरीराला कठोर शिस्त लावतात.

"हे सर्व लोक शिस्त, संयम आणि मनोनिग्रहाच्या मार्गाने माझी भक्ती करतात. मी त्या सर्वांचा स्वीकार करतो. त्या सर्वांना एक गोष्ट ठाऊक आहे की, खरी भक्ती करणं म्हणजे मला काही वस्तू, पैसाअडका, धनधान्य, सोनंनाणं वगैरे अर्पण करणं नव्हे; पण स्वतःला माझ्यापाशी समर्पित करणं, स्वतःची दुःखं, वेदना, सुख, वासना आणि क्रोध हे सर्व मला समर्पित करणं, ही खरी भक्ती. त्या लोकांची माझ्यावर पूर्णपणे श्रद्धा असते. त्यांचा असा विश्वास असतो की, स्वतःच्या मनाला शिस्त लावण्यामुळेच खरी ज्ञानप्राप्ती होते आणि त्यातूनच मनाला खरी शांती व खरा आनंद प्राप्त होतो.

"पण जर एखाद्यानं अशा प्रकारचं काहीच समर्पण केलं नाही," भगवान कृष्ण करारी आवाजात पुढे बोलू लागले. "जर एखाद्याचा यांपैकी कशावरच विश्वास नसेल, ज्याच्या मनाला काहीच शिस्त नसेल, जो सदासर्वकाळ त्याला जे हवं तेच करत असेल, फक्त स्वतःच्याच मनाप्रमाणे वागत असेल, त्याला मात्र ज्ञान, शांती आणि आनंद कधीच प्राप्त होणार नाही. या जगातही नाही आणि दुसऱ्या कुठल्याही जगात नाही."

अर्जुनानं मान हलवली. शिस्त हे तर कोणत्याही योद्ध्याचं ब्रीदच असतं. आयुष्यात शिस्तीला किती महत्त्व असतं, ते अर्जुनाहून जास्त कोणाला ठाऊक असणार? शिस्तीमुळेच तर विजय प्राप्त होतो; पण शिस्तीमुळे ज्ञानप्राप्ती होते का? आनंदाची प्राप्ती होते का? त्याला त्या गोष्टीची मात्र खात्री वाटत नव्हती.

"मग धनंजया, मी तुला एक सांगू इच्छितो," भगवान कृष्ण म्हणाले. "तू आता जे काही कृत्य करणार आहेस, ते योग्य असल्याचा विश्वास बाळग. तुझ्या मनातील शंका, भीती आणि दुःख मला समर्पित कर. एक लक्षात घे की, आत्ता या क्षणी तू काहीही न करता निष्क्रियपणे स्वस्थ बसून राहिलास, तर तेच पापकर्म होईल.

"तेव्हा ऊठ भारता, तुझ्या धनुष्याची प्रत्यंचा ताण."

गीतेची शिकवण

*७. श्रद्धा ठेवा. बाकीच्या गोष्टी आपोआप घडून येतील.**

तुम्ही एका गोष्टीचा नीट विचार करून पाहा. कुठल्याही व्यक्तीनं आयुष्यात काहीतरी मिळवलं असेल, तर ते केवळ स्वतःच्या मनात असलेल्या अपार श्रद्धेनंच! त्या व्यक्तीची एखाद्या संकल्पनेवर, ईश्वरावर, स्वतःवर किंवा या सर्वच गोष्टींवर श्रद्धा असल्यामुळेच ती व्यक्ती ते मिळवू शकलेली आहे, हे तुमच्या लक्षात येईल.

मादाम क्यूरी यांचा असा ठाम विश्वास होता की, पिचब्लेंड (Pitchblende) नामक संयुग बहुतांशी युरेनियमपासूनच बनलेलं असलं, तरीही त्यात छोटंसं दुसरंसुद्धा काहीतरी नक्कीच होतं. त्या विश्वासाच्या बळावर त्यांनी १५ वर्षं अथक प्रयत्न सुरू ठेवले होते. ही छोटीशी दुसरी काहीतरी गोष्ट त्या संयुगातून वेगळी काढण्यासाठी त्यांनी किमान एक टनभर पिचब्लेंडवर तरी प्रयोग केले. अखेर त्यांनी ते शोधून काढलं. त्याला त्यांनी रेडियम असं नाव दिलं. आपला विश्वास खराच होता, हे त्यांनी जगाला दाखवून दिलं.

जन्मानं अल्बेनियन असलेल्या तरुण सिस्टर टेरेसा कलकत्त्यातील एका शाळेत मुख्याध्यापिका होत्या. त्यांनी तिथे वीस वर्षं काम केलं. तिथेच त्यांना त्यांच्या अंतरात्म्याची हाक ऐकू आली. त्यांनी पुढे असं सांगितलं की, कॉन्व्हेंट सोडून आजूबाजूच्या समाजातील दुःखितांच्या, गोरगरिबांच्या मदतीला धावून जाण्याचा आदेश देवानंच त्यांना दिला आहे. आपला हा निर्णय योग्य आहे की नाही, याबद्दल त्यांच्या मनात खूप शंका निर्माण झाल्या. त्या गोंधळून गेल्या. सुरुवातीच्या काळात तर त्यांच्यावर अन्नासाठी लोकांपुढे हात पसरण्याची वेळ आली. पुढे त्यांनी 'मिशनरीज ऑफ चॅरिटी' नावाची संस्था स्थापन केली. गरिबांतील गरीब व्यक्तीला मदत करणं, हे त्यांचं ध्येय होतं. त्यानंतर तीस वर्षांनी जगाला त्यांच्या (मदर टेरेसा) या निरलस सेवाव्रताची महती पटली आणि त्यांना 'नोबेल शांती पुरस्कार' बहाल करण्यात आला.

अगदी अलीकडचंच उदाहरण आहे. तुम्हा सर्वांना 'हॅरी पॉटर' या सुप्रसिद्ध कादंबरीमालिकेची लेखिका जे.के. रोलिंग ही तर माहीतच आहे. तिनं एका हॅरी नावाच्या लहान विझार्डविषयी ही कादंबरी लिहिली. लहान मुलांना ती आवडेल याची तिला इतकी खात्री होती की, तिनं एकामागोमाग एक अशा प्रकाशकांकडे ती

---

* टर्म्स अँड कंडिशन्स ॲप्लाय

पाठवली. तब्बल सतरा प्रकाशकांनी ती नाकारली. कुणालाच ती प्रकाशित करण्याजोगी वाटली नाही; पण अठराव्या प्रकाशकानं तिला एक संधी देण्याचं ठरवलं. आज हॅरी पॉटर ही व्यक्तिरेखा प्रचंड लोकप्रियता लाभलेल्या जगातील अत्यंत थोड्या व्यक्तिरेखांपैकी एक आहे.

अर्थात नुसती श्रद्धा असणं काही पुरेसं नाही. त्या श्रद्धेबरोबर प्रचंड मेहनत करण्याचीसुद्धा तुमची तयारी हवी. त्यासाठी जो काही त्याग करावा लागेल, तो करण्याचं धारिष्ट्य हवं. शिवाय तुम्ही कोणत्याही फळाची अपेक्षा मनात न धरता ते काम केलं पाहिजे. तुम्हाला पुढे भविष्यात कधीतरी लेखक व्हायचं असेल, तर तुम्हाला आत्तापासून लिहीत राहिलं पाहिजे. सातत्यानं लिहीत राहिलं पाहिजे. हाती घेतलेलं काम एकलक्ष्यीपणे केलं पाहिजे; पण त्याचबरोबर एक विद्यार्थी म्हणून तुमची जी काही कर्तव्यं असतील, त्यांच्याकडेही दुर्लक्ष करून चालणार नाही. अभ्यासाचा कंटाळा करून चालणार नाही.

हा असा प्रयत्न करायचा झाला तर भगवान कृष्ण जे सांगतात, ते सगळंच पाळावं लागेल. सर्वांत महत्त्वाचं म्हणजे शिस्त आणि संयम. (एखादी दुपार मोकळी मिळाल्यावर आरामात टी.व्ही बघणं हे लेखन करण्यापेक्षा कितीतरी सोपं असतं.) दुसरं म्हणजे त्याग (तुम्ही त्या आठवड्यात जर काही लेखनाचं काम पूर्ण करायचं ठरवलेलं असेल, तर मित्रांबरोबर सिनेमा पाहायला जाण्याचा बेत रद्द करावा लागेल किंवा रविवारी भल्या पहाटे उठून लेखनाचं काम आधी पूर्ण करावं लागेल.) आणि अर्थातच प्रचंड श्रद्धा!

जर तुम्ही या सगळ्या गोष्टी अगदी मनापासून व्यवस्थित पार पाडल्यात, तर तुम्हाला निश्चितच ज्ञानप्राप्ती होणार. लेखनाच्या कामाचं मनावर घेऊन सलग सहा महिने तुम्ही अत्यंत काटेकोरपणे सर्व नियोजन करून ते काम केलंत, तर ते तुम्हाला किती मनापासून आवडतं, हे तुमचं तुम्हालाच कळेल. तुमचं लेखनावर प्रेम बसेल. आपल्याला पुढील आयुष्यात तेच करायचं आहे, याची तुम्हाला जाणीव होईल. आपल्याला लेखन जमेल की नाही, अशी शंका तुमच्या मनात कधीच उपस्थित होणार नाही. मग कुणीही काहीही म्हणो, तुम्हाला त्या गोष्टीनं काहीच फरक पडणार नाही. सोप्या शब्दांत सांगायचं, तर मनात ना संशय शिल्लक राहील, ना भीती. मग निखळ, शुद्ध आनंदाची प्राप्ती होण्यात कुठेच अडसर नाही.

आपल्याला जर गणिती पद्धतीनं याचं समीकरण मांडायचं असेल, तर ते आपण अशा प्रकारे मांडू शकतो –

श्रद्धा + शिस्त* = ज्ञान – आनंद **

* शिस्त = त्याग + परिश्रम

** आनंद = संशय नाही + भीती नाही

तो मूकपणे उभा असलेला
त्राता आहे, तारणहार आहे.
तुमच्यावर नजर ठेवणारा
रक्षणकर्ता आहे.
योद्धा आहे.

गीतेमधील अत्यंत सामर्थ्यशाली असा श्लोक म्हणजे भगवान कृष्णानं अर्जुनाला दिलेलं वचन आहे; पण ते वचन त्यांनी केवळ अर्जुनालाच नव्हे, तर संपूर्ण मानवजातीला दिलेलं आहे. या पृथ्वीतलावर जेव्हाजेव्हा अराजक माजेल, तेव्हा त्यापासून सर्वांचं रक्षण करण्यासाठी मी अवतार घेईन. गीतेमधील मूळ संस्कृत श्लोक मी इथे देत आहे. एक लक्षात ठेवा, जगातील सर्वांत प्राचीन भाषांपैकी एक म्हणजे संस्कृत भाषा. गीताही संस्कृत भाषेत आहे. तुम्ही अजिबात न लाजता गीतेतील हा सुप्रसिद्ध श्लोक मोठ्यांदा म्हणून पाहा बरं. म्हणजे त्याचं सौंदर्य व सामर्थ्य तुमच्या लक्षात येईल.

यदा यदाहि धर्मस्य ग्लानिर्भवति भारत ।
अभ्युत्थानमधर्मस्य तदात्मानं सृजाम्यहम् ।।४-७।।

जेव्हाजेव्हा या जगात सुष्टांचा विनाश होऊन दुष्प्रवृत्तींचा सुळसुळाट होईल,
तेव्हातेव्हा हे भारता, मी अवतार घेईन. (४-७)

परित्राणाय साधूनां विनाशाय च दुष्कृताम् ।
धर्मसंस्थापनार्थाय सम्भवामि युगे युगे ।।४-८।।

सुष्टांचं परित्राण आणि दुष्टांचं निर्दालन करून सर्वत्र सुव्यवस्था प्रस्थापित
करण्यासाठी मी प्रत्येक युगात जन्म घेईन (४-८)

५

कर्मसंन्यास योग

भगवान कृष्ण आणखी एक सुटकेचा मार्ग बंद करतात

"कृष्णदेवा, अजूनही मी मनाच्या संदिग्ध अवस्थेतच आहे, मी खूप गोंधळून गेलो आहे," अर्जुन म्हणाला. "तुम्ही इतकं ठामपणे म्हणत आहात की, त्याग ही ज्ञानप्राप्ती आणि सुखप्राप्तीची पहिली पायरी आहे. मग जर हे युद्ध जिंकल्यामुळे मला मिळणारी सत्ता, मानसन्मान आणि कीर्ती या सर्वांचा मी त्याग केला, त्या गोष्टींकडे पाठ फिरवली, तर? पण त्याचबरोबर तेवढ्याच ठामपणे तुम्ही असंही म्हणत आहात की, आपल्यावर सोपवण्यात आलेलं काम निरलस व निःस्वार्थीपणे करणं हा ज्ञान आणि आनंदाच्या प्राप्तीचा मार्ग आहे. या दोहोंपैकी कोणता मार्ग निवडावा, हेच मला कळत नाही देवा. कृष्णा, माझ्यासमोर कृपा करून तुम्ही असे पर्याय ठेवू नका. या दोन्हींमधला योग्य पर्याय कोणता, ते कृपा करून तुम्हीच मला सांगा."

"ठीक आहे, पार्था. मग आता तू अगदी लक्षपूर्वक ऐक," भगवान कृष्ण म्हणाले. "कर्माचा त्याग करण्याचा मार्ग आणि आपलं कर्तव्य व्यवस्थित पार पाडण्याचा मार्ग हे दोन्हीही शेवटी ज्ञान आणि आनंदाकडेच घेऊन जातात; परंतु या दोन्ही पर्यायांमधील आपलं कर्तव्य निःस्वार्थीपणे पार पाडण्याचा मार्ग हा जास्त चांगला आहे."

अर्जुन एकटक बघत राहिला, भगवान कृष्णांनी तर आता सरळसरळच योग्य काय ते सांगितलं होतं; पण हे खरं कसं बरं असू शकेल? आजवर तर तो हेच ऐकत आला होता की, जे महान साधूपुरुष, ऋषिमुनी संसारसुखाकडे पाठ फिरवून संन्यस्त वृत्तीनं तपश्चर्या करत राहिलेलं जीवन व्यतीत करण्याचा मार्ग निवडतात, तो मार्ग दुसऱ्या कुठल्याही मार्गापेक्षा अधिक चांगला, अधिक महान असतो. मग अर्जुनानं भगवान कृष्णांचं बोलणं अगदी लक्षपूर्वक ऐकण्यास सुरुवात केली.

"हे महाबाहू, असं आहे की, जर एखाद्यानं आपल्या कामावर प्रेमही न करता अथवा त्या कामाचा तिटकाराही न करता ते काम केलं, त्या कामापासून कोणत्याही फळाची अपेक्षा केली नाही अथवा ते काम करताना मनात नाराजीही आणू दिली नाही, तर त्याचा अर्थ त्या माणसानं पूर्णपणे समर्पित, संन्यस्त वृत्तीनंच ते काम केलं, असा होतो; परंतु हे ज्यांना नीट समजत नाही, ते असा समज करून घेतात की, सर्व ऐहिक सुखाकडे पाठ फिरवून सर्वसंगपरित्यागाचा मार्ग स्वीकारणं हीच खरी श्रेष्ठता असून या जगासाठी आपल्याला नेमून दिलेली कर्तव्यं पार करत जगणं हे त्यापेक्षा जरा कमी दर्जाचं आहे; परंतु खरे ज्ञानी तर हेच सांगतात की, सर्वसंगपरित्याग करणं आणि कर्तव्यपूर्ती करणं हे दोन्ही खरंतर एकच आहे."

भगवान कृष्णांच्या तोंडून ते वाक्य बाहेर पडताच अर्जुनानं चपळाईनं तोच धागा पकडला. चला, त्याला बघताबघता सुटकेचा मार्ग सापडला होता! इतकंच नव्हे, तर या मार्गानं स्वतःची सुटका करून घेण्यास भगवान कृष्णांची मंजुरीसुद्धा होती. शेवटी काहीही करण्याआधी भगवान कृष्णांची त्या गोष्टीला मान्यता असणं हे अर्जुनासाठी खूप महत्त्वाचं होतं.

"कृष्णदेवा, जर सर्वसंगपरित्याग आणि कर्तव्यपूर्ती हे दोन्हीही सारखंच असेल, तर मग मी रणांगणाकडे पाठ फिरवून निघून जाण्यास काय हरकत आहे? कर्तव्यपूर्तीचा मार्ग जास्त चांगला असेलही; पण आत्ताच तुम्ही म्हणालात ना की, सर्वसंग परित्यागाचा मार्गसुद्धा शेवटी ईश्वराकडेच जातो? मग मलाही त्याच मार्गावर वाटचाल करायची आहे."

भगवान कृष्णांनी स्मितहास्य केलं. "अरे महाबाहू, सर्वसंगपरित्याग करणं म्हणजे एखाद्या कृतीकडे पाठ फिरवून निघून जाणं नव्हे. तसं करणं हा तर नाकर्तेपणा झाला. कृती करणं नाकारण्यासारखं झालं आणि एखादी कृती करण्यास नकार देणं हेसुद्धा एक कृत्यच आहे, तेही अत्यंत स्वार्थी कृत्य; त्यामुळेच तू रणांगणाकडे पाठ फिरवून निघून गेलास, तर तू सर्वसंगपरित्यागसुद्धा करणार नाहीस आणि कर्तव्यपूर्तीसुद्धा! हे असं करण्यात कुठला आलाय मोठेपणा? हा तर

शुद्ध आळशीपणा, भ्याडपणा आणि बेजबाबदारपणा होईल. खरं आव्हान एखादी कृती करत असताना ती अत्यंत निःसंगपणे, निर्लेपपणे करणं हेच असतं. म्हणजेच योग्य कृती करणं; पण ती करत असताना अलिप्त राहणं हेच खरं आव्हान आहे.''

''अलिप्त कृती? याचा काय अर्थ? मी बिचारा आधीच इतका गोंधळून गेलो आहे आणि अशा बोलण्यानं तुम्ही मला अधिकच गोंधळात पाडलं आहे. कृष्णदेवा, तुम्ही माझी चेष्टा करताय ना?''

''पार्था, मी तुझी चेष्टा करत असतो, तर किती बरं झालं असतं! परंतु हेच खरंखुरं आणि अंतिम सत्य आहे. जेव्हा एखादी व्यक्ती देहानं आणि ज्ञानेंद्रियांनी एखाद्या कृत्यामध्ये पूर्णपर्ण गुंतलेली असते; परंतु मनानं मात्र ती अत्यंत अलिप्त, निर्लेप राहून ते कृत्य करत असते, तेव्हा ती व्यक्ती खरोखरच भाग्यवान असते. अशा माणसाला सत्पुरुषच म्हणावं लागेल. या माणसाचा आत्मा पूर्णपणे शांत, तटस्थ असतो. त्याचं शरीर व त्याच्या इंद्रियांपासून तो पूर्णपणे अलिप्त असतो. ते कृत्य करत असताना त्याला ना कुठल्या फळाची अपेक्षा असते, ना परिणामाचं भय असतं. त्या माणसाचा आत्मा त्या कृत्याचा स्वीकारही करत नाही किंवा धिक्कारही करत नाही आणि असं करणं म्हणजेच सत्कृत्य, अर्जुना. तुझ्या मनात जे करण्याची इच्छा आहे, ते सत्कृत्य नव्हे.''

अर्जुनाच्या कपाळाला आठी पडली. त्याच्या मनातील विचारांचा गुंता हळूहळू सुटत होता. त्याला बरंच काही समजू लागलं होतं; पण त्याचा देह आता जे काही महाभयंकर, घृणास्पद कृत्य करणार होता, त्यापासून स्वतःच्या मनाला अलिप्त ठेवणं त्याला फार कठीण जाणार होतं.

गीतेची शिकवण

८. हो, जबाबदारीचं ओझं चांगलंच जड असतं; पण आता ते मुकाट्यानं खांद्यावर घे.

जबाबदारी हा शब्द खूप मोठा आहे. जबाबदारी आणि कर्तव्य या दोन वेगवेगळ्या गोष्टी आहेत. कर्तव्य हे माणसाला करणं भाग असतं. त्यातून माणसाची सुटका नसते. कर्तव्य पार पाडलं नाही, तर शिक्षा होऊ शकते; पण जबाबदारी घेणं न घेणं आपल्या हातात असतं – आपण पुढे होऊन एखादी जबाबदारी घेतलीच पाहिजे, असा काही नियम नसतो. समजा, तुम्ही जबाबदारी घेतली नाही, तर कुणी तुम्हाला त्याबद्दल शिक्षा करणार नसतं; परंतु गीतेमध्ये सांगितल्यानुसार किंवा कोणत्याही नीतिमान व्यक्तीनं स्वतःला घालून दिलेल्या आचरणांच्या नियमांनुसार कोणतीही जबाबदारी (मग ती कितीही अप्रिय असली तरीही) स्वतःहून शिरावर घेणं हे एक पवित्र काम आहे.

एक विद्यार्थी म्हणून मन लावून अभ्यास करणं, हे एक कर्तव्य आहे. आपल्या शिक्षकांचा आदर करणं, हेही एक कर्तव्य आहे. शाळेत वेळेवर जाणं, हे एक कर्तव्य आहे.

आता आपण असा विचार करू की, समजा, तुमचा गणित हा विषय अतिशय उत्तम आहे आणि तुमच्याच वर्गातल्या गणितात खूप कच्चा असलेल्या मुलाला तुम्ही शाळा सुटल्यावर मदत करण्याचं कबूल केलेलं आहे. मग तुम्ही त्याला दिलेलं हे वचन पाळणं ही तुमची जबाबदारी आहे. समजा, तुमच्या वर्गाचे मॉनिटर म्हणून तुमची नेमणूक झाली असेल, तर इतर विद्यार्थ्यांसमोर तुमच्या वागणुकीचं उदाहरण असणार; त्यामुळे वक्तशीर असणं, नियमांचं, शिस्तीचं पालन करणं ही तुमची जबाबदारी आहे.

कर्तव्याचं पालन करणं कधीकधी फार कंटाळवाणं वाटतं; पण तरीही आपण ते करतो, कारण कुणीतरी आपल्याला रागवेल किंवा शिक्षा करेल, अशी आपल्याला भीती वाटत असते; पण जबाबदारीचं काही तसं नसतं. ती आपण स्वेच्छेनं पुढे होऊन घेत असतो; त्यामुळे ती पार पाडली नाही, तर कुणीतरी आपल्याला रागवेल, शिक्षा करेल; असा काही भाग त्यात नसतो; पण त्यामुळे बऱ्याच वेळा आपण आपल्या जबाबदाऱ्या टाळण्याचा प्रयत्न करतो, कारण या जबाबदाऱ्या कंटाळवाण्या असतात किंवा कधीकधी त्या नावडत्यासुद्धा असतात. उदाहरणच द्यायचं झालं, तर समजा, तुमची अत्यंत जवळची मैत्रीण, तुमच्या दुसऱ्याच एका मैत्रिणीविषयी आणखी कुठल्या तिसऱ्या व्यक्तीशी वाईटसाईट बोलत असेल, तिला नाव ठेवत

असेल, तर त्याबद्दल तुमच्या जिवलग मैत्रिणीची कानउघाडणी करणं, ही खरंतर तुमची नैतिक जबाबदारी आहे; पण तुम्ही तसं करत नाही. हे कटू काम करावंसं तुम्हाला वाटत नाही. तरीही आपण आपली जबाबदारी पार न पाडल्याची खंत तुमच्या मनाला निश्‍चित जाणवतेच ना? आपण काही न बोलता गप्प बसलो हे काही योग्य केलं नाही, याबद्दलची अपराधी भावना तुम्हाला त्रास देते. मग त्याचा प्रतिकार करण्यासाठी तुमचं मन हजारो सबबी शोधतं. ''जाऊ दे ना, आपल्याला काय करायचंय? हा माझा प्रश्न थोडाच आहे?'' किंवा ''ते त्यांच्या त्यांच्यात चाललंय ना? मग मी कशाला उगीच मध्ये पडू?'', ''मला लहानसहान गोष्टींचा उगीच बाऊ करायचा नाही.'' ''मला माझ्या जिवलग मैत्रिणीला दुखवायचं नाही.'' ''माझी मैत्रीण माझ्यासाठी खूप महत्त्वाची आहे – आता उगीच हा विषय काढून मला तिला गमवायचं नाही.'' किंवा ''माझ्या मैत्रिणीचं खरं रूप आता मला कळलंय ना, मग आता हळूहळू मी तिच्याबरोबर कमीच वेळ घालवायला सुरुवात करणार आहे. त्यातून तिला जे काही कळायचं, ते बरोबर कळेलच.''

या सबबी सांगण्यातला सर्वांत महत्त्वाचा मुद्दा असा आहे की, त्या फक्त सबबीच आहेत; पण अशा प्रकारे आपण पुन्हाःपुन्हा आपल्या मनाला या सबबी सांगत राहिलो ना की, हळूहळू त्या आपल्याला खऱ्या वाटू लागतात. यातूनच मग आपल्या नैतिक जबाबदाऱ्या टाळण्याची मनाला सवय लागते. त्यात काहीच अयोग्य नाही, असं वाटू लागतं. 'हा माझा प्रश्न नाही' किंवा 'यात माझा काही संबंध नाही,' हे त्या माणसाचं कायमचं ब्रीदवाक्य बनतं आणि तसं घडणं खरोखर लांछनास्पद आहे.

उद्या तुम्ही मोठं झाल्यावर रस्त्यानं जात असताना रस्त्याच्या कडेला अपघातात जखमी होऊन, घायाळ अवस्थेत पडलेल्या व्यक्तीकडे दुर्लक्ष करून पुढे गेलात, 'आपल्याला काय करायचंय?' असा मनात विचार केलात, तर ते वर्तन योग्य होईल का? समजा, पुढे मोठं होऊन तुम्ही स्वतःचा मोठा व्यवसाय सुरू केलात आणि त्यासाठी लागणारा कच्चा माल दुसऱ्या कुणाकडून तरी विकत घेत आहात. आणि तुम्हाला असं कळलं की, त्या व्यावसायिकानं त्याच्या कारखान्यात बालकामगारांना कामावर ठेवलेलं आहे, तर अशा वेळी तुम्ही काय कराल? 'आपल्याला काय करायचंय त्याच्याशी?' असा विचार करून त्याच्याकडून माल घेतच राहाल? असा कसलीच चाड नसलेला उद्योगपती होणार तुम्ही? समजा, तुम्ही गृहिणी झालात आणि तुमच्या घरी स्वयंपाकाचं काम करणाऱ्या बाईचा नवरा दारुड्या आहे, तिला रोज घरी मारहाण करतो; त्यामुळे ती वेळेवर कामाला येऊ शकत नाही. मग अशा वेळी तुम्ही तिला असं म्हणणार का? की, तुझ्या घरी जे काही होत असेल, त्याच्याशी मला काय करायचंय?

एक गोष्ट खरीच आहे की, महाभारतात अर्जुन ज्या महाकर्मकठीण परिस्थितीत सापडला होता, तशी वेळ तुमच्या-आमच्यावर आयुष्यात कधीच येणार नाही. तो एक नेता, एक योद्धा आणि एक सद्वर्तनी पुरुष असल्यामुळे आपल्या प्रजेचं दुष्ट, अनीतिमान आणि आक्रमक वृत्तीच्या लोकांपासून संरक्षण करणं हे त्याचं कर्तव्य होतं; पण ते पार पाडत असताना त्याला त्याच्या जवळच्या, रक्ताच्या नातेवाइकांचीच हत्या करावी लागणार होती. गीतेत असं सांगितलेलं आहे की, जबाबदारीचा स्वीकार करणं आणि ती पार पाडणं हे पुण्यकर्म आहे.

त्यामुळेच भगवान कृष्ण अर्जुनाला या महाभयंकर जबाबदारीकडे पाठ फिरवून निघून जाण्याची परवानगी देणार नाहीत. आपला सखा म्हणजेच भगवान कृष्ण जे काही सांगत आहे, ते कानाला कितीही कटू वाटलं तरी अर्जुन ते ऐकतो. का बरं? कारण भगवान कृष्ण योग्य तोच सल्ला देत आहेत, असं त्याला मनोमन माहीत आहे. तसंच ते आपणा सर्वांनाच माहीत आहे.

भगवान कृष्ण सुखी माणसाचं वर्णन करतात

"कौंतेया, खरंतर तुला हे सगळं माहीतच आहे," भगवान कृष्ण म्हणतात. "तरीही मी पुन्हा एकदा हे सर्व तुला सांगतो. ज्या गोष्टींपासून तुझ्या ज्ञानेंद्रियांना सुख अथवा दुःख प्राप्त होतं, त्या सर्वच्या सर्व गोष्टी खरं म्हणजे दुःखाचाच स्रोत असतात. याला अगदी कशाचाच अपवाद नाही. या सर्व गोष्टींना एक सुरुवात असते, तसाच एक शेवटही असतो. ज्ञानी माणूस हे जाणून असतो; त्यामुळे त्याच्या आयुष्यात एखादी सुखद घटना घडली, तरी तो आनंदानं नाचत नाही; तसंच दुःखद घटना घडली, तरी शोकविव्हल होत नाही.

"पार्था, हा असा माणूस या पृथ्वीतलावर आयुष्य जगत असतानाही त्याला जो उच्च प्रकारचा आनंद प्राप्त होतो, त्याची नुसती कल्पना करून बघ. त्याला होणारा आनंद हा त्याच्या स्वतःमधून, त्याच्या अंतरंगातूनच पाझरतो. तो कोणत्याही बाह्य गोष्टीतून प्राप्त होत नाही. या जगात ज्या काही मोहक, आकर्षक गोष्टी त्याच्या आजूबाजूला असतात, त्यांच्या जाळ्यात तो कधीच अडकत नाही. त्यांचा मोह त्याला पडत नाही, कारण त्याचं त्याच्या स्वतःच्या ज्ञानेंद्रियांवर नियंत्रण असतं. त्याच्या मनात कधी भावनांचा कल्लोळ माजत नाही, तो कधी गोंधळातही पडत नाही; भयचकित होत नाही, कारण स्वतःच्या भावनांवर, मनावरसुद्धा त्याचं पूर्ण नियंत्रण असतं. जे नजरेला दिसतं, त्याच्या पलीकडे जाऊन पाहण्याची दृष्टी त्याच्याकडे असते. तो बाह्यरूपाला भुलत नाही. प्रत्येक चराचरांत तो माझं रूप पाहतो – एखाद्या विद्वान ब्राह्मणात, गाईत, हत्तीमध्ये, श्वानामध्ये, श्वापदांमध्ये आणि समाजानं वाळीत टाकलेल्या माणसांमध्येसुद्धा तो मला पाहतो. मी जसा सर्वांशी समभावानं वागतो, तसाच तोही वागतो.

"तो कोणतंही काम करताना समर्पित वृत्तीनं करतो; ते काम तो मला समर्पित करतो. त्या समर्पणामुळे मला आनंद मिळत आहे, याची त्याला कल्पना असते. तो मला सर्वत्र पाहतो; सर्व चराचरांत पाहतो. मी या सृष्टीचा ईश्वर आहे, याची त्याला पूर्ण कल्पना असते. त्याची माझ्यावर पूर्ण श्रद्धा असते. मी सर्वांचा सखा आहे, हे त्याला माहीत आहे. त्याचं मन पूर्णपणे शांत असतं."

सर्वजण आतून सारखेच असतात.

विद्याविनयसंपन्ने ब्राह्मणे गवि हस्तिनि।
शुनि चैव श्वपाके च पण्डिताः समदर्शिनः ॥५-१८॥

ज्ञानी लोक सर्वांकडे एकाच नजरेनं पाहतात; मग तो विद्वान ब्राह्मण असो, गाय असो, हत्ती असो, श्वान असो अथवा समाजाने वाळीत टाकलेला माणूस असो. (५-१८)

जगातील बहुतेक धर्म हेच सत्य वेगवेगळ्या प्रकारे मांडतात, हीच शिकवण देतात – सर्व सजीव सारखेच असतात; त्यामुळे आपण सर्वांना समभावानं वागवलं पाहिजे. असं असूनसुद्धा आपल्यातील फारच थोडेजण या इतक्या सुंदर उपदेशाचं पालन करताना दिसतात. इतर सजीव प्राण्यांचं तर जाऊच दे; आपण सर्व माणसांनासुद्धा सारखं वागवत नाही आणि श्रीमंतांशी जसं वागतो, तशीच वागणूक काही आपण गरिबांना देत नाही. सुंदर व्यक्तींशी आपण जसं वागतो, तसं काही आपण सुंदर नसलेल्या व्यक्तींशी वागत नाही. सत्ता व शक्ती ज्यांच्याकडे आहे त्यांच्याशी आपण जसं वागतो, त्यापेक्षा कितीतरी वेगळी वागणूक आपण दुर्बलांना देत असतो. आपण ज्यांची चाकरी करतो त्यांच्याशी आपण जसं वागतो, त्यापेक्षा कितीतरी वेगळं आपण आपल्या नोकरांशी वागतो.

वर दिलेला श्लोक एकदा स्वतःशीच मोठ्यांदा वाचून पाहा; मग तुमच्या घरच्या लोकांना आणि तुमच्या मित्रमंडळींनाही तो वाचून दाखवा. सुखी आयुष्याचा गुरुमंत्रच या श्लोकात सांगितलेला आहे. तुम्ही स्वतः तर तो लक्षात ठेवाच; पण तुमच्या घरच्यांना आणि मित्रमंडळींनासुद्धा तो सांगा.

गीतेचे पडसाद

साहित्यिक, कलावंत, संगीतकार, चित्रपटनिर्माते हे अनेकदा समाजमनाच्या सदसद्विवेकबुद्धीची भूमिका धारण करतात. त्यांच्या निर्मितीमधून ते समाजात आढळून येणाऱ्या कटू सत्याकडे बोट दाखवतात. लोकांना विचार करण्यास प्रवृत्त करतात, लोकांच्या मानसिकतेत बदल घडवून आणतात.

विसाव्या शतकातील दोन सर्वाधिक लोकप्रिय संगीतकार व गायक म्हणजे

पॉल मॅककार्टने आणि मायकेल जॅक्सन. गीतेनं या अध्यायात जो संदेश दिला आहे, तशाच प्रकारचा संदेश हे दोघंही आपापल्या पद्धतीनं समाजापर्यंत पोहोचवत होते.

'एबनी अँड आयव्हरी' या आपल्या गाण्याद्वारे पॉल मॅककार्टने यानं लोकांच्या त्वचेचे वर्ण कसे वेगवेगळे असतात (लोक एकमेकांपेक्षा वेगळे दिसतात, ते वेगवेगळ्या देशांतून आलेले असतात, त्यांचे धर्म निरनिराळे असतात), अशा लोकांविषयी बोलताना असं म्हटलंय की, 'हे सगळे भेद केवळ वरवरचे, बाह्य रूपातले असतात; पण तरीही हे लोक एकमेकांशी सलोख्यानं, समन्वयानं का नाही राहू शकत? माझ्या पियानोवरील पांढऱ्या आणि काळ्या पट्ट्या तर एकमेकींबरोबर अगदी गुण्या-गोविंदानं राहतात आणि एकत्रितपणे इतकं सुमधुर संगीत निर्माण करतात.'

त्यानंतरच्या पिढीमध्ये 'मायकेल जॅक्सन' यानंसुद्धा साधारण अशाच अर्थाचं एक गाणं गायलं. त्याचं शीर्षक होतं, 'ब्लॅक ऑर व्हाइट' या गाण्याच्या माध्यमातून तो आपल्या श्रोत्यांना हेच सांगतो की, लोक एकमेकांपेक्षा वेगळे असतात ते त्यांच्या त्वचेच्या वर्णामुळे, त्यांच्या जाती, धर्म किंवा वंशामुळे नव्हे, तर त्यांची मनं आणि हृदयं वेगवेगळी असतात, म्हणून. मायकेल जॅक्सन म्हणतो – 'एकदा हे सत्य तुम्हाला उमगलं की, मग कोणीही तुमचा भाऊ होऊ शकतो, बहीण होऊ शकते – मग त्यांच्या त्वचेचा रंग काळा आहे की गोरा आहे, यामुळे काहीच फरक पडत नाही.'

तुम्हालासुद्धा या दोघांचं म्हणणं पटतंय ना? अर्थात न पटण्यासारखं काहीच नाही त्यात.

६

ध्यानयोग

स्वतःसाठी वेळ देणं किती महत्त्वाचं आहे, ते भगवान कृष्ण स्पष्ट करतात

''अर्जुना,'' कृष्णदेव म्हणाले. ''जे लोक सर्व ऐहिक सुखांकडे पाठ फिरवून म्हणजेच सर्वसंगपरित्याग करून तपश्चर्येसाठी निघून जातात, त्यांच्याप्रमाणेच तू जर या रणभूमीकडे पाठ फिरवून निघून गेलास, तर लगेच तूसुद्धा त्या लोकांसारखा योगी किंवा संन्यासी होशील, असं तुला खरंच वाटतं का रे? पण मित्रा, तुला मी एक गोष्ट समजावून सांगतो. जी कृती करणं गरजेचं आहे, तिच्याकडे पाठ फिरवून निघून गेल्यानं काही तू साधुपुरुष होणार नाहीस. खरा संन्यासी कोणता? जो कुठल्याही फळाची अपेक्षा मनात न धरता किंवा कोणत्याही शिक्षेचं भय न बाळगता त्याच्यावरच्या सर्व जबाबदाऱ्या व्यवस्थित पार पाडतो, तो खरा संन्यासी.

''पार्था, एक गोष्ट तर तुला माहीतच आहे. अशा मानसिक स्थितीला जाऊन पोहोचणं अजिबात सोपं नाही; पण माझ्यावर विश्वास ठेव. जर या मार्गावरून जायचं ठरवलं, तर ते अगदी कुणालाही जमू शकतं. त्यासाठी काही विशिष्ट पावलं उचलावी लागतील.''

अर्जुनाला भगवान कृष्णांचं मनोमन कौतुक वाटलं. कोणतीही क्लिष्ट गोष्ट अगदी सोपी करून सांगण्याची त्यांची हातोटी मोठी विलक्षण होती. ते सगळा गुंता सोडवून सर्वकाही तर्कशुद्ध आणि सोप्या रीतीनं उलगडून दाखवत आणि ती गोष्ट सहजसाध्य असल्याचं समजावून सांगत.

''खरं सांगायचं तर कोणतीही कृती अत्यंत शिस्तबद्ध रीतीनं पार पाडणं म्हणजेच योग,'' भगवान कृष्णांनी अधिक स्पष्ट करत सांगितलं. ''तुमच्यावर सोपवलेलं काम अत्यंत नीटनेटकेपणानं, शिस्तबद्ध रीतीनं पार तर पाडायचं; पण

त्यात मनानं अजिबात गुंतायचं नाही, मन अत्यंत तटस्थ ठेवायचं; यालाच 'कर्मयोग असं म्हणतात. याविषयी आपण याआधीही बोललो आहोत. ध्यानधारणा आणि विद्याभ्यासाच्या मार्गानं ज्ञानप्राप्ती करण्यास 'ज्ञानयोग' असं म्हणतात. यापेक्षा वेगळा तिसरा योग म्हणजे ध्यानयोग. खरंतर कर्मयोगी किंवा काम करणारे आणि ज्ञानयोगी किंवा विचारवंत, या दोघांनाही ध्यानयोग सहज जमतो.''

भगवान कृष्णांच्या तोंडचे हे शब्द ऐकून अर्जुन उत्सुकतेनं पुढे झुकला. हे सगळं फारच वेगळं होतं. कुतूहल जागृत करणारं होतं. 'असाही एक योग होता, जो कर्म करणारे आणि ज्ञानाची उपासना करणारे असे दोन्ही प्रकारचे लोक हा योग करत होते. आता या दोन्ही प्रकारच्या माणसांपैकी नक्की कुठल्या प्रकारात आपली गणना होईल बरं?' असा विचार त्याच्या मनात आला. कृष्णदेव त्याला सतत असंच सांगत होते की, तो कर्मयोगी होता; पण अगदी खरं सांगायचं, तर त्यापेक्षा ज्ञानयोगाकडे त्याचं स्वतःचं मन ओढ घेत होतं.

''ध्यानयोगाच्या काही विशिष्ट पायऱ्या आहेत.'' भगवान कृष्ण पुढे म्हणाले. त्यांनी एकएक करून ते सर्व टप्पे विशद केले.

१. सर्वांत पहिली पायरी म्हणजे योग्यानं आपलं मन पूर्णपणे रिकामं केलं पाहिजे. विचार आणि विकारहीन केलं पाहिजे.
२. त्यासाठी त्यानं दूर, एकान्तात, शांत वातावरणात बसणं अत्यंत आवश्यक आहे. त्याचं चित्त आजूबाजूला घडत असणाऱ्या घटनांनी, आवाजांनी विचलित होऊ नये, चित्ताची एकाग्रता ढळू नये; म्हणून हे गरजेचं आहे.
३. ध्यानाला बसण्यासाठी त्यानं आधी एक साफसूफ केलेली जागा शोधून त्यावर गवत, मृगाजिन अथवा सतरंजी अंथरावी.
४. जमिनीवर मांडी घालून बसावं. पाठीचा कणा व मान ताठ ठेवून आपली नजर आपल्या नाकाच्या टोकावर स्थिर करावी.
५. त्यानंतर अत्यंत शुद्ध मनानं, मनाला भीतीचा स्पर्शही होऊ न देता, आपल्या मनावर आणि ज्ञानेंद्रियांवर पूर्ण नियंत्रण करत त्यानं त्याच्या

आत्म्यावर, म्हणजेच माझ्यावर संपूर्ण लक्ष केंद्रित करावं.

६. ही क्रिया त्यानं निर्भयपणे दिवसातून अनेक वेळा करावी. दृढनिश्चयानं, मुळीच खंड पडू न देता करावी. ही गोष्ट तशी कठीण आहे - परंतु कोणतीही गोष्ट एकदम उत्तम रीतीनं अवगत होण्यासाठी माणसाला ती पुन्हाःपुन्हा, न कंटाळता करावी लागते.

''पार्था, तू एक गोष्ट लक्षात ठेव. योग करणाऱ्या व्यक्तीला आपल्या शरीराची व्यवस्थित काळजी घ्यावी लागते. एखाद्या माणसाचा आहार वाजवीपेक्षा फार जास्त अथवा फार कमी असेल, तो फार जास्त किंवा फार कमी झोपत असेल तर त्याच्यासाठी योग नाही, असं समज. जो माणूस आहारविहार, चलनवलन, करमणूक, निद्रा किंवा जागृतावस्था या प्रत्येक बाबतीत व्यवस्थित, बेतानं राहत असेल, त्या माणसाला एक गोष्ट लवकरच कळून चुकेल – योग आणि ध्यानधारणेमुळे त्याच्या मनातलं सर्व दुःख निघून जाऊन ज्या परमानंदासाठी तो आसुसलेला आहे, तो आनंद त्याला प्राप्त होईल.

''कौंतेया, तू एक गोष्ट मात्र लक्षात घे. हे सगळं काही झटपट होत नाही; परंतु योगी आपल्या योगसाधनेच्या बाबतीत शिस्त आणि नेमस्तपणा पाळत असेल, तर ज्या परमोच्च सुखासाठी तो धडपडतो, ते सुख हळूहळू त्याला प्राप्त झाल्याशिवाय राहणार नाही. अर्थात योगसाधना करत असताना कधीकधी त्याचं मन इकडेतिकडे विहार करेल, मनात विचार येतील; तो तर मनाचा धर्मच आहे ना! पण जेव्हा कधी तसं होईल, तेव्हा त्यानं तत्काळ आपल्या मनाला, आपल्या विचारांना आवरलं पाहिजे, त्यांवर नियंत्रण केलं पाहिजे. या बाबतीत त्यानं हयगय किंवा आळशीपणा करून चालणार नाही.''

ते ऐकून अर्जुन किंचित उपरोधानं हसला. हे सगळं सांगणं फार सोपं होतं. प्रत्यक्षात आणणं तेवढंच कठीण होतं.

''वारा नसलेल्या जागी दिव्याची ज्योत जशी न फडफडता प्रखर आणि तेजस्वीपणे तेवत राहते ना अर्जुना, तसाच योगसाधनेमुळे योगी तेजस्वी बनतो. त्यानं साधनेद्वारा आपल्या ज्ञानेंद्रियांवर इतकं नियंत्रण मिळवलेलं असतं की, लहानसहान गोष्टींनी त्याचं मन विचलित होतच नाही. त्याचा त्याच्या मनावर इतका ताबा असतो की, त्याच्या मनात विचार सैरावैरा मोकाट सुटत नाहीत. त्याचं मन शांत आणि निश्चल राहतं. जेव्हा मन असं निश्चल होतं आणि सर्व इच्छा, कामना, वासना शांत होतात, तेव्हाच योग्याला मनमुराद सुखाचा, आनंदाचा अनुभव मिळतो. हे सुख, हा आनंद कुठून बाहेरून येत नाही, तर ते त्याच्या ठायीच असतं. हे सुख त्याच्या पंचेंद्रियांच्या कक्षेबाहेर असतं; पण त्याच्या हृदयाच्या कक्षेच्या आत असतं. एकदा या उच्च प्रतीच्या आनंदाचा त्यानं अनुभव घेतला की, मग कितीही

मोठ्या संकटांचे पर्वत जरी त्याच्यावर कोसळले, तरी ते त्याला स्पर्शही करू शकत नाहीत. या आनंदापेक्षा दुसरं मोठं काय असू शकतं?

"एकदा या अत्युच्च आनंदाचा योग्यानं अनुभव घेतला की, त्याच्या डोळ्यांवरची झापडं उघडतात. ज्या शृंखलांनी त्याला या जगाशी बांधून ठेवलेलं असतं, त्या आपोआप गळून पडतात. हे जग खरंखुरं कसं आहे, हे त्याला दिसतं. या भोवतालच्या जगातील प्रत्येक गोष्टीमध्ये त्याला त्याचा स्वतःचा थोडाथोडा अंश दिसू लागतो आणि स्वतःमध्ये या जगातील प्रत्येक गोष्टीचा अंश दिसू लागतो. त्याला जी ज्ञानप्राप्ती झालेली असते; त्यामुळेच बाह्यरूपानं एकमेकांपेक्षा निराळ्या असलेल्या सर्वच गोष्टींमध्ये आतून किती साधर्म्य असतं, हे त्याला समजतं. तो या सर्व जगाशी, त्यात राहत असणाऱ्या सर्व सजीवांशी एकरूप होतो. त्याच्या दृष्टीनं मातीचं ढेकूळ हे सोन्याच्या तुकड्यापेक्षा काहीच वेगळं नसतं. मित्र आणि शत्रू यांच्यात काहीच फरक नसतो."

एखाद्या मनुष्याला इतक्या परमोच्च सुखाची, मनःशांतीची अवस्था प्राप्त होऊ शकत असेल, यावर विश्वास ठेवणंसुद्धा अर्जुनाला कठीण जात होतं. त्याच्या मनात जे काही वादळ माजलं होतं, त्यावर त्याच्या विचारांची नौका जोरजोरात हेलकावे खात होती.

"आता तुझ्या एक गोष्ट तर लक्षात आलीच असेल, अर्जुना. या योग्याला सर्व सृष्टीत, चराचरांत मी दिसतो आणि माझ्यात अवघी सृष्टी दिसते. मी सदोदित त्याच्या नजरेच्या टप्प्यात असतो, मी त्याच्यापासून कधीच दूर जात नाही. त्याचमुळे तोही माझ्यापासून कधीच दूर जात नाही."

गीतेची शिकवण

९. स्वतःला शिस्त लावणं हे स्नायूंना व्यायाम देण्यासारखं असतं. स्नायूंचं आणि पर्यायानं शरीराचं आरोग्य चांगलं राहावं म्हणून जसा आपण नियमित शारीरिक व्यायाम करतो, त्याचप्रमाणे आपल्या मनाचं भावनिक आरोग्य उत्तम राखण्यासाठी मनालासुद्धा व्यायामाची गरज असते.

स्वतःला शिस्त लावणं हा एक सुखी, तणावमुक्त आणि आरोग्यपूर्ण जीवनाचा कानमंत्र आहे हे तर वादातीतच आहे. आपण या ठिकाणी व्यायाम, कसरत, ध्यानधारणा इत्यादी गोष्टींचा ऊहापोह करत नसून केवळ मनाच्या शिस्तीविषयी किंवा मनोनिग्रहाविषयी बोलत आहोत. उदाहरणार्थ- ज्या दिवशी शाळा असेल त्या दिवशी अर्ध्या तासाहून जास्त वेळ टी.व्ही. न बघणं, रात्री झोपण्यापूर्वी दात घासणं, वेफर्सचं पाकीट बसल्या बैठकीला संपवून न टाकता थोडे वेफर्स नंतर खाण्यासाठी शिल्लक ठेवणं अशा छोट्याछोट्या गोष्टी असतात.

जशी जबाबदारी ही आपल्यावर दुसरं कुणीही लादू शकत नाही, ती आपली आपणच घ्यायची असते; त्याचप्रमाणे ही मनाची शिस्तसुद्धा आपली आपणच स्वतःला लावून घ्यायची असते आणि ती आपण का लावून घ्यायची? तर त्यापासून मिळणारे फायदे सूर्यप्रकाशाइतके स्पष्ट आहेत - आपण इथे जी उदाहरणं पाहिली त्यानुसार टी.व्ही. पाहण्याच्या वेळाचं नियंत्रण केलं, तर तुम्ही बाहेर जाऊन खेळण्याचा आनंद मिळवू शकता आणि तुम्हाला गृहपाठ करायलासुद्धा वेळ मिळतो. झोपण्यापूर्वी दात स्वच्छ घासलेत, तर दातदुखीचा प्रश्न उद्भवत नाही, डेंटिस्टच्या वाऱ्या करण्याची वेळ येत नाही आणि वेफर्स जरा बेतानं खाल्ले, तर शरीराला योग्य असा पोषक आहार घेण्यासाठी पोटामध्ये जागा शिल्लक राहून तुमचं आरोग्य सुधारतं.

जी मुलं लहान वयात शाळेचं दप्तर आदल्या दिवशी रात्रीच नीटनेटकेपणानं भरून ठेवतात, तीच मुलं मोठी झाली की, संगीताचा किंवा आवडत्या वाद्याचा नियमित सराव करून त्यात प्रावीण्य मिळवतात किंवा मित्राच्या आग्रहाला मुळीच बळी न पडता नियमित कॉलेजात जाऊन लेक्चरला बसतात. कुणीही कितीही मोहात पाडलं, तरी अशी मुलं कधीही मद्यपान करून गाडी चालवत नाहीत. ही मुलं जेव्हा मोठी होतात, आयुष्यात स्थिरस्थावर होतात, तेव्हा ती जबाबदार नागरिक बनतात; हे लोक नियमित व्यायाम, उत्तम आहारविहार करणारे, आपल्या कुटुंबाला वेळ देणारे असेच होतात. तुम्हाला या सर्वांतून एक विशिष्ट साचा दिसतो आहे का? मनाला शिस्त लावणं, ही एक सवय बनून जाते. ही शिस्त काही आपल्याला

जन्मजात मिळालेली नसते. याचा अर्थ हाच की, मनात आणलं तर स्वतःला अशी शिस्त लावून घेणं कुणालाही सहज शक्य आहे. त्यात अवघड काहीच नाही. तुम्ही आयुष्यात जेवढ्या लवकर अशी शिस्त स्वतःच्या मनाला लावून घ्याल, तेवढं ते सोपं जाईल. त्याचा काहीच त्रास होणार नाही.

खरंतर मनोनिग्रहाचे आणि स्वतःला शिस्त लावून घेण्याचे इतके प्रचंड फायदे असूनसुद्धा आपल्यातले फारच थोडे लोक ही गोष्ट करताना दिसतात. असं का होत असेल? त्याला कारण एकच आहे. या शिस्त न लावण्यामुळे आपलं जे काही नुकसान होतं, ते अगदी लगेच होत नाही. हळूहळू होतं. त्याचे दृश्य परिणाम (अनिष्ट) दिसायला जरा वेळ लागतो. (उदाहरणार्थ - तुम्ही एखाद्या रात्री झोपण्यापूर्वी दात घासायला विसरलात तर काही लगेच दुसऱ्या दिवशी सकाळी उठल्याउठल्या तुमचे दात पडत नाहीत.) अनेकदा तर शिस्तीच्या अभावामुळे काही दुष्परिणाम होतीलच, असं नसतं; पण ते होण्याचा संभाव्य धोका मात्र खूप मोठा असतो. (तुम्ही कारणाशिवाय शाळेला बुट्टी मारत राहिलात, तर तुम्हाला शाळेतून काढून टाकलं जाण्याचा धोका असतो; पण शाळेला अकारण बुट्टी मारणारा विद्यार्थी पकडला जाईलच, असं नाही.)

हे इतकं सगळं असूनसुद्धा आपल्यापैकी बरीच माणसं मनाला अशा प्रकारची शिस्त लावून घेत नाहीत, शिस्तबद्ध आयुष्य जगत नाहीत. असं का बरं होतं? कारण, मनाला शिस्त लावणं हे महाकर्मकठीण काम आहे. गीतेमध्ये खुद्द भगवान कृष्णांनीच ही गोष्ट अतिशय अवघड असल्याचं सांगितलं आहे; परंतु त्याचबरोबर आपल्या आयुष्याच्या प्रवासाची नीट आखणी करून शिस्तबद्ध, नेमस्त आयुष्य कसं जगावं, हे त्यांनी फार सहजसुंदर रीतीने उलगडूनही दाखवलंय. त्यासाठी कोणत्याही महागड्या फॅशनेबल गोष्टींची, विशिष्ट सामाजिक परिस्थितीची गरज नाही, पूर्वतयारीची आवश्यकता नाही. काम झाल्यावर आवराआवरी किंवा साफसफाईचीही गरज नाही. तुम्हाला त्यासाठी टी.व्ही. पाहणं, चॉकलेट-गोळ्या वगैरे सोडण्याचीसुद्धा गरज नाही. मग एकदा तसं करून बघा.

छान! मग आता तुम्ही एकच काम करा. स्वतःसाठी दिवसातून फक्त १५ मिनिटांचा वेळ काढा. एखादी स्वच्छ, शांत मोकळी जागा शोधा. त्यावर एखादं आसन अंथरून बसा. (गीतेत जरी मृगाजिन सांगितलं असलं, तरी ते असलंच पाहिजे, असं काही नाही!) सर्वांत महत्त्वाचं म्हणजे पाठीचा कणा आणि मान ताठ ठेवून बसा. ते फार आवश्यक आहे. वाकून किंवा पोक काढून बसू नका. डोळे मिटून घ्या. म्हणजे आजूबाजूला चालू असणाऱ्या घडामोडींकडे लक्ष जाऊन तुमचं मन विचलित होणार नाही. आता एखाद्या विशिष्ट गोष्टीवर तुमचं लक्ष केंद्रित करा. गीतेमध्ये भगवान कृष्णांनी साधकाला आपलं सर्व लक्ष नाकाच्या शेंड्याकडे केंद्रित

करण्याचा सल्ला दिला आहे. कधीकधी योगशिक्षक असंही सांगतात की, तुमच्या दोन भुवयांच्या मधोमध एक ज्योत तेवत असल्याची कल्पना करा. मग त्या ज्योतीवर तुमचं सर्व लक्ष केंद्रित करा किंवा असं करण्याऐवजी तुम्ही डोळे उघडे ठेवून खोलीतील एका विशिष्ट वस्तूवर तुमची नजर ठेवून सगळं लक्ष तिकडेच केंद्रित करा. (हं, पण ही वस्तू म्हणजे खोलीतला टीव्ही, आय पॅड किंवा फोन नको बरं का!)

आता खरा अवघड भाग तर पुढेच आहे - स्वतःच्या विचारांवर नियंत्रण करण्याचा सर्वांत सोपा मार्ग म्हणजे कुठलातरी एक विषय मनात धरून त्याचाच विचार करायचा. उदाहरणार्थ - गेल्या चोवीस तासांत तुमच्या आयुष्यात घडलेल्या पाच सुंदर गोष्टी, ज्यांबद्दल तुम्हाला कृतज्ञता वाटते किंवा आजच्या दिवसभरात (किंवा कालच्या दिवसभरात) अशी कोणती गोष्ट तुम्ही केली, जी खरंतर तुम्हाला याहून चांगली करता आली असती? किंवा गेल्या आठवडाभरात घडलेली अशी एखादी घटना, ज्यामुळे तुमचं पित्त खवळून उठलं होतं आणि ते नेमकं काय झालं होतं?

मग आता सांगा पाहू, हे करणं इतकं कठीण आहे का? पण सर्वांत महत्त्वाचं म्हणजे हे असं खंड न पडू देता दररोज केलं पाहिजे. शक्यतो एका ठरावीक वेळीच बसून ते केलं पाहिजे. काही दिवसांत त्याची तुम्हाला सवय होऊन जाईल. सलग दोन आठवडे ते करा आणि बघा. आपण एखादी गोष्ट करायची ठरवली आणि खरोखरच खंड पडू न देता ती केली, या गोष्टीचा तुम्हालाच किती अभिमान वाटेल. मग हळूहळू नेमानं रोज करण्याच्या आणखी काही गोष्टी एकएक करत तुमच्या दिनक्रमात ठेवा – तळकट, तेलकट, आरोग्याला हानिकारक पण चविष्ट पदार्थ मनात आलं की, न खाता फक्त शनिवार-रविवारीच खायचे, दर दोन आठवड्यांतून एकदा स्वतःचं टेबल किंवा कपाटाचा कप्पा आवरायचा, महिन्यातून किमान चारतरी नवी पुस्तकं वाचायची, अशा कितीतरी गोष्टी तुम्ही मनाशी ठरवू शकता आणि त्या पारही पाडू शकता; त्यामुळे तुमचा आत्मसन्मान वाढीस लागेल. त्यापेक्षाही मोठमोठी आव्हानं स्वीकारण्याविषयीची तुमच्या मनातली भीती कुठल्या कुठे पळून जाईल. तुमचा आत्मविश्वास वाढून तुम्ही आनंदी व्हाल.

मग हे सगळं आहे ना आवडण्यासारखं?

अर्जुनाला ही जाणीव झाली की, केवळ सद्वर्तन करण्याचा मनापासून प्रयत्न करण्यानंसुद्धा पुढच्या जन्मासाठी आपल्या नावावर पुण्य जमा होऊ शकतं

अर्जुनानं मान हलवली. ''हे सगळं बोलायला फार सोपं आहे देवा,'' तो विषादानं म्हणाला. ''पण माणसाचं मन फार अस्वस्थ, चंचल असतं. ते फार लवकर विचलित होऊ शकतं. माणसाचं मन त्याच्या ज्ञानेंद्रियांचं गुलाम असतं. इच्छा, आकांक्षा आणि वासनांच्या प्रभावामुळे खूप हट्टी आणि दुराग्रही बनलेलं असतं. त्याला काबूत कसं काय आणायचं? एकवेळ वाऱ्यावर नियंत्रण ठेवता येईल; पण मनावर? अशक्यच!''

''हे महाबाहू, मनावर नियंत्रण ठेवणं फार कठीण आहे, यात तर वादच नाही,'' भगवान कृष्ण म्हणाले. ''पण तू असा धीर सोडू नकोस, कौंतेया. कारण अवघड असलं तरी ते अशक्य नाही. त्यासाठी तुला पराकोटीचा संयम आणि कोणत्याही गोष्टीत मन गुंतवून न घेणं, या दोन्ही गोष्टींचा उपयोग होईल. एक गोष्ट तर मला मान्यच आहे की, जो माणूस स्वतःच्या मनावर, भावनांवर काहीच ताबा ठेवू शकत नाही, त्याला कोणत्याही प्रकारची योगसाधना जमणं शक्य नाही; पण एखाद्या माणसानं स्वतःच्या मनाला शिस्त लावली असेल, तो जर नेमस्त आणि शिस्तबद्ध आयुष्य जगत असेल, तर मात्र त्याला ही गोष्ट मुळीच कठीण नाही. निदान योग्य तऱ्हेने, योग्य दिशेने प्रयत्न करायला काय हरकत आहे? या बाबतीत माझ्यावर विश्वास ठेव.''

पण अर्जुनाची मुळीच खात्री पटेना. ''मला फक्त एक सांगा देवा, समजा, मला खरंच अगदी मनापासून ही स्थिती, ही आनंदमयी अवस्था प्राप्त करायची असली, कोणत्याही मोहमायाजालात गुंतायचं नसलं आणि त्यासाठी मी खरंच मनापासून प्रयत्न केले आणि तरीही मला त्यात अपयश आलं तर? जर माझं मन आकाशात भरकटणाऱ्या ढगांसारखं इतस्ततः भरकटत राहिलं तर? मग माझं काय होईल बरं? म्हणजे मला या पृथ्वीतलावरची ऐहिक सुखंही प्राप्त होणार नाहीत,

त्याचप्रमाणे तुम्ही सांगत असलेलं स्वर्गसुखही प्राप्त होणार नाही. मला स्वर्गात प्रवेशही मिळणार नाही. कृष्णदेवा, मला तर असं वाटतं की, हे असंच माझं प्रारब्ध आहे. जर एखाद्या इच्छित स्थळी आपण पोहोचण्याची फारशी शक्यताच नसेल, तर मग इतका खडतर मार्ग निवडायचाच कशासाठी?''

''अरे पार्था, तू असा विचार करून मनाला क्लेश करून घेऊ नको,'' भगवान कृष्ण म्हणाले. ''मी तुला एक गोष्ट खात्रीपूर्वक सांगतो. जर कुणी मनापासून प्रयत्न केला आणि त्यात त्याला अपयश आलं, तरीसुद्धा तू म्हणतोस तसं काही वाईट त्याच्या नशिबाला येत नाही. या जन्मीही नाही आणि पुढच्या जन्मीही नाही. एखाद्या व्यक्तीनं या जन्मी अगदी मनापासून योगसाधना करण्याचा प्रयत्न केला असेल, तर भले त्या प्रयत्नांना यश न का मिळेना, पुढील जन्मात त्या प्रयत्नांचं पुण्य त्याच्या खात्यावर नक्कीच जमा झालेलं असतं. त्या प्रयत्नांचा त्याला फायदा मिळाल्यावाचून कधीच राहत नाही. तो एखाद्या त्याच्याइतक्याच पवित्र मनाच्या योगी व्यक्तीच्या घरात जन्म घेतो आणि मग एक परिपूर्ण योगी होण्याच्या दिशेनं त्याची वाटचाल सुरू होते.

''करुणानंदना, तू माझं बोलणं नीट ऐक. खरा योगी कोणता? - जो आपलं काम शिस्तबद्ध रीतीनं पार पाडतो, आपल्या जबाबदाऱ्या व्यवस्थित निभावून नेतो; पण तरी त्यांच्यात गुंतून पडत नाही किंवा कर्म करताना मनात फळाची अपेक्षा धरत नाही, तो माणूस सर्वसंगपरित्याग करून रानावनांत जाऊन तपश्चर्या करणाऱ्या साधू-संन्याशांपेक्षा कितीतरी श्रेष्ठ असतो. पूजाअर्चा, यज्ञयाग करणाऱ्यांपेक्षाही तो श्रेष्ठ असतो, कोणाही विद्वान ज्ञानमहर्षींपेक्षा तो श्रेष्ठ असतो.

''त्यामुळे अर्जुना, तू योगी हो. मनात श्रद्धा, भक्ती आणि माझ्यासाठी अपरंपार प्रेम घेऊन. मित्रा, ते धनुष्य उचल. आता कर्म करण्याची वेळ आली आहे.''

मन म्हणजे माकड; इच्छाशक्ती म्हणजे घोडा!

या अध्यायाच्या ३४ व्या श्लोकात अर्जुन अस्वस्थ, चंचल मनाची तुलना वाऱ्याशी करतो. 'मनावर कधीतरी काबू करता येणं शक्य आहे का?' असा त्याच्या मनात विचार येतो. अनेक विद्वत्तापूर्ण ग्रंथांमध्येसुद्धा अशाच प्रकारचा विचार व्यक्त केलेला आहे. बौद्ध आणि चिनी तत्त्ववेत्त्यांनी मन म्हणजे माकड आणि इच्छाशक्ती म्हणजे घोडा! असं अनेकदा म्हटलेलं आहे. याचा अर्थ असा की, माकड जसं सारखं या फांदीवरून त्या फांदीवर उड्या मारत राहतं, ते कधीही शांत बसत नाही; त्याच्या हातात जे फळ असेल, त्यावर त्याचं कधीच समाधान होत नाही. माणसाची इच्छाशक्ती ही दौडत पुढे जाणाऱ्या घोड्यासारखी असते. माणसाला पाहिजे त्या दिशेला धाव घेत सुटते. उधळलेल्या घोड्यावर काबू करणं जितकं कठीण, तेवढंच या इच्छाशक्तीवर काबू करणंसुद्धा कठीण. भगवान कृष्णानं गीतेत जे सांगितलं आहे, त्याच तत्त्वज्ञानाचा भगवान बुद्धानंसुद्धा पुरस्कार केला आहे. या मनाच्या माकडाला आणि इच्छाशक्तीच्या घोड्याला काबूत ठेवणं हाच निर्वाणाकडे किंवा अत्युच्च सुखाकडे जाण्याचा मार्ग आहे.

अर्जुनानं या मनाच्या बाबतीत जो विलाप केला आहे, तो येथे मूळ संस्कृतमध्ये तुमच्यासाठी जसाच्या तसा उद्धृत करत आहे.

चञ्चलं हि मनः कृष्ण प्रमाथि बलवद्दृढम्।
तस्याहं निग्रहं मन्ये वायोरिव सुदुष्करम्॥६-३४॥

कृष्णा, माणसाचं मन खरोखरच चंचल असतं. इतकंच नव्हे तर ते हट्टी आणि दुराग्रही असल्यामुळे ते माणसाला कोणत्याही गोष्टीवर फारसा विचार न करता कृती करायला भाग पाडतं. वाऱ्यावर नियंत्रण करणं जेवढं कठीण, तेवढंच या मनावर नियंत्रण करणंसुद्धा कठीण असतं. (६-३४)

'योग' या शब्दाचा खराखुरा अर्थ काय?

तुम्ही जर नीट लक्ष देऊन पाहिलंत, तर मूळ संस्कृतमध्ये गीतेच्या प्रत्येक अध्यायाच्या शीर्षकात 'योग' हा शब्द आलेला आहे. इतर बऱ्याच लोकांप्रमाणे कदाचित 'योग' म्हटल्यावर तुमची आई घरी शरीराच्या विचित्र हालचाली करून जी काही आसनं आनंदाने रोज करत असते, ते म्हणजेच 'योग' असं तुम्हालाही वाटलं असेल ना? पण तसं नाही. योगासनं करणं म्हणजे योग नव्हे. 'योग' या शब्दाचा खराखुरा अर्थ समजून घ्या.

'योग' म्हणजे नक्की काय? आपण बैलांच्या मानेवर जू ठेवून त्यांना बैलगाडीला जखडून टाकतो किंवा घोड्यांना टांग्याला जुंपतो, हे तुम्ही पाहिलंच असेल. जुन्या भारतीय धर्मग्रंथांमध्ये शरीर आणि मन या दोघांना एकत्र जुंपण्याच्या क्रियेला योग असं म्हटलेलं आहे. आजकालच्या आधुनिक वैद्यकशास्त्रापेक्षा पुरातन भारतीय वैद्यकशास्त्रानं आजारांचा फार वेगळ्या पद्धतीनं विचार केलेला आढळतो. आपल्या शरीराला दुखणं किंवा आजार होतो, तेव्हा फक्त आपल्या शारीरिक क्रियांचंच संतुलन बिघडलेलं असतं, असं नव्हे; तर आपल्या मनाचंही संतुलन त्या वेळी बिघडलेलं असतं (भीती, दुःख, क्रोध) आणि आपल्यामधील चैतन्यालाही विविध भावनांनी ग्रासलेलं असतं (नैराश्य, ताणतणाव, औदासीन्य). शरीर, मन आणि चैतन्य या तिन्हींचा परस्परांवर फार मोठा प्रभाव असतो; त्यामुळेच 'योग' म्हणजे केवळ योगासने करणं नव्हे. त्याचबरोबर योग ही मानसिक आणि आध्यात्मिक पातळीवरसुद्धा करण्याची क्रिया आहे; त्यामुळेच शरीर, मन आणि चैतन्य हे एकमेकांशी सांधलं जातं. या तीन गोष्टींमध्ये समतोल साधला जातो. आरोग्यपूर्ण आणि सुखी आयुष्याची गुरुकिल्ली म्हणजेच हे शरीर, मन आणि चैतन्य यांचं उत्कृष्ट संतुलन होय.

या सर्व प्रकारच्या योगांची माहिती एकत्रित स्वरूपात अत्यंत सूत्रबद्ध रीतीनं ज्या व्यक्तीनं लिहिली, त्या रहस्यमय व्यक्तीचं नाव पतंजली. रहस्यमय हा शब्द अशासाठी वापरला, कारण प्राचीन भारतात पतंजली नावाच्या अनेक व्यक्ती होऊन गेल्या. ती सगळी वेगवेगळी माणसं होती की एकच, हेही सांगता येणं कठीण आहे; पण एक गोष्ट त्यातल्या त्यात खात्रीपूर्वक सांगता येईल. आपण इथे ज्या पतंजलीविषयी बोलत आहोत, ज्यांनी विविध प्रकारच्या योगांची सूत्रबद्ध माहिती लिहून ठेवली आहे, ते पतंजली सुमारे १६०० वर्षांपूर्वी भारतात होऊन गेले. आता ज्याला उत्तरप्रदेश म्हणतात, तेथे त्यांचं वास्तव्य होतं.

या पतंजलींनी जे काम केलं, ते आपण ज्याला अष्टांगयोग किंवा राजयोग

म्हणतो, त्यामागचं मूलभूत काम होतं. आज या अष्टांगयोगाला केवळ भारतातच नव्हे, तर पूर्ण जगातच महत्त्व आलेलं आहे. 'अष्टांग' याचा शब्दशः अर्थ आठ अवयव असा आहे. या अष्टांगांवर जर आपण नियंत्रण ठेवू शकलो, तर आपण याआधी ज्या शारीरिक आणि मानसिक संतुलनाविषयी बोललो, ते आपण साध्य करू शकतो.

मग ही अष्टांगं नक्की कोणती?

१. **यम :** अष्टांगांपैकी यम हे अंग आपल्याला जगात कसं वागावं, याचे धडे देतं. आपण आचार आणि विचार या दोन्हींमध्ये अहिंसावृत्ती दाखवली पाहिजे, विचार आणि वाणी या दोन्हींमध्ये सत्याची कास धरली पाहिजे, जे दुसऱ्याचं असेल त्याची लालसा मनी बाळगू नये, जे आपलं असेल त्याचासुद्धा फार मोह धरू नये (अस्तेय), आपल्या वासनांवर नियंत्रण मिळवावं (ब्रह्मचर्य), कोणत्याही भौतिक गोष्टींची हाव धरू नये आणि भविष्यासाठी आत्तापासून कसलाही संचय करून ठेवू नये (अपरिग्रह).

   (यम – अहिंसा, सत्य, अस्तेय, ब्रह्मचर्य, अपरिग्रह)

२. **नियम :** यामध्ये आपण कोणती शिस्त स्वतःला लावून घ्यावी, हे सांगितले आहे; परंतु ही शिस्त बाहेरच्या जगासाठी नसून ती आपल्या स्वतःसाठीच लावून घ्यायची असते. या नियमानुसार आपण सर्वांत आधी आपलं शरीर शुद्ध राखलं पाहिजे. रोजच्या रोज अंघोळ करणं, स्वच्छ कपडे घालणं, दात घासणं, केस विंचरणं हे फार महत्त्वाचं आहे. त्याचबरोबर मनाची शुचितासुद्धा राखलीच पाहिजे. आपल्याकडे जे आहे, त्यात आपण समाधान मानायला शिकलं पाहिजे. आपण जे काही काम करत असू, ते आनंदानं केलं पाहिजे. दैनंदिन जीवनात नेमस्तपणा ठेवला पाहिजे. रात्री लवकर झोपावं, सकाळी लवकर उठावं, रोज सकाळी उठून बारा ते एकोणीसपर्यंतचे पाढे म्हणावे, संध्याकाळी तासभर एखादा मैदानी खेळ खेळावा, रोज काहीतरी चांगलं वाचावं. (ही सूत्रं जेव्हा लिहिण्यात आली, तेव्हा त्यांचा अर्थ रोज वेदपठण करावे असा होता; पण आजच्या काळात आपण त्याचा अर्थ रोज काहीतरी चांगलं, विचारांना चालना देणारं वाचावं, असाही घेऊ शकतो.) त्या वाचनातून आपल्याला ज्ञान मिळतं आणि सरतेशेवटी देवाचे आणि संपूर्ण विश्वाचे आभार मानायला कधीही विसरू नये.

   (नियम – शौच, संतोष, तपस, स्वाध्याय, ईश्वर प्रणिधान)

३. **आसन :** बऱ्याच लोकांना 'योग' म्हटल्यावर फक्त योगासनं करणं एवढाच मर्यादित अर्थ वाटतो. शरीर, सांधे लवचीक बनून शरीर निरोगी

राखण्यासाठी नियमित योगासने करण्याची आवश्यकता आहे.

४. **प्राणायाम :** आपल्याला काही विशिष्ट भावनांचं वर्णन करायचं असलं की, ते करताना आपण 'श्वास' हा शब्द अनेकदा वापरतो. त्याने सुटकेचा निःश्वास सोडला, तिनं भीतीनं श्वास रोखून धरला, तिचा चेहरा विवर्ण झाला होता, श्वासोच्छ्वास जड झाला होता इत्यादी. आपण जेव्हा शांत असतो, तेव्हा आपली श्वासोच्छ्वासाची क्रिया सावकाश चालू असते आणि आपण दीर्घ श्वास घेतो; पण आपण फार मानसिक ताणाखाली, रागात किंवा घाबरलेले असलो की, आपण जोराजोरात आणि वरवरचा श्वास घेतो. अष्टांगयोगामध्ये ज्या प्राणायामाबद्दल सांगितलं आहे; त्यामुळे आपलं श्वसनाच्या क्रियेवर नियंत्रण होतं, म्हणजेच आपल्या मनोविकारांवर आणि भावनांवर नियंत्रण प्राप्त करण्यामधली ही पहिली पायरी असते. काय, पटतंय ना?

५. **प्रत्याहार :** यामध्ये आपल्याला आपल्या ज्ञानेंद्रियांवर नियंत्रण करण्यास शिकवलं जातं. असं केल्यानं आपण आपल्या स्वतःचा शोध घेऊ शकतो. ज्ञानेंद्रिये आपलं चित्त सतत विचलित करत असतात – उत्तम स्वादिष्ट खाद्यपदार्थांचा घमघमाट, तुमच्या आवडत्या टी.व्ही. मालिकेचं नांदीगीत, तुमच्या म्युझिक सिस्टिमवर पडलेली तुमची नजर या सर्व आकर्षणांपासून दूर राहण्यासाठी आपल्या ज्ञानेंद्रियांवर नियंत्रण मिळवणं हीच खरी यशाची गुरुकिल्ली आहे.

६. **धारणा :** ही गंभीरपणे करण्याची गोष्ट आहे. धारणा याचा अर्थ एका विशिष्ट गोष्टीकडे मन प्रयत्नपूर्वक एकाग्र करणं. यासाठी मनाला प्रशिक्षण द्यावं लागतं. एकदा मन यासाठी तयार झालं की, त्याच्या पुढची पायरी म्हणजे ध्यान.

७. **ध्यान :** यालाच इंग्लिशमध्ये आजकाल 'मेडिटेशन' असा शब्द प्रचलित आहे. यामध्ये आपण सर्वशक्तीनिशी लक्ष केंद्रित करावयाचं असतं. तशा एकाग्र स्थितीचा कालावधी हळूहळू वाढवत न्यायचा असतो. आता तुमच्या मनातील सर्व विचार केवळ त्या एकाच गोष्टीकडे केंद्रित झालेले असतात. तुमचं मनावर प्रचंड नियंत्रण असतं. पुढच्या पायरीमध्ये तर याला अधिकच परिपूर्णता येते.

८. **समाधी :** समाधी-अवस्थेला पोहोचणं याचा अर्थ तुम्ही इतक्या एकतानतेनं त्या गोष्टीकडे लक्ष केंद्रित करता की, अखेर तुम्ही त्या गोष्टीशी एकरूप होऊन जाता. हे जरा समजायला कठीण वाटतं ना? पण असू दे. तुम्ही आता निदान १, २, ३ आणि ४ या पायऱ्यांवर तुमचं लक्ष केंद्रित करा, त्यात प्रावीण्य मिळवा, कारण अनेक लोकांना तेवढं साध्य करायलासुद्धा जन्म घालवावा लागतो.

७

विज्ञानयोग

भगवान कृष्ण असं सांगतात की, ते चराचर सृष्टीत सामावलेले आहेत. याचा अर्थ प्रत्येक सजीव किंवा निर्जीव गोष्टीत ते आहेतच, अगदी प्रत्येक!

अर्जुन निश्चल उभा होता. कुरुक्षेत्राच्या पुण्यभूमीवरील शांततेचा भंग करत दोन्ही सैन्यांमधून कुजबूज वाढू लागली होती. लोकांचे चेहरे गंभीर होते.

दोन्ही सेनांमधील लढवय्या सैनिकांच्या मनात तेच प्रश्न उभे राहिले होते – ज्या रथावर हनुमानाचा ध्वज मोठ्या दिमाखात झळकत वाऱ्यावर फडफडत होता, त्या रथापाशी नक्की काय चाललं होतं? जगातील सर्वोत्कृष्ट धनुर्धारी अर्जुनाला देवांनी भेट दिलेलं गांडीव धनुष्य आता कुठे होतं? अर्जुनाच्या खांद्याला तर ते लटकत नव्हतं. या इतक्या मोठ्या ऐतिहासिक ठरू पाहणाऱ्या महायुद्धाला तोंड फुटण्याच्या काही क्षण आधी रणांगणावर ही कसली चर्चा चालली होती?

परंतु परस्परांसमोर एकमेकांच्या विरोधात उभ्या ठाकलेल्या या सेनांमधील सैनिकांची मनःस्थिती मात्र एकसारखी नव्हती. तीही परस्परविरोधीच होती. पांडवांच्या बाजूचे सेनापती जरा काळजीत पडलेले दिसत होते. त्यांचा महापराक्रमी अर्जुन त्यांची निराशा करणं शक्यच नव्हतं, अशी त्यांना मनोमन खात्री होती; पण तरीही इथे त्यांच्यासमोर रथामध्ये मान खाली घालून हताशपणे बसलेला अर्जुन त्यांना ओळखीचा वाटतच नव्हता. नेहमी ताठ कण्यानं, करारी मुद्रेनं बसणाऱ्या अर्जुनाची ती हताश, निराश प्रतिमा धक्कादायक होती. त्याच्या देहबोलीतून त्यांना पराभवाची छाया दिसत होती. इकडे कौरवांच्या बाजूला मात्र दुर्योधन आणि त्याचा लाडका भाऊ दुःशासन यांच्या चेहऱ्यांवर विजयाचं स्मितहास्य तरळताना दिसत होतं. अर्थात विजयाच्या आनंदाचा जल्लोष इतक्यातच साजरा करण्याची ही वेळ नव्हती. शिवाय आजपर्यंत अर्जुनानं युद्धभूमीकडे कधीच पाठ फिरवलेली नव्हती, हे इतरांप्रमाणेच

त्यांनाही चांगलंच माहीत होतं; पण आता ते दोघे रणांगणावर जिथे उभे होते, तिथून तरी त्यांना असंच दिसत होतं की, अर्जुनानं शस्त्रं हाती धरावं, म्हणून भगवान कृष्ण त्याची समजूत काढत होते; पण अजूनतरी त्यांना त्यात यश आलेलं नव्हतं. कदाचित असं तर नसेल ना की, कौरवांच्या अवाढव्य सैन्याचा दिमाख पाहून अर्जुन गांगरला असेल? त्याला तो मानसिक ताण सहन झाला नसेल? गिधाडांना आपल्या भक्ष्याचा सुगावा लागताच ती जशी त्याच्या आजूबाजूला घिरट्या घालू लागतात, तशीच दुर्योधन आणि दुःशासनाची मानसिक स्थिती झाली. ते जागच्या जागी येरझारा घालत अर्जुनाच्या रोखानं पाहू लागले.

इकडे रथात बसलेल्या अर्जुनाच्या मनात विचारांचं द्वंद्व माजलं होतं. भगवान कृष्ण जे काही सांगत होते, ते त्याला समजत तर होतं; त्याच्या मनाला ते पटतही होतं; पण ज्या ईश्वराची त्यानं जन्मभर आराधना केली होती, तो आपल्यापासून खूप दूरवर कुठेतरी राहतो आणि तो असा सहजासहजी कधी कुणाला भेटत नसतो, त्याचं दर्शन घडण्यासाठी माणसाला घोर तपश्चर्या करावी लागते, अशीच अर्जुनाची धारणा होती आणि इथे त्याचा जिवाभावाचा सखा, त्याचा खेळसवंगडी आणि मामेभाऊ असलेला कृष्ण सांगत होता, 'मी स्वतःच साक्षात ईश्वर आहे!' हे असं कसं काय शक्य होतं?

''एक गोष्ट लक्षात घे, पार्था,'' कृष्ण म्हणाले. ''परिपूर्णता मिळवण्यासाठी खूप कमी माणसं झटतात. माझी आणि माझ्या खऱ्या रूपाची ओळख तर फारच कमी माणसांना होते. बरेच लोक आलेला दिवस ढकलत जगतात, आज्ञेचं पालन करतात, जसं आजवर वागत आले तसंच वागतात, ज्या ज्या गोष्टी करत आले तेवढ्याच करतात. त्याहून कधी काही वेगळं करण्याचा ते प्रयत्नसुद्धा करत नाहीत. वेगळा विचार करत नाहीत. त्यांच्या मनात प्रश्न उपस्थित होत नाहीत. मला जाणून घेण्याचा प्रयत्न करणारे जे काही मूठभर लोक असतात, त्यांच्यातल्या केवळ

एखाद्यालाच खराखुरा मी कसा आहे, याची जाणीव होते; त्यामुळेच तुझ्या मनात ज्या काही शंका उपस्थित झाल्या असतील, त्यांचं निराकरण करण्यासाठी मी तुझ्या मनात एकदाच काय तो ज्ञानाचा प्रकाश टाकणार आहे.''

त्यांचे ते उद्‌गार ऐकताच अर्जुन मनावर आलेलं मळभ झटकून ताठ बसला. तो भगवान कृष्णांच्या चेहऱ्याकडे निरखून पाहू लागला. तो चेहरा एकीकडे नेहमीचा, ओळखीचा दिसत होता; पण त्याचबरोबर त्याला तो चेहरा खूप वेगळाच भासला. तो चेहरा एका वेगळ्याच तेजानं चमकत होता आणि त्याला त्या क्षणी भगवान कृष्णांची ती सावळी मूर्ती नितांतसुंदर भासली. त्यांच्या आवाजानं अर्जुनाला जणूकाही भारून टाकलं. आख्खा दिवस त्यांचं ते मंत्रमुग्ध करणारं बोलणं ऐकत बसावं, असं अर्जुनाला वाटलं.

''पृथ्वी, आप, तेज आणि आकाश मीच आहे,'' भगवान कृष्ण म्हणाले. ''जो वायू तुझ्या अवतीभोवती रुंजी घालत आहे, तोही मीच आहे. तुझ्या मनाची ऊर्जा आणि तुझ्या जाणिवेची खोलीसुद्धा मीच आहे. तुला स्वतःला तू जो काही आहेस असं वाटत आहे, तोसुद्धा खरंतर मीच आहे.

''मीच आदी आहे आणि मीच अंतही आहे. सृष्टीचं अस्तित्वही मीच आहे आणि विघटनही मीच आहे. सर्व सजीव सृष्टीचा जन्मही माझ्यातूनच होतो आणि मृत्यूनंतरही सर्वजण माझ्यातच विलीन होतात.

''पाण्याच्या ठायी असलेलं तत्त्व मीच आहे, कौंतेया आणि मातीचा गंधही मीच आहे. सूर्याचा प्रकाश आणि चंद्राचं चांदणं मी आहे, अग्नीचा दाह मी आहे. या सर्व सृष्टीचं बीज मी आहे आणि प्रत्येक बीजाच्या अंतरी सुप्त असलेला जीवही मीच आहे.

ज्ञानमहर्षींच्या ठायी असलेलं ज्ञान आणि बलाढ्यांच्या अंगी असलेलं बळ मी आहे, भव्यदिव्य गोष्टींमधली भव्यता मी आहे, तुझ्या श्वासात बसलेला तो श्वासही मीच आहे. सर्व वासनांमधून मुक्ती प्राप्त केलेल्या मनुष्याला जे प्राप्त करण्याची इच्छा असते, ते म्हणजे मीच आहे.

''यापेक्षा आणखी उंचीवर तर काहीच नाही, धनंजया. याव्यतिरिक्त आणखी काहीच नाही. ही सर्व जगे, ज्यांत तुम्ही राहता आणि तुम्ही तुमच्या सभोवार पाहता आणि त्या सर्वांच्या मधोमध जे काही आहे, ते सर्व काही माझ्यावर असं स्थिरावलेलं आहे, जसे माळेमध्ये एका धाग्यावर अनेक मोती गुंफण्यात आलेले असतात.''

खरंतर त्याचं वर्गीकरण करता येणारच नाही; तरीपण तो स्वतःचंच विश्लेषण करतो

अर्जुन आपल्या सख्याकडे, म्हणजेच भगवान कृष्णांकडे अनिमिष नेत्रांनी पाहत राहिला. ''माणसाच्या मनःस्थितीत होणारे बदल, त्याचं विचित्र वागणंसुद्धा माझ्यातूनच येतं – त्याच्या अंगचा तेजस्वी भलेपणा आणि त्याचे काळेकुट्ट विचार, त्याची धारदार बुद्धी आणि त्याचं अज्ञान. निसर्गामधले त्रिगुणसुद्धा माझ्यातूनच येतात – राजस (निर्माण), सत्त्व (जतन) आणि तमस (विध्वंस). या मानवी स्वभावप्रकृतीमधली शांती त्याचप्रमाणे माणसाच्या सत्त्व, रज आणि तमोगुणांमधील नाजूक समतोलसुद्धा माझ्यातूनच येतो.

''पण पार्था, हे त्रिगुण जरी माझ्यामधून उगम पावत असले, तरी त्यांतला कोणताच गुण म्हणजे 'मी' स्वतः नव्हे; परंतु या जगात सर्वांना प्रत्येक गोष्टीचं वर्गीकरण करण्याची फार हौस असते; जसं – निर्मिती आणि संहार, उज्ज्वल आणि श्यामल, समतोल आणि असमतोल, चांगलं आणि वाईट, सुंदर आणि कुरूप, सजीव आणि निर्जीव. आणि असं हे वर्गीकरण करताकरता जगाला माझी जाणीवच होत नाही; माझं असं वर्गीकरण करता येत नाही, हे त्यांच्या लक्षात येत नाही. हे जग सावल्यांचा खेळ पाहण्यात इतकं गुंग होऊन जातं की, हा सावल्यांचा खेळ ज्यानं मांडला, त्या उजेडालाच ते विसरतं.

''ही सगळी माया मीच निर्माण करतो – हे मोहमयी मृगजळ, हा सावल्यांचा खेळ, तुमच्या सभोवतीचं हे सतत बदलणारं जग. मायेचा हा पडदा उचलून त्या पलीकडच्या सत्याला सामोरं जाणं काही सोपं नाही; पण जे कुणी स्वतःच्या स्वार्थी इच्छा-आकांक्षा आणि कामनांचा त्याग करून माझ्याकडे वळतील, माझ्यावर पूर्ण विश्वास ठेवतील त्यांना हे शक्य आहे. दुष्ट आणि मूर्ख माणसं या मायाजालालाच सत्य मानतात, त्यामध्ये अधिकाधिक गुंतत जातात, स्वतःला सर्वश्रेष्ठ मानू लागतात, माझ्याकडे पाठ फिरवतात, त्यांच्या आत दडून बसलेल्या सैतानांकडे स्वतःची हृदयं सोपवून टाकतात आणि परिणामी, मलाच हरवून बसतात.''

अर्जुन शहारला. त्याला भगवान कृष्णांचे ते शब्द फारच निर्णायक वाटले.

कृष्ण भगवानांना हरवून बसायचं? ती कल्पनाच किती असह्य होती! त्यानं भगवान कृष्णांचं बोलणं फार लक्षपूर्वक ऐकायला सुरुवात केली.

"इतरही माणसं असतात; त्यांची मनं इच्छा-आकांक्षांनी, मनोकामनांनी भरलेली असतात; ती माणसं मला ओळखत नाहीत; परंतु ती त्यांच्या आकांक्षा व मनोरथांच्या इतर देव-देवतांची आराधना करतात. माझ्याच आज्ञेनुसार त्या देव-देवता या माणसांना जे हवं ते देतात - धन, सत्ता, कीर्ती, यश. असं झालं की, त्या भक्तांची त्या देव-देवतांवरील भक्ती अधिक दृढ होते. असं करण्यात मी एक गोष्ट साध्य करतो. कोणत्याही गोष्टीचा एकलक्षीपणे, एकताननेतेनं, मेहनतीने पाठपुरावा केल्यावर त्याची प्राप्ती होऊ शकते, ही गोष्ट त्या भक्तांच्या मनावर आपोआप बिंबली जाते; पण देवतांकडून भक्तांना प्राप्त होणाऱ्या या सगळ्या गोष्टी कायमस्वरूपी नसतात, त्या क्षणभंगुर असतात. काही काळानंतर त्या गोष्टी त्या देवतांकडे परत जातात.

"आणखी काही माणसांची समज बेताची असते. मग ती माणसं मला एक नाव देतात, आकार देतात, रूप देतात, माझ्या असंख्य मूर्ती बनवतात. रोजरोज त्या मूर्तींचं रूप बदलत राहतं. त्यांना हे समजत नाही की, मी निर्गुण, निराकार आहे. मी कधीच बदलत नाही; परंतु हे सगळे आकार आणि रूपं मी मान्य केली आहेत; – कारण अखेर कोणत्याही प्रकारे माणसानं केलेली भक्ती मला प्रियच आहे.

"इतर कोणत्याही देव-देवतांकडे न वळता केवळ माझ्याकडे येऊन फक्त माझीच भक्ती करणाऱ्यांमध्येसुद्धा चार प्रकारची माणसं असतात – काही केवळ संकटसमयी माझी आराधना करतात; काहींना ज्ञान व बुद्धीच्या प्राप्तीची इच्छा असते, त्यासाठी ते माझ्याकडे येतात; काहींना उत्तम, समतोल आयुष्य घालवायचं असतं, म्हणून ते माझी भक्ती करतात; पण आणखी एका प्रकारचे जे लोक असतात, ते तसे फारच कमी असतात. ते म्हणजे विद्वान, तपस्वी, ऋषी, मुनी, महर्षी! त्यांना माझ्याकडून कसलीच अपेक्षा नसते. माझी भक्ती करण्यातच त्यांना उच्च प्रतीचा, विशुद्ध आनंद प्राप्त होतो. हे सर्व प्रकारचे लोक महानच असतात; परंतु तरीही कौंतेया, ज्यांना मी सर्वांत जवळचा वाटतो, ते हे लोक मलाही सर्वाधिक प्रिय आहेत. ते म्हणजे विद्वान, ऋषी, मुनी आणि तपस्वी."

अर्जुनाला या भक्तीच्या प्रकारांबद्दल फारशी काही माहिती नव्हती; परंतु भगवान कृष्णांच्या सहवासात जीवन व्यतीत करण्याचा आनंद त्याच्या पूर्णपणे परिचयाचा होता. या समोर उभ्या असलेल्या कृष्णसख्याहून त्याला आयुष्यात दुसरं काहीच प्रिय नव्हतं.

"मला सर्वच सजीव माहीत आहेत, अर्जुना. जे होऊन गेले ते, जे आता जगत आहेत ते आणि जे यापुढे जन्माला येतील ते. परंतु ज्यांची मनं वासना आणि क्रोधामुळं पिळवटून निघालेली आहेत, प्रेम आणि तिरस्कारासारख्या भावनांमुळे

ज्यांची नजर धूसर होऊन गेली आहे, त्या कुणालाही मी जाणवत नाही, हे परांतपा!

"जे माझ्याकडे वळतात, जे प्रामाणिकपणे परंतु निःस्वार्थीपणे काम करतात, जे स्वतःमधील 'मी'पणाचा आणि 'तू'पणाचा त्याग करतात – 'मी हे काम केलं (आणि त्याचं फळ मला मिळायला हवं)', 'हे माझ्या मालकीचं आहे (त्यामुळे जर कुणी ते हिसकावून घेऊ पाहील तर मी त्याच्याशी झगडा करेन)', 'ही गोष्ट मला हवी आहे (त्यामुळे ती मी कुठल्याही परिस्थितीत दुसऱ्या कुणालाही मिळू देणार नाही)', 'तुम्ही माझ्याहून वेगळे आहात (त्यामुळे मी तुमच्याकडे कायम संशयानं बघेन)', 'तुम्ही माझ्यापेक्षा खालच्या दर्जाचे आहात (त्यामुळे मी मला स्वतःला जी वागणूक देईन, तशी तुम्हाला निश्चितच देणार नाही)' - अशा कोणत्याही विचारांचा मनाला स्पर्शही होऊ न देता सर्वकाही फक्त माझ्या आणि माझ्यामध्येच पाहतात, त्यांनाच मी समजतो. मी सर्वार्थानं परिपूर्ण असल्याचं सत्य केवळ त्यांनाच उमगतं."

गीतेची शिकवण

१०. एकलक्षीपणाने कोणत्याही ध्येयाचा पाठपुरावा केला, तर त्याचं फळ नक्कीच मिळतं. फक्त त्या ध्येयाची निवड डोळसपणे करा.

तुमच्या अवतीभोवती जरा निरखून पाहा. सगळेच काही चांगले, मोठ्या मनाचे, सद्‌गुणी नसतात. काही लोक तर चांगल्या सरळ मनाचेसुद्धा नसतात; पण तरीही त्यांची भरभराट होताना दिसते – त्यांतले काही श्रीमंत असतात किंवा यशस्वी, ख्यातकीर्त, सत्ताधीश असतात. काहींकडे तर यांतलं सर्वकाही असतं. कधीकधी काही लोकांकडे हे सगळं तर असतंच; शिवाय ते दिसायला देखणे आणि लोकप्रियसुद्धा असतात.

बडेबडे सिनेतारे-तारका, ब्यूटी क्वीन्स, रॉकस्टार्स, खेळाडू इत्यादींचा विचार तर सोडूनच द्या. जरा तुमच्या ओळखीच्या, तुमच्या शाळेतल्या लोकांचा विचार करा. तुमच्या वर्गातला एखादा उत्कृष्ट क्रीडापटू एखाद्या जाड्या वर्गमित्राची चेष्टा करण्याची एकही संधी सोडत नाही. वर्गाचा मॉनिटर नेहमी आपल्या जवळच्या मित्रांचीच कड घेताना दिसतो, शिक्षकांचा लाडका असलेला विद्यार्थी त्या शिक्षकांची पाठ वळताच त्यांची टिंगलटवाळी करताना दिसतो किंवा वर्गात नेहमी पहिला क्रमांक पटकावणाऱ्या तुमच्या मैत्रिणीकडे तुम्ही जर एखादं गणित सोडवण्यासाठी मदत मागायला गेलात, तर ती खूप व्यग्र असल्याचा आव आणते आणि मदत करायचं नाकारते आणि हे सगळे इतरांशी असं वागणारे तुमचे मित्र-मैत्रिणी शाळेत अगदी मजेत असतात. त्यांचं काहीसुद्धा बिघडत नाही. ते पाहून मनात असा विचार येऊ शकतो की बघा, नशीबसुद्धा किती भेदभाव करतं! मग या अशा लोकांचं यश पाहून तुम्हालासुद्धा राग येतो ना? तसा येणं अगदी स्वाभाविक आहे.

पण खरं सांगायचं, तर मुळात हा दृष्टिकोनच पूर्णपणे चुकीचा आहे. यश - म्हणजे आपल्या समाजात ज्याला यश मानण्यात येतं अशा काही गोष्टी - हे काही तुम्ही स्वभावानं चांगले आहात की वाईट, यावर कधीच अवलंबून नसतं. तुम्ही मनात जे ध्येय ठरवलं आहे, त्या दिशेनं तुम्ही किती एकतानतेनं, एकाग्रतेनं प्रयत्न करता यावर ते ठरतं. जरा नीट निरीक्षण करून बघा. जलतरणात पारंगत असलेला तुमचा मित्र रोज कित्येक तास पोहण्याचा सराव करत असतो. मग ऊन असो की पाऊस, त्याचे स्नायू जरी वेदनेनं आक्रोश करत असले, तरी तो काही आपला सराव थांबवत नाही. तुमची मैत्रीण नृत्याची सर्व पारितोषिकं पटकावते, ती अनेकदा नृत्याचा सराव करण्यासाठी कितीतरी बर्थडे पार्ट्यांना गैरहजर राहते. एखादा विद्यार्थी शिक्षकांचा लाडका का असतो? कारण तो नियमित अभ्यास करतो, गृहपाठ वेळेत

पूर्ण करतो, वह्या नीटनेटक्या ठेवतो आणि शिक्षकांच्या समोर नेहमीच अदबीनं वागतो. वर्गात नेहमी अभ्यास व तयारी करून येतो.

गीतेमध्ये भगवान कृष्ण असं सांगतात की, जे लोक आपल्या मनोकामना पूर्ण व्हाव्यात यासाठी इतर देव-देवतांची आराधना करतात, त्यांनासुद्धा त्यांचं इच्छित फळ मिळतं. (उदाहरणार्थ खेळ, संगीत, कला किंवा इतर विषयांमध्ये प्रावीण्य मिळवण्यासाठी ज्या देवतेची त्यांना आराधना करावी लागते, ती देवता त्यांच्याकडून सातत्यानं सराव आणि त्यागाची अपेक्षा करते.) तुम्हाला खूप लोकप्रिय व्हायचं असेल, तर त्यासाठी ज्या देवतेची आराधना करावी लागते, ती देवता तुम्हाला सर्वांशी खूप चांगलं वागायला सांगते. तुमचा परीक्षेचा निकाल अगदी खूप वाईट लागला असला आणि तुम्हाला सगळ्या जगाशी जरी चिडचिड करावीशी वाटत असली, तरी तसं करून चालत नाही. भगवान कृष्ण असं म्हणतात की, अशा प्रकारे एकलक्षीपणे आपल्या ध्येयाचा पाठपुरावा करत इष्ट देवतांची आराधना करणाऱ्या भक्तांना ते त्या भक्तीचं फळ अवश्य देतात; कारण त्यामुळेच त्या भक्तांचा देवावरचा विश्वास दृढ होतो. थोडक्यात सांगायचं तर अशा प्रकारे भगवान कृष्ण जगात सर्वांनाच एक संदेश देत असतात की, जर तुम्ही एकाग्रचित्तानं आपल्या ध्येयाचा पाठपुरावा केलात, त्यासाठी लागेल ते परिश्रम केलेत, तर त्याचं फळ तुम्हाला नक्कीच मिळतं.

त्यानंतर भगवान कृष्ण पुढे असंही म्हणतात की, या देव-देवता भक्तांच्या मनोकामना पूर्ण करतात, त्यांना त्यांच्या भक्तीची फळं देतात; पण ते खरंतर फिरता करंडक प्राप्त करण्यासारखंच असतं. काही दिवसांनंतर ती सर्व सुखं तुम्हाला दुसऱ्या कुणाकडेतरी सोपवावी लागतात. कदाचित पुढच्या वर्षी एक नवा जलतरणपटू पारितोषिक पटकावून जातो. कदाचित तुमच्याहून लहान, स्मार्ट, हुशार मुलगा शाळेत तुमच्यापेक्षा लोकप्रिय होतो. एखाद्या वेळी शिक्षकांचं आवडतं बनण्यासाठी त्यांच्याकडे इतर विद्यार्थ्यांच्या चहाड्या करणाऱ्या तुमच्या मैत्रिणीचं बिंग उघडकीला येतं आणि ती शिक्षकांच्या आणि सर्वच विद्यार्थ्यांच्या नजरेतून एकदम उतरते. थोडक्यात काय, अशा प्रकारे इच्छित फलप्राप्तीचा हेतू मनात धरून, जेव्हा आपण या देव-देवतांची आराधना करतो, तेव्हा त्या योगे मिळालेली सुखं ही क्षणभंगुर असतात.

एखाद्या जलतरणपटूला जर पोहण्याचा सराव करण्याच्या क्रियेतून आनंद मिळवायचा असेल, त्याला स्वतःच्या जलतरण कौशल्यात परिपूर्णता मिळवायची असेल आणि केवळ तेवढ्याच उद्देशानं तो सराव करत असेल, तर गोष्ट वेगळी; पण तो जर स्पर्धेत चषक किंवा प्रथम क्रमांक पटकावण्याचं उद्दिष्ट मनात धरून ही मेहनत करत असेल, तर मात्र तो चषक स्वतःऐवजी दुसऱ्या कुणाकडे गेल्याचं

पाहताच तो मनानं पूर्णपणे खचून जाईल. एखादी मुलगी खरोखरच गोड आणि चांगल्या स्वभावाची असल्यामुळे ती लोकप्रिय झाली आहे की ती केवळ लोकप्रियता प्राप्त करण्यासाठी सर्वांशी आवर्जून चांगलं वागत आहे, या दोन वेगवेगळ्या गोष्टी आहेत. ती जर लोकप्रियता मिळवण्याचं उद्दिष्ट डोळ्यांसमोर ठेवून चांगलं वागत असेल, तर दुसरी कुणी तिच्याहून अधिक लोकप्रिय झालेली मुलगी पाहणं तिला सहन होणार नाही. ती निराशेच्या गर्तेत जाईल. शिक्षकांची लाडकी असलेली मुलगी उत्तम विद्यार्थिनीचं कर्तव्य म्हणून इतरांच्या गैरवर्तणुकीचा अहवाल जर त्या शिक्षकांना देत असेल, तर गोष्ट वेगळी; पण आपण शिक्षकांचं लाडकं व्हावं या उद्देशानं ती इतरांच्या चहाड्या त्यांच्यापाशी करत असेल, तर कधी ना कधी तिचं हे बिंग फुटलं, तर तिचीच नाचक्की होईल आणि असं काही होणं कुणालाच आवडणार नाही.

म्हणूनच खरं काय करायला हवं, तर खूप कठोर परिश्रम करायला हवेत, त्यासाठी जो काही त्याग करावा लागेल तो करायला हवा; पण हे सर्व करत असताना 'फिरत्या चषका'कडे म्हणजेच आपल्या आयुष्यातील क्षणिक, नाशवंत सुखांकडे नजर ठेवून नव्हे. आपण एखादं उदात्त ध्येय मनासमोर ठेवून त्यासाठी एकलक्षीपणे, अविरत, निरलसपणे मेहनत केल्यावर हे विश्व, ही सृष्टी त्याचं फळ आपल्याला निश्चितपणे देणारच आहे, हे जर माणसाला माहीत झालं, तर तो आपलं ध्येयसुद्धा डोळसपणे, खूप विचार करून निवडेल. त्यानं तसं निवडायला हवं. तुम्हीसुद्धा तुमचं ध्येय असं निवडा, जे साध्य करण्यासाठी तुम्ही इतर कुणाला दुखावणार नाही, दुसऱ्या कुणाचं नुकसान करणार नाही. एक गोष्ट मनापासून करा. कोणताही स्वार्थी हेतू बाळगून कोणतंही काम करू नका किंवा दुसऱ्या व्यक्तीला काही दाखवून द्यायचं, या उद्देशानं कधीच काहीही कृती करू नका. तुम्हाला एखादी गोष्ट करणं योग्य आहे, हे पटलं की, मगच ती करा.

आणि तुम्ही अशा प्रकारचे प्रयत्न करण्यास सुरुवात केल्यावर त्याची फळंसुद्धा तुम्हाला लगेच दिसू लागतील. कारण त्यामुळे तुम्हाला आत्मविश्वास, आंतरिक स्वरूपाचा आनंद, मनःशांती हे सर्व मिळेल आणि ही फळं चिरस्थायी टिकणारी, म्हणूनच बहुमूल्य आहेत, कारण ही फळं तुमच्याकडून कुणीही, कधीही हिरावून घेऊ शकणारच नाही.

जसं एकातलं सहा आणि दुसऱ्यातलं अर्धा डझन

आपल्याला सगळ्या गोष्टींचं कायम वर्गीकरण करण्याची फार हौस असते; मग त्या गोष्टी असोत नाहीतर माणसं. त्यांना विशिष्ट चौकटीमध्ये बसवायचं, दोन माणसं अगदी एकमेकांसारखी का आहेत किंवा एकमेकांपेक्षा भिन्न का आहेत, याची कारणं शोधत बसायचं. लोकांच्या त्वचेच्या रंगावरूनसुद्धा आपण त्यांचं वर्गीकरण करतो; ते कोणत्या देशाचे नागरिक आहेत, ते कोणतं अन्न खातात, ते किती पैसे कमावतात, ते कोणत्या ईश्वराची भक्ती करतात या साऱ्यांवरून आपण त्यांचे गट ठरवून टाकतो.

आपण हे असं सगळं करतो, कारण त्यामुळे आपल्याला सर्व गोष्टींवर आपलंच नियंत्रण असल्याचं समाधान मिळतं. मग यांपैकी आपण कुठल्या गटात मोडतो, हेही आपणच ठरवतो. यामुळे आपल्याला या पूर्ण जगाची दोन गटांत विभागणी करता येते. आपल्याचसारखे असलेले लोक आणि आपल्यासारखे नसलेले लोक. जे आपल्यासारखे असतात, त्यांना आपण सहज समजू शकतो; त्यांच्या बरोबर वावरताना आपल्याला अवघडल्यासारखं वाटत नाही; पण जे लोक आपल्यासारखे नसतात, त्यांच्या सहवासात आपल्याला नकोसं वाटतं, त्यांचं वागणं आपण नीट समजू शकत नाही. यामुळेच तर जगात इतकी तेढ, हेवेदावे, मत्सर, दुस्वास आढळतो. देशादेशांमध्ये युद्धे होतात. जे एका प्रकारच्या ईश्वराची भक्ती करतात, ते दुसऱ्या प्रकारच्या ईश्वराची भक्ती करणाऱ्यांचा दुस्वास करतात.

खरं म्हटलं, तर हे सगळंच हास्यास्पद आहे, कारण गीतेत जे म्हटलंय, खुद्द देवानं जे सांगितलंय आणि हो, देव तर एक आणि एकच आहे. त्याला 'तो' म्हणायचं की 'ती' म्हणायचं की 'ते' म्हणायचं हा मुद्दा गौण आहे – पण आपण देवाची प्रार्थना कुठल्या प्रकारे करू, यानं त्याला काहीच फरक पडत नाही. आपण आपल्या अंतःपटलावर देवाचं नक्की कसं कल्पनाचित्र उभं करतो, त्याला कोणत्या रूपात पाहणं पसंत करतो, त्याला कोणत्या नावानं हाका मारतो, अल्ला म्हणतो, ईश्वर म्हणतो की वाहे गुरू म्हणतो की येशू म्हणतो, यानं काहीच फरक पडत नाही. फक्त भक्ताचं हृदय पवित्र असायला हवं, त्याची श्रद्धा अढळ हवी. तसं असलं की, देव त्या भक्ताच्या भक्तीचा अगदी प्रेमानं स्वीकार करतो आणि त्याला अनेक शुभाशीर्वाद देतो.

गीतेमध्ये या संस्कृत श्लोकामधून भगवान कृष्णांनी अर्जुनाला हेच अंतिम सत्य सांगितलेलं आहे. तो श्लोक इथे तुमच्यासाठी देत आहे.

यो यो यां यां तनुं भक्तः श्रद्धयार्चितुमिच्छति।
तस्य तस्याचलां श्रद्धां तामेव विदधाम्यहम्॥७-२१॥

भक्ताला माझी भक्ती कशाही स्वरूपात करायची असो; मी ती भक्ती आणि श्रद्धा अढळ करतो. (७-२१)

८

अक्षरब्रह्मयोग

भगवान कृष्ण स्वतःचा ठावठिकाणा सांगतात आणि त्यांच्यापर्यंत पोहोचण्याचा मार्गही सांगतात

‘‘थांबा, थांबा, थांबा कृष्णदेवा.’’ अर्जुन मान वर करून म्हणाला. त्याचे डोळे चमकत होते. ‘‘तुम्ही म्हणता आहात की, तुम्हीच ब्रह्म आहात; पण मुळात ब्रह्म म्हणजे तरी काय? तुम्ही असं म्हणता की, माझ्या अंतर्यामी असणाऱ्या ‘मी’पणाचं अज्ञान मी दूर करायला हवं; पण मग जर ‘मी’ हा ‘मी’च नसेन, तर मग मी आहे कोण? तुमच्या म्हणण्याप्रमाणे माझ्या हातून घडत असलेल्या कृतीचा कर्ता-करविता मीच आहे असं मानणं, हा मूर्खपणा आहे; पण मग त्या कृतीचा कर्ता जर मी नसेन, तर मग दुसरा कोण आहे? पुरुषोत्तमा, हेच सर्व अधिक तपशीलवार समजावून सांगता का?’’

त्यावर भगवान कृष्णांनी मंद स्मित केलं. ‘‘मी समजावून सांगण्याचा प्रयत्न जरूर करीन, अर्जुना; पण ती गोष्ट समजायला इतकी सोपी नाही, कारण आजवर तू अशा पद्धतीनं जगाचा विचार केलेलाच नाहीस.’’ भगवान कृष्ण एवढं बोलून जरा वेळ विचारमग्न अवस्थेत थांबले. ‘‘अर्जुना, तू ब्रह्माचा विचार ‘तेज’ असा कर. ते निराकार असतं, अदृश्य असतं, त्याला कुणी स्पर्श करू शकत नाही; पण तरीही ते असतं, तुझ्या सभोवार असतं आणि तुझ्यामध्येही असतं. जेव्हा तेज असतं, तेव्हा जग अस्तित्वात येतं आणि जेव्हा तेज नसतं, तेव्हा जग नाहीसं होतं. माझ्या बाबतीतही हे असंच आहे. मी जर नसतो, तर मग काहीच नसतं – तूही नसतास, जगही नसतं; काही, काहीच नसतं.’’

अर्जुनाच्या चेहऱ्यावर अजूनही संशय दिसत होता.

‘‘पार्था, तुला असं वाटतं की, तुझ्याकडून घडून येणाऱ्या सर्व कृतींचा कर्ता तूच आहेस. उदाहरणार्थ- तुला असं वाटत असेल की, हे जग ‘तू’ बघत आहेस;

पण जर प्रकाशच नसता, तर तू हे जग तरी बघू शकला असतास का? म्हणजेच प्रकाशाशिवाय, तेजाशिवाय, अर्थात माझ्याशिवाय हे जगच अस्तित्वात नसेल. मग तू बघणार काय? पण लोक हेच विसरतात की, मुळात मी आहे म्हणून तर त्यांचं अस्तित्व आहे; पण ते असं मानतात की, त्यांना त्यांचं स्वतंत्र अस्तित्व आहे; ते कार्य करतात, ते त्यांचं आयुष्य एका विशिष्ट पद्धतीनं जगतात आणि हे सर्व काही घडतं, ते त्यांच्या स्वतःच्या कृतीमुळेच! यालाच तर मी 'अहं'चे अज्ञान असं म्हणतो.''

हनुमानाचा ध्वज रथावर फडकत होता. रथाला जुंपलेले घोडे एकदा अस्वस्थपणे खिंकाळले. रथारूढ व्यक्तींची मनःस्थितीसुद्धा तेवढीच अस्वस्थ होती. सैनिकांनी आपल्या तलवारी, भाले, धनुष्य, बाण इत्यादी आयुधं सावरली. त्यांचा खणखणाट झाला. हा उशीर कशासाठी होत होता, ते त्यांना समजत नव्हतं. लढण्यासाठी त्यांचे बाहू स्फुरण पावत होते.

अर्जुनाच्या पाठीचा कणा ताठरला. त्याच्या अंगावर काटा आला. भगवान कृष्णांच्या बोलण्यात तो इतका गुंग होऊन गेला होता की, आपण आत्ता कुठे आहोत, याचं भानच त्याला नव्हतं; पण अचानक तो भानावर आला. घाला घालण्यासाठी रणभूमीवर टपून बसलेल्या मृत्यूचा त्याला वास आला.

तो आपल्या मित्राकडे, कृष्णसख्याकडे वळला. त्याच्या मनात केव्हापासून जळत असलेला प्रश्न त्याने विचारला.

''जेव्हा माणसाची अंतिम घडी जवळ येते, हे जग सोडून जाण्याची वेळ येते, तेव्हा मृत्यूनंतर त्याचा आत्मा तुमच्यातच विलीन होईल आणि दुसरीकडे कुठे भरकटणार नाही, याची काय शाश्वती? माणसानं त्याचा आत्मा तुमच्यात विलीन व्हावा, म्हणून काय करावं?''

“मृत्युसमयी माणसानं फक्त माझा विचार करावा,” भगवान कृष्ण म्हणाले. “तेवढं पुरेसं आहे. त्यानं तेवढं जरी केलं, तरी तो थेट माझ्याकडे येईल, यात काहीच शंका नाही. हे बघ पार्था, त्या अंतिम घटिकेला मन ज्या गोष्टीच्या विचारात गुंग असेल, त्या गोष्टीकडेच आत्मा खेचला जातो. माणूस जर त्या वेळी ऐहिक गोष्टींचा विचार करत असेल, तर त्याचा आत्मा पुनर्जन्म घेऊन पुन्हा याच जगात येतो; पण जर त्यानं आपलं मन पूर्णपणे माझ्यावर केंद्रित केलं, एकतानतेनं माझी आराधना केली, तर तो सरळ माझ्याकडेच येतो. मग पुन्हा तो या ऐहिक गोष्टींमध्ये, या जगाच्या चक्रात गुंतून पडत नाही.”

“परंतु मृत्यू समीप आलेला असताना मनात तुमचाच विचार यावा, दुसरा कुठलाच विचार येऊ नये, यासाठी त्यानं काय करायचं?” अर्जुनानं काळजीनं विचारलं. “आपली अंतिम घडी नक्की केव्हा येणार आहे, हे तर कुणालाच ठाऊक नसतं.”

भगवान कृष्णांनी स्मितहास्य केलं. “कौंतेया, अरे म्हणून तर मी तुला सांगतोय ना, तू माझं अखंड स्मरण करत राहा. सतत माझं ध्यान कर. अंधार नाहीसा करून प्रकाश पसरवणाऱ्या सर्वसाक्षी, सर्वज्ञ अशा तेजाचं ध्यान कर. तुझ्या सर्व ज्ञानेंद्रियांची कवाडं बंद कर. मनात उसळी मारणाऱ्या विचारांना शांत कर आणि सदासर्वदा फक्त माझ्यावर लक्ष केंद्रित कर.

“पार्था, अरे इतका चिंताग्रस्त नको होऊ. अरे, ज्या माणसाच्या मनात आयुष्यभर सदासर्वकाळ मी आहे, जो माझी भक्ती करतो, ज्याला माझ्या सहवासात आनंद मिळतो; जो आपली प्रत्येक कृती मला अर्पण करतो, त्याच्यासाठी अंतिम समयी माझा विचार मनात आणणं मुळीच अवघड नाही. किती झालं तरी जो आयुष्यभर सतत माझा विचार करत आलेला आहे. त्याला दैनंदिन कामकाज करताकरता एकीकडे माझं स्मरण करण्याची सवय झालेलीच असते.”

ते ऐकून अर्जुनानं मान डोलवली. नाहीतरी आता जे गांडीव धनुष्य निश्चलपणे त्याच्या पायाशी पडून होतं, त्याचा उपयोग करण्यात म्हणजेच धनुर्विद्येत त्यानं असं एकतानतेनं सराव करूनच तर प्रावीण्य मिळवलं होतं ना?

“अर्जुना, जन्म-मृत्यूच्या चक्रातून या पृथ्वीतलावरील कुणाचीच सुटका होत नाही. जसा पृथ्वीवर दिवस असतो, रात्र असते, तसेच विश्वामध्येही दिवस आणि रात्र असतात. विश्वाचा एक दिवस हजार युगांचा असतो आणि तशीच एक रात्रसुद्धा हजार युगांची असते. असा विश्वाचा दिवस जसा उगवतो ना, तसं प्रकाशात सगळं काही झोपी गेलेलं जागं होतं, जिवंत होतं. जशी रात्र होते, तसं सगळं काही विरघळून, वितळून जातं. परत सर्वत्र अंधकार पसरतो. याला दुसरा काही पर्यायच नसतो.

“परंतु या सतत बदलत असलेल्या विश्वाच्या, जन्म-मरणाच्या सततच्या चक्रात अडकलेल्या गोष्टींच्या पलीकडे काहीतरी असतं; जे कधी निर्माणही होत नाही आणि कधी नाशही पावत नाही; जे कधीही बदलत नाही, जे नेहमी जसं आहे तसंच स्थिर राहतं. ते म्हणजेच ब्रह्म पार्था, आणि त्या ब्रह्मामध्येच मी राहतो.

“जो माणूस त्याच्या अंतिम क्षणी माझा विचार करत असतो, त्याचा आत्मा त्याचा देह सोडून गेल्यावर या ब्रह्मतत्त्वातच विलीन होतो. त्यानंतर त्या योग्याला पुन्हा पृथ्वीतलावरील जन्म-मृत्यूच्या चक्रात अडकण्याची वेळ येत नाही. त्याला मुक्ती मिळते. त्याचा पुनर्जन्म न होता त्याला मोक्षप्राप्ती होते. भारतातील सर्वोत्तम असलेल्या अर्जुना, एक लक्षात घे, असा माणूस कायमचा मुक्त होतो.”

गीतेचे पडसाद

गीतेमध्ये भगवान कृष्ण अर्जुनाला असा उपदेश करतात– ''हे अर्जुना, तुझ्या हातून जी काही कृत्यं घडतील, त्यांना तू स्वतः जबाबदार आहेस किंवा त्या कृत्यांचा कर्ता तू आहेस, असा विचार करणं सोडून दे.'' थोडक्यात काय, तर पृथ्वीवरील सर्व मर्त्य मानवांप्रमाणेच अर्जुनसुद्धा येथे युगानुयुगे चालत आलेल्या या महानाट्यात त्याच्या स्वतःच्या वाट्याला आलेली भूमिका निभावतो आहे, इतकंच! भगवान कृष्णांनी केवळ त्या महानाट्याची निर्मिती केली; पण त्यांच्या या कृत्याचे पुढे आणखी कितीतरी पडसाद उमटत राहिले. एका कृतीनंतर त्यावर पुढे आणखी दुसरी कृती, आणखी कृती अशा प्रकारे ही शृंखला चालू राहिली. असं होताहोता पुढे केव्हातरी या रंगभूमीवर अर्जुनाचा प्रवेश झाला.

आणि म्हणूनच अर्जुनानं त्याच्या स्वतःच्या हातून घडणाऱ्या कृत्याशी त्याचा स्वतःचा थेट संबंध जोडणं वेडेपणाचं आहे, असं भगवान कृष्ण म्हणतात. त्याचं कारण असं की, अर्जुनाच्या वाट्याला ही जी भूमिका आलेली आहे, ती कित्येक वर्षांपूर्वी सुरू झालेल्या महानाट्याचाच एक भाग असून त्याचे संवाद, अर्जुन ज्यात सहभागी आहे तो घटनाक्रम, हे सगळं युगानुयुगांपूर्वी लिहिण्यात आलेलं आहे. अर्जुनाच्या हातून जी काही कृत्यं घडतात, तीसुद्धा त्याच्या आजूबाजूच्या इतर व्यक्तींच्या हातून घडणाऱ्या अनेक कृत्यांचा परिणाम म्हणून घडत असतात. थोडक्यात काय, त्यावर अर्जुनाचं काहीही नियंत्रण नाही. भगवान कृष्ण फक्त एवढंच सांगतात की, अर्जुनाच्या वाट्याला जी भूमिका आहे, ती त्यानं अत्यंत प्रामाणिकपणे आणि मेहनतीनं जास्तीतजास्त चांगल्या प्रकारे पार पाडायची आहे.

विल्यम शेक्सपिअर या इंग्लिश नाटककाराचंसुद्धा या बाबतीत भगवान कृष्णांसारखंच मत होतं. त्यानं तर असं म्हटलेलंच आहे की, आपल्या आयुष्याच्या नाटकाच्या लिखित संहितेवर आपलं कुणाचंच नियंत्रण नसतं. शेक्सपिअर याच्या ''ॲज यू लाइक इट'' या सुप्रसिद्ध नाटकातील एक गद्य उतारा मुद्दाम येथे उद्धृत करत आहे–

संपूर्ण जग हा एक रंगमंच आहे आणि येथील सर्व स्त्री-पुरुष हे केवळ त्यावरील कलाकार. त्यांच्यापैकी प्रत्येकाचा स्वतःचा या मंचावर प्रवेश आहे आणि मंचावरून निर्गमन आहे आणि एक मनुष्य त्याच्या जीवनकाळात अनेक भूमिका पार पाडत असतो. त्या भूमिका सात नाटकांमध्ये विभागलेल्या असतात. सर्वांत प्रथम तो शिशू असतो, तो दाईच्या हातात आला की, रडू लागतो आणि उलट्या करतो. त्यानंतर उजळ चेहऱ्याने सकाळी लवकर उठून, पाठीवर दप्तराचं ओझं लादून,

काहीशा नाराजीने कुरकुरत, गोगलगाईच्या गतीने शाळेत जाणारा तो एक बाळ असतो. त्यानंतर तो एक प्रेमी असतो. प्रेमिकेने भृकुटी ताणताच खास तिच्यासाठी लिहिलेल्या प्रेमगीताची तो पेटलेल्या भट्टीच्या भात्यासारखे निःश्वास टाकत आळवणी करू लागतो. त्यानंतर तो एक सैनिक असतो. त्याने कसल्याकसल्या आणाभाका घेतलेल्या असतात आणि एखाद्या बिबट्यासारखी दाढी राखलेली असते. आत्मसन्मानाची रक्षा करण्यासाठी तो सतत सावध असतो. अचानक झालेला हल्ला परतवून लावण्यासाठी तो नेहमीच दक्ष असतो. तोफेच्या तोंडी दिल्यावरसुद्धा त्या क्षणभंगुर प्रतिष्ठेच्या तो शोधात असतो. तो न्यायासाठी लढतो. त्यानंतर तो करारी मुद्रेचा, व्यवस्थित दाढी राखलेला आणि खाऊनपिऊन सुखी असा भल्यामोठ्या उदराचा न्यायाधीश होतो. तो बोलण्यात चतुर आणि बहुश्रुत असतो आणि आपली ही भूमिकाही तो व्यवस्थित पार पाडतो. सहाव्या अवस्थेत त्याच्या नाकावर चष्मा येतो आणि अंगात अघळपघळ विजार. त्याच्या पायांत वहाणा असतात आणि हातात लटकणारी पिशवी. त्याच्या तरुणपणीची ती विजार त्याच्या त्या आताच्या कृश शरीरावर जरा जास्तच ढगळ दिसते आणि एकेकाळचा तो मर्दानी आवाज आता थोडा कर्कश आणि लहान मुलासारखा ऐकू येतो. बोलत असताना त्यासोबत एक शिट्टीसुद्धा ऐकू येते. आता शेवटचं दृश्य. एका विचित्र नाट्यपूर्ण इतिहासाची समाप्ती. हे त्याचं दुसरं बालपण. दात, नजर, चव आणि इतर अनेक अनुभवांना मुकलेला तो आता विस्मृतीच्या गर्तेत जाऊन पोहोचतो.

हनुमान नावाचे वानर

भारतातील आणखी एक सर्वाधिक खपाचं लोकप्रिय पुस्तक म्हणजे रामायण. या रामायणाच्या कथेतील रामभक्त हनुमान कसा कोण जाणे; पण आपल्या या महाभारतातही अवतीर्ण झालेला आहे. आपला नायक अर्जुनाच्या रथाच्या ध्वजावरील चिन्हामध्ये तो चक्क विराजमान झालेला आहे. थोडक्यात, या महायुद्धात अर्जुनाबरोबरच तोही एक प्रकारे सहभागी होणार आहे. खरंतर रामायणाची कथा ही पूर्णपणे वेगळ्याच कालखंडात घडलेली आहे, असं मानण्यात येतं. मग हे घडलं तरी कसं? आणि मुख्य म्हणजे हनुमान अर्जुनाच्या रथावरील ध्वजामध्ये कसा काय जाऊन बसला?

त्याबद्दल अशी एक कथा आहे– अर्जुन एका यात्रेला निघाला होता. तो प्रवास करत समुद्रकिनारी असलेल्या रामेश्वरम् नावाच्या गावी जाऊन पोहोचला. (हे गाव सध्याच्या तामिळनाडू राज्यात आहे.) तो समुद्राकाठी फिरत असताना त्याला कुणीतरी एका सेतूचे पुरातन अवशेष दाखवले. रावणाने जेव्हा सीतेचे अपहरण करून तिला लंकेमध्ये बंदिवान करून ठेवले, तेव्हा रामभक्त हनुमानानं आपल्या वानरसेनेच्या मदतीने लंकेपर्यंत पोहोचण्यासाठी हा सेतू बांधला. ही कथा ऐकून अर्जुनाच्या मनात एक प्रश्न निर्माण झाला. प्रभू रामचंद्र स्वतः एक उत्कृष्ट धनुर्धारी होते. मग त्यांना तो सेतू बांधण्यासाठी वानरसेनेची गरज का पडली? ते स्वतःच बाणांचा सेतू बांधू शकले असते!

अर्जुनाच्या पाठोपाठ त्या समुद्रकिनारी एक छोटंसं माकडसुद्धा चालत येत होतं. अर्जुनाच्या तोंडचा हा प्रश्न ऐकून ते मिस्कीलपणे हसलं. ते अर्जुनाला म्हणालं, "हे महानायका, तुझा हा प्रश्न किती मूर्खपणाचा आहे. पूर्वीच्या काळचे वानर हेसुद्धा बलशाली असे नायक होते. सुग्रीव, नल, नील, अंगद आणि हनुमान यांच्याविषयी तुला काहीच माहिती नाही का? बाणांनी तयार केलेल्या सेतूवरून यांतला एकही पलीकडे जाऊ शकला नसता. तो सेतू क्षणार्धात मोडकळीला आला असता. इतकंच काय, बाणांच्या सेतूला माझं वजन तरी पेलता येईल की नाही हीसुद्धा शंकाच आहे!"

अर्जुनाला त्या माकडाचं हे बोलणं जरा झोंबलं. तो म्हणाला, "अरे माकडा, आपण आता या क्षणीच या गोष्टीची परीक्षा घेऊ शकतो." एवढं बोलून त्यानं आपल्या धनुष्याला प्रत्यंचा लावत एकामागोमाग एक असे असंख्य बाण सोडून बघताबघता त्या ठिकाणी एक सेतू बनवला.

माकडाने ताबडतोब त्या सेतूवर उडी घेतली आणि त्याच्या भक्कमपणाची

परीक्षा घेण्यासाठी चालण्यास सुरुवात केली. जेमतेम दहा पावले चालून होतात न होतात, तोच तो सेतू कोसळला.

''मी आणखी एकदा प्रयत्न करतो,'' अर्जुन म्हणाला. ''आता या खेपेला जर का मला अपयश आलं, तर मी स्वतःला अग्नीमध्ये झोकून देईन.'' त्यानं हात जोडून मनोमन प्रार्थना केली आणि पुन्हा एकदा नव्यानं एक भक्कम सेतू बनवला. यांतील बाण अगदी जवळजवळ जोडून ठेवलेले होते; पण त्या माकडाने त्यावरून चालण्यास सुरुवात करताच तो सेतू पुन्हा कोसळला.

अर्जुनाची मान शरमेनं खाली झाली. त्यानं तिथल्या तिथे जाळ पेटवून त्यात उडी घेण्याची तयारी सुरू केली. तेवढ्यात तिकडून एक तरुण चालत येत होता. त्यानं थांबून हा सगळा काय प्रकार आहे याची अर्जुनाकडे चौकशी केली. अर्जुनाने त्याला घडलेलं सर्वकाही सांगितलं.

त्यावर तो तरुण म्हणाला, ''पण हे सर्व काही घडलं, ते पंचांच्या साक्षीनं घडलं की नाही? की येथे फक्त तुम्ही दोघंच होता?''

अर्जुनानं मान हलवून नकार दिला. घडल्या प्रकारावर निर्णय द्यायला कुणीच पंच उपस्थित नव्हता.

मग तो तरुण म्हणाला, ''जर ही घटना पंचांच्या साक्षीनं घडलेली नसेल, तर मग त्याला काहीच अर्थ नाही. त्यापेक्षा असं करा, तुम्ही पुन्हा एकदा सेतू बनवा. या खेपेस मी पंच म्हणून काम बघायला तयार आहे.''

अर्जुनाने तिसऱ्यांदा बाणांच्या साहाय्याने सेतू बनवला आणि काय आश्चर्य! या खेपेस त्या माकडाने तो सेतू कोसळावा म्हणून कितीही प्रयत्न केले, तरी त्या सेतूला काहीच झालं नाही. तो तसाच भक्कम व शाबूत राहिला. ते माकड म्हणजे दुसरं-तिसरं कुणी नसून साक्षात हनुमानच होता. अखेर त्याने आपला सर्वशक्तिमान अवतार धारण करून पुन्हा एकदा तो सेतू पाडण्याचा प्रयत्न केला; पण तरीही तो सेतू अबाधित राहिला.

एव्हाना ते माकड म्हणजे साक्षात हनुमंत आहेत, याची अर्जुनाला कल्पना आलीच होती; पण आता अचानक त्याला आणखी एका गोष्टीचीही जाणीव झाली. तो पंच म्हणून काम करणारा तरुण म्हणजे दुसरं-तिसरं कुणी नसून साक्षात भगवान श्रीविष्णूच तर होते आणि आधी कोसळत असलेला तो सेतू आता मात्र अचानकपणे अबाधित राहिला होता, यामागे अर्जुनाचं स्वतःचं काहीच कौशल्य नव्हतं; तर श्रीविष्णूंनीच तशी तजवीज केली होती. नेमकी त्याच वेळी श्री हनुमानालासुद्धा ही जाणीव झाली. अर्जुन आणि हनुमान असे दोघेही ओशाळवाणे होऊन त्या तरुणाच्या तिथल्या तिथे पाया पडले. स्वतःच्या उद्दामपणाविषयी, अहंकाराविषयी दोघांनीही त्यांची क्षमा मागितली.

त्यानंतर हनुमान अर्जुनाकडे पाहून म्हणाला, ''मला घडल्या प्रकाराचं फारच वाईट वाटत आहे. आता नजीकच्या भविष्यात एक घनघोर युद्ध होणार आहे. त्या युद्धप्रसंगी मी तुझ्या रथाचं रक्षण करू इच्छितो.''

त्यावर अर्जुन नतमस्तक होऊन म्हणाला, ''तुम्ही माझ्या सोबत असणं हा तर माझा बहुमानच होईल, महाबली हनुमाना!'' मग अशा प्रकारे हनुमान अर्जुनाच्या रथध्वजावर प्रतीकात्मक रूपाने जाऊन बसला आणि कुरुक्षेत्रावर घडून येत असलेल्या महायुद्धात तोही सहभागी झाला.

आणि हो, रामायणाच्या कथेचा कालखंड तर केव्हाच उलटून गेला होता; मग तरीही या महाभारताच्या काळातसुद्धा हनुमान कसा काय उपस्थित होता, हा प्रश्न उरतोच. त्याचं उत्तर असं की, हिंदू पुराणानुसार हनुमान हा एक चिरंजीव होता. त्याला अमरत्व प्राप्त झालेलं होतं.

गीतेची शिकवण

११. सुखी आयुष्याचा गुरुमंत्र म्हणजे माणसानं एकाच वेळी वेगवेगळ्या पातळ्यांवर विचार करण्याचं कौशल्य आत्मसात करणं.

तुम्ही सर्वांनी 'मल्टिटास्किंग' हा शब्दप्रयोग अनेकदा ऐकलेला असेल. मल्टिटास्किंग याचा अर्थ एकाच वेळी अनेक कामं करणं आणि ती सगळीच्या सगळी तेवढ्याच व्यवस्थितपणे, नीट लक्ष देऊन पार पाडणं. असं म्हणतात की, ही गोष्ट स्त्रियांना फार चांगली जमते; पण पुरुषांना मात्र तेवढी नीट जमत नाही. आता हा समज खरा की खोटा ते काही मला माहीत नाही; पण एक गोष्ट खरी हं! तुम्ही आजकालची तरुण मुलं मात्र या एकाच वेळी अनेक गोष्टी पार पाडण्याच्या कलेत अगदी वाकबगार असता. आजकालची तरुण मुलं एकीकडे गाणी ऐकत असतात, त्याच वेळी मोबाइलवरून आपल्या मित्राला टेक्स्ट मेसेज पाठवतात, तर स्काइपवर दुसऱ्याच मित्राशी गप्पासुद्धा मारत असतात आणि त्याच वेळी चक्क फेसबुकवर आणखी कुणालातरी मेसेजसुद्धा पाठवणं चालू असतं. बरं, समोर टी.व्ही.सुद्धा चालू असतोच!

पण तुम्ही 'मल्टिथिंकिंग' हा शब्द आजवर कधी ऐकला नसेल ना? तसं हे 'मल्टिटास्किंग'सारखंच कौशल्य आहे. या मल्टिथिंकिंगचा अर्थ एकाच वेळी माणसाच्या डोक्यात सतत अनेक विचारप्रवाह चालू असतात. भगवान कृष्णांनी या अध्यायामध्ये अर्जुनाला ही कला कशी आत्मसात करायची, ते सांगितलं आहे. एखाद्या माणसाने जर जन्मभर अहोरात्र प्रत्येक कृती करत असताना किंवा इतर गोष्टींचा विचार करत असताना एकीकडे जर सतत ईश्वराचा विचार केला आणि स्वतःला कधीच त्याचा विसर पडू दिला नाही, तर मृत्यूनंतर त्याचा आत्मा त्या ईश्वरात विलीन होतो, हे नक्की. भगवान कृष्ण असं म्हणतात की, मनुष्याच्या डोक्यात इतर कुठलेही विचार येत-जात असले, तरी त्याचबरोबर सातत्यानं ईश्वराचा विचार चालू असलाच पाहिजे.

पण हे असं खरोखरच शक्य आहे का? एखाद्या विशिष्ट क्षणी तुम्ही एखादी विशिष्ट गोष्ट करत असताना त्याचबरोबर तिच्याशी काहीच संबंध नसलेल्या गोष्टीचा विचार करणं माणसाला शक्य आहे का? अर्थातच आहे. कसं ते पाहू; समजा, उद्या तुमच्या वार्षिक परीक्षेचा शेवटचा दिवस आहे. त्यानंतर लगेच तुमची उन्हाळी सुट्टी सुरू होणार आहे. मग त्या वेळी एकीकडे तुम्ही त्या दुसऱ्या दिवशीच्या परीक्षेचा अभ्यास करत असता; पण त्याच वेळी परीक्षा संपल्यावर उन्हाळ्याच्या सुट्टीत कायकाय मजा करायची याचे विचारही तुमच्या मनात एकीकडे चालूच असतात. परीक्षा संपल्यावर लगेच कुठल्या सिनेमाला जायचं, कुणा मित्राच्या घरी जमून रात्रभर धुमाकूळ घालायचा असे विचार चालूच असतात.

अर्थात अशा प्रकारे दोन, तीन किंवा जास्त विचारप्रवाह एकाच वेळी मनात चालू ठेवणं ही गोष्ट प्रत्येक विचाराच्या बाबतीत इतकी सोपी मुळीच नसते. काहीकाही विचार मनात एकीकडे चालू ठेवणं खूप अवघड असतं; परंतु असे अवघड विचार इतर विचारांबरोबर मनात चालू ठेवण्याची क्षमता जेव्हा माणसाच्या अंगी येते, तेव्हा माणसाचं आयुष्य सुखी, समाधानी होण्यासाठी तिची निश्चित मदत होते.

उदाहरणच घ्यायचं झालं, तर तुम्ही क्रिकेटची किंवा फुटबॉलची मॅच खेळत आहात; तेव्हा तुमच्या डोक्यात त्या क्षणी चाललेला विचार असा असतो– मला आता या चेंडूवर षटकार मारलाच पाहिजे किंवा आता मला गोल केलाच पाहिजे; पण त्याच वेळी आणखी एक महत्त्वाचा असा विचारही तुमच्या मनात चालू असला पाहिजे– "खेळ चालू असताना प्रत्येक क्षणी मी माझ्या परीने उत्कृष्टच खेळणार, कारण मी जर तसं खेळलो, तर मग शेवटी मी जिंकतो आहे की हरतो आहे, या गोष्टीला काहीच महत्त्व उरणार नाही, याची मला पूर्ण कल्पना आहे."

समजा, तुम्ही घरी अभ्यासाला बसला आहात आणि तुमच्या मनात मुख्यत्वेकरून असा विचार चालू असला : "शी, मला जीवशास्त्र हा विषय मुळीच आवडत नाही,

ते अमुकतमुक शिक्षक किती रागीट आहेत किंवा गणिताच्या बाई किती जास्त अभ्यास देतात किंवा इतिहासातल्या त्या कंटाळवाण्या सनावळ्या लक्षात ठेवून खरंच काही फायदा होणार आहे का?'' पण त्याच वेळी या विचारांच्या सोबतीनं तुमच्या मनात आणखी एक विचारप्रवाहसुद्धा चालू राहायला हवा. तो म्हणजे ''आज आत्ता मी जो अभ्यास करतो आहे, त्याचा कुठल्या ना कुठल्या प्रकारे आयुष्यात मला नक्कीच फायदा होणार आहे; त्यामुळे तो करणं खरंच महत्त्वाचं आहे.'' हे जे समांतर विचारप्रवाह माणसाच्या डोक्यात चालू असतात, ते जर उदात्त असले, तर त्यांचा माणसाच्या मनावर खूप सकारात्मक परिणाम होतो. नकारात्मक विचारांमुळे उद्विग्न झालेलं त्याचं मन शांत होतं. मग खेळ खेळून झाल्यावर किंवा अवघड अभ्यास पूर्ण करून उठल्यावरही मन शांत राहतं.

आणखी एक उदाहरण द्यायचं झालं, तर तुमच्या आईनं तुम्हाला काहीतरी कंटाळवाणं काम सांगितलेलं असतं. त्या वेळी समजा, तुमच्या मनात असा विचार आला– ''ही आई ना, बरोबर शनिवार-रविवारी सुट्टीच्या दिवशीच कशी ही असली कामं सांगते? मी काहीतरी वेगळे बेत केले असतील, ही गोष्ट कशी हिच्या लक्षात येत नाही?'' ''ही आई सगळी कामं मलाच सांगते आणि धाकट्या भावाला मोकळं सोडते.'' ''या आईला हे काम स्वतःचं स्वतः करायला काय झालं?'' पण हे विचार मनात चालू असतानाच तुम्ही एकीकडे असाही विचार आणून पाहा– ''मला कधी ना कधीतरी हे काम करावंच लागणार आहे, तर मग आत्ताच करून टाकलेलं बरं; म्हणजे मग दिवसभर ते काम पूर्ण करण्याचं ओझं मनावर राहणार नाही आणि राहिलेला दिवसतरी छान जाईल किंवा ''आई नेहमी मलाच काम सांगते, कारण तिचा माझ्यावर विश्वास आहे. मी चांगलं करतो तर मग तिच्यासाठी एवढं करायला काय हरकत आहे?'' किंवा ''आई माझ्यासाठी इतकी सतत राबराब राबत असते, मग मी तिचं एवढंसं काम केलं तर काय बिघडलं?'' किंवा ''पुरे झाली भुणभुण; मी हे आता सुरू केलं, तर एक तासात संपेलसुद्धा!''

गीतेच्या शिकवणीनुसार - आणि गीतेत भगवान कृष्णांनी हे अनेक वेळा, अनेक वेगवेगळ्या तऱ्हांनी सांगितलं आहे - की, कोणत्याही गोष्टीमध्ये पारंगत होण्यासाठी अथक परिश्रम आणि सातत्यानं सरावाची गरज असते; पण हे तर तुम्हालाही माहीत आहेच. संगीत असो वा नृत्य, कराटे, गोल्फ, गणित, पाकशास्त्र किंवा आयुष्याकडे पाहण्याचा सकारात्मक दृष्टिकोन; यांपैकी कशातही तुम्हाला प्रावीण्य मिळवायचं असो, त्यासाठी केवळ एकच मार्ग असतो, तो म्हणजे सरावाचा मार्ग. अशा प्रत्येक गोष्टीचा इतका सराव करावा लागतो की, आपल्या स्नायूंना त्याचं स्मरण राहतं, ती गोष्ट आपल्या अंगी इतकी बिंबली जाते की, कोणताही विचार न करता ती क्रिया सहजपणे तुमच्याकडून घडून जाते.

समांतर विचारप्रवाहांच्या बाबतीतसुद्धा सरावाची खूप मदत होते. तुम्ही मॅच खेळत असताना, गृहपाठ करत असताना, घरातलं काम करत असताना एकीकडे आठवण ठेवून हा समांतर विचारप्रवाह चालू करण्याची सवय जर स्वतःला लावून घेतलीत, तर काही दिवसांनी असा विचारप्रवाह कोणतीही क्रिया करत असताना आपोआप चालू होतो. अगदी खरं सांगायचं झालं, तर तुम्ही अगदी मन लावून असा सराव केलात, तर काही काळानंतर तो विचारप्रवाह समांतर न राहता मुख्य विचारप्रवाह बनतो. असं घडण्याचा मोठा फायदा असा की, त्यानंतर मनातील नकारात्मक विचारांना आपोआपच बाहेरचा रस्ता दाखवला जातो. क्रोध, स्वार्थ अशा भावनांना मनात थाराच मिळत नाही. त्याऐवजी मन शांती, समाधान अशा भावनांनी कायमचं भरून जातं. हे ऐकायला तर छानच वाटतंय ना? मग त्यासाठी मनापासून प्रयत्न करायला काय हरकत आहे?

आठवणीनं लक्षात ठेवा

तस्मात्सर्वेषु कालेषु मामनुस्मर युद्ध च।
मय्यर्पित मनोबुद्धिर्मा मे वैष्यस्य संशयः॥८-७॥

म्हणूनच हे अर्जुना, तू सदासर्वकाळ माझा विचार कर आणि युद्धाला सामोरा जा.* तुझं मन आणि बुद्धी पूर्णपणे माझ्यावर केंद्रित कर आणि तुला नक्कीच माझी प्राप्ती होईल.

हो, हे असंच फक्त करायचं आहे. तुम्ही काहीही करत असलात, तरी सदासर्वकाळ फक्त त्या परब्रह्माचाच विचार करत राहायचं. वेगळ्या शब्दांत सांगायचं झालं, तर ज्या विश्वानं आपल्यावर या इतक्या देणग्यांची खैरात केली, त्या विश्वाला रोज न विसरता धन्यवाद द्यायचे. आपल्यावर होत असलेल्या कृपावर्षावाबद्दल सदैव ऋणी राहायचं आणि फार मोठ्या गोष्टीचा विचार करायचा.

---

* इथे भगवान कृष्ण फक्त कुरुक्षेत्राच्या युद्धाविषयीच बोलत नसून अर्जुन आणि आपण सर्वच रोजच्या रोज ज्या जीवनसंग्रामाला सामोरं जात असतो; लोभ, वासना, मत्सर, क्रोध, स्वार्थ आणि आंतरिक संताप अशा भावनांना सामोरं जात असतो, त्याविषयी बोलत आहेत.

कुरुक्षेत्रावर त्या वेळी हजारो योद्धे जमा झाले होते. शिवाय त्या योद्ध्यांच्या घरीसुद्धा त्यांचे हजारो कुटुंबीय, सगेसोयरे धडधडत्या अंतःकरणाने या युद्धाची परिणती कशात होते, याची वाट बघत होते. सर्वजण फार अस्वस्थ होते; पण फक्त दोन व्यक्ती मात्र अत्यंत शांत होत्या. एक म्हणजे स्वतः भगवान कृष्ण आणि दुसरा धृतराष्टमहाराजांचा सारथी व दूरदृष्टी प्राप्त असलेला संजय. भविष्यात काय घडणार आहे, कौरवांचं काय होणार आहे, याची त्याला पूर्ण कल्पना होती. आता या क्षणी तो संजय धृतराष्ट्रमहाराजांच्या शेजारी बसून आपल्या अंतःचक्षूंनी कुरुक्षेत्रावर घडणाऱ्या घटना पाहून त्यांचं प्रत्यक्ष वर्णन करत होता, ते केवळ धृतराष्ट्रमहाराजांविषयी वाटणाऱ्या सहानुभूतीतूनच.

"आणि भगवान श्रीकृष्ण अर्जुनाला म्हणाले," संजय धृतराष्ट्राला सांगू लागला. "हे अर्जुना, तू तर निर्दोष आहेस, तुझी माझ्यावर पूर्णपणे श्रद्धा आहे आणि म्हणूनच मी आता तुझ्यापुढे एका फार मोठ्या रहस्याचा उलगडा करणार आहे आणि ते समजून घेणं फारसं अवघड नाही. शिवाय ते आचरणात आणणंसुद्धा सोपंच आहे. जो कुणी हे जाणून घेऊन त्यानुसार वागेल, त्याच्या आयुष्यातून दुःख कायमचं दूर होईल. तू जर या मार्गावरून चाललास तर जन्म-मृत्यूच्या दुष्ट चक्रातून तुझी कायमची सुटका होईल आणि तू कायमचा माझ्याजवळ येशील."

संजयच्या तोंडचे हे शब्द ऐकून धृतराष्ट्राचा स्वतःच्या कानांवर विश्वासच बसेना. चंचल प्रारब्धानं त्याला मात्र आजवर नेहमीच साथ दिली होती. त्याची स्वतःची पात्रता नसतानासुद्धा कितीतरी मानमरातब त्याच्या नशिबानं आजवर त्याला बहाल केले होते. खरंतर तो अंध असल्यामुळे कधीच राजा बनू शकला नसता; परंतु त्याचा भाऊ पंडू का कोण जाणे; पण

अचानक राजगादीकडे पाठ फिरवून निघून गेला होता आणि ते राजपद अगदी विनासायास धृतराष्ट्राच्या झोळीत येऊन पडलं होतं. खरंतर त्याच्या मुलांना राजे होण्याचा किंवा संपूर्ण राज्य मिळण्याचा काहीच अधिकार नव्हता; परंतु पंडूची मुलं कौरवांच्या निमंत्रणावरून त्या द्यूताच्या खेळात सहभागी होण्यासाठी आली होती. कौरवांचं हे कपटकारस्थान आहे याची त्यांना पूर्णपणे कल्पना असूनसुद्धा केवळ कोणत्याही आव्हानाकडे एक क्षत्रिय पाठ फिरवू शकत नाही, या भावनेतून ती या खेळात सहभागी होण्यास तयार झाली होती. द्यूताच्या खेळात स्वतःचं अर्धं राज्य पंडूची मुलं हरली आणि ते अगदी सहजपणे धृतराष्ट्राच्या मुलांच्या, म्हणजेच कौरवांच्या ताब्यात आलं आणि आतासुद्धा कुरुक्षेत्रावर जमलेले हजारो सद्‌गुणी योद्धे बाजूला राहिले होते आणि भगवान कृष्ण अर्जुनासमोर ज्या महान रहस्याचा लवकरच उलगडा करणार होते, ते रहस्य संजयाच्या दूरदृष्टीमुळे त्याच्यामार्फत धृतराष्ट्रालासुद्धा समजणार होतं.

धृतराष्ट्र अत्यंत उत्सुकतेनं आपल्या आसनावर थोडा पुढे झुकून बसला.

९

सार्वभौम ज्ञान व सार्वभौम रहस्याचा योग :
म्हणजेच राजविद्या आणि राजगुह्ययोग

कृष्ण अर्जुनाला एक गुपित सांगतो

अंतर्यामी खोलवर कुठेतरी अर्जुनाला हे समजून चुकलं होतं की, आता यानंतर आपल्याला जे काही समजणार आहे, ते खूप भव्यदिव्य आहे; त्यानं आपलं उभं आयुष्य बदलून जाणार आहे. अत्यंत श्रद्धापूर्वक आणि जिवाचा कान करून अर्जुन भगवान श्रीकृष्णांचे शब्द ऐकत होता.

''परांतपा, शत्रूचं निर्दालन करणाऱ्या महापराक्रमी पुरुषा, मी पुन्हा एकदा तुला हेच सांगणार आहे की, तू माझं खरंखुरं स्वरूप जाणून घे. मी खरा कोण आहे, कसा आहे, हे समजून घे. या जगात तुझ्या दृष्टीला दिसतं ते सर्वकाही आणि त्याचबरोबर जे दिसू शकत नाही, तेही सर्वकाही माझ्यामधूनच उगम पावतं, ते माझ्या अंतरी अस्तित्वात असतं, त्याला माझाच आधार असतो; पण तरीही त्यातलं काहीच मी नाही. पार्था, तू माझं हे दैवी रहस्य बघ. माझ्या अंतरी सर्व विश्व सामावलेलं आहे, परंतु हे संपूर्ण विश्व मला सामावून घेऊ शकत नाही.

''तू माझा विचार एक अमर्याद अवकाश असा कर. तुझ्या आजूबाजूची, तुझ्या वरची आणि खालची सर्वच्या सर्व जागा – सूर्य-ताऱ्यांचा, वाऱ्याचा हा विराट रंगमंच, विश्वामधील सर्वांची बीजं सामावून घेणारा मंच, यातूनच जगे उद्‌भवतात आणि ती याच्यातच विरघळूनही जातात.

''हे बघ, या साऱ्या आसमंतात खूपकाही घडामोडी होत असतात; पण त्यांतल्या कोणत्याच घडामोडीचा त्या आसमंतावर काहीही परिणाम होत नाही. माझंसुद्धा तसंच आहे. माझ्या अंतरी वास करून राहत असलेल्या सजीवांच्या ज्या काही हालचाली चालू असतात, त्यांचा माझ्यावर काहीही परिणाम होत नाही. कौंतेया, मी म्हणजे केवळ या सर्वांची पार्श्वभूमी आहे, हे तू लक्षात घे. मी स्थितप्रज्ञ वृत्तीने सर्व घडामोडींचं केवळ निरीक्षण करत असतो. मी कोणत्याच सजीवाशी

पक्षपाती वृत्तीनं वागत नाही, कोणाचीच बाजू घेत नाही. माझ्या दृष्टीने सगळे सारखेच आहेत, त्या अवकाशाप्रमाणे! जर ते अवकाश नसतं तर मोठमोठ्या ताऱ्यांचं अस्तित्वही शक्य नव्हतं आणि लहानांत लहान अणूचंही* अस्तित्व शक्य नव्हतं – जर अवकाशच नसतं, तर हे अणूतरी कुठे राहिले असते? ते अवकाश मीच आहे. त्या सर्वांना माझ्या ठायी सामावून घेणारा मीच जर नसतो, तर ही सर्व चराचर सृष्टी कुठे बरं वास करून राहिली असती?

"माझ्यामुळे नव्हे, तर निसर्गामुळे – ज्याला आपण प्रकृती असं म्हणतो – हे जग फिरत असतं, सूर्योदय होतो, चंद्राचा अस्त होत असताना समुद्राला ओहोटी येते. सर्व सजीव आणि निर्जीव गोष्टी निसर्गातूनच निर्माण होतात. जन्माला आलेला प्रत्येक सजीव एक ना एक दिवस मृत्यू पावतो, तोही या सृष्टीच्याच नियमानुसार. पार्था, याच सृष्टीचा मी विधाता आहे, या सृष्टीच्या चक्राला गती देणारा मीच आहे. हे सगळं नाट्य इथे घडत आहे ते माझ्याच आधिपत्याखाली; पण तू एक लक्षात घे. मी या सगळ्या सृष्टीच्या पलीकडे आहे, हे लक्षात घे. माझ्याशिवाय ही सृष्टी अस्तित्वात येऊच शकली नसती; पण मी

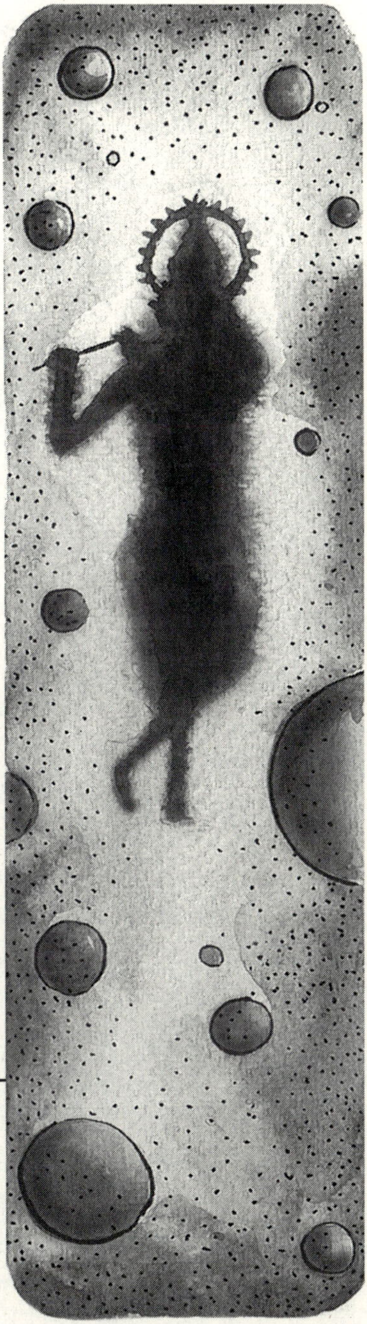

* तुम्ही तुमच्या शाळेत विज्ञानाच्या तासाला जर अणूंच्या रचनेविषयी शिकला असाल, तर तुम्हाला हे माहीतच असेल की, या विश्वातील प्रत्येक गोष्ट ही अणूंची बनलेली असते आणि प्रत्येक अणूमध्ये ९९ टक्के मोकळी जागा असते.

मात्र निरंतर इथे आहेच, सृष्टी असतानासुद्धा आणि सृष्टीच्या शिवायसुद्धा!

"हे सामान्य माणसांना समजू शकत नाही, कौंतेया! – त्यांना हे कळत नाही की, सर्वकाही माझ्यातूनच उगम पावतं आणि सर्वांच्याच ठायी मी असतो. मी जेव्हा मानवी शरीर धारण करतो, तेव्हा माणसं माझा द्वेष करतात – माणसं आपल्या बांधवांचा दुस्वास करतात. त्यांना इतर माणसांमध्ये असलेलं माझं अस्तित्व जाणवत नाही.

"काही माणसं रंग, रूप, आकार असलेल्या देव-देवतांची आराधना करतात. खूप श्रद्धेनं त्यांची पूजाअर्चा करतात. धर्मग्रंथांमधून सांगितलेल्या सर्व उपचारांचं पालन करतात. ही माणसं झोपेतसुद्धा वेदपठण** करू शकतात. ती माणसं त्यांच्या आराध्य दैवताला नानाविध वस्तू, फळे, फुले अर्पण करतात. त्या माणसांना मृत्यूनंतर स्वर्गात जायचं असतं. त्यासाठी ती हे सर्वकाही करत असतात आणि पार्था, एक लक्षात घे. अशा प्रकारच्या समर्पणाची फळं माणसाला नेहमीच मिळतात; त्यामुळे या माणसांच्या मृत्यूनंतर त्यांना स्वर्गप्राप्तीसुद्धा होते. त्यांचा सुरुवातीचा काही काळ सुखाचा जातो; परंतु एकदा त्याचं पुण्य संपुष्टात आलं की, ती माणसं पुन्हा जन्म घेऊन पृथ्वीवर येतात. या जन्म-मृत्यूच्या चक्रामधून काही त्यांची सुटका होत नाही; पण ज्यांना माझं खरं स्वरूप कळलं, जे सर्व गोष्टींमध्ये मला पाहतात, त्यांनाच माझ्याबद्दलचं एक सत्य उमगलेलं असतं. लोकांनी जरी वेगवेगळ्या रूपांत माझी आराधना केली, मला वेगवेगळी नावं दिली, तरी खरंतर ती सगळी एकाच परब्रह्माची म्हणजेच माझी रूपं असतात. थोडक्यात काय, तर या नानाविध आकारांच्या, रंगरूपांच्या आणि वेगवेगळ्या नावांच्या देव-देवतांपैकी एक कुणी मी नसतो, त्या सर्वच देव-देवता म्हणजे मी असतो. जे माझी अत्यंत श्रद्धेनं आणि भक्तीनं अहोरात्र आराधना करतात, ज्यांची माझ्यावरील श्रद्धा कधीच ढळत नाही, ते माझे सर्व स्त्री-पुरुष भक्त; मग ते सैनिक असोत वा व्यापारी, वेदविद्यासंपन्न ऋषिमुनी असोत अथवा अशिक्षित, अज्ञानी, संतमहंत असोत अथवा पापी. ते मला मोठमोठे भोग चढवत असोत अथवा केवळ ओंजळभर पाण्याचं अर्घ्य देत असोत, मी त्या सर्वांची सारखीच काळजी घेतो; त्यांच्या गरजा पूर्ण करतो, त्यांचा सांभाळ करतो; त्यांच्यापाशी जे काही असेल त्याचं रक्षण करतो.

"हेच ते रहस्य, कौंतेया! – एखादी कृती करताना ती मला समर्पण करण्याच्या भावनेतून केली असेल, ती कृती करताना संपूर्ण भक्तिभावानं, जीव ओतून केली असेल, तर ती कृती चांगली किंवा वाईट नसते. आणि मी तर तुला सांगितलंच आहे, तू जे काही करशील, जे काही अन्नग्रहण करशील, जो काही भोग चढवशील,

---

** वेद म्हणजे हिंदू धर्मातील पुरातन धर्मग्रंथ आहेत. यांना ज्ञानाचा सागर समजतात.

जो काही दानधर्म करशील, प्रार्थना करशील, पूजापाठ करशील, तो करत असताना ती कृती तू समर्पणाच्या भावनेतूनच करत जा. मनात सतत माझा विचार कर, माझ्यावर लक्ष पूर्णपणे केंद्रित कर, माझी भक्ती कर, माझा आदर कर, माझ्या चरणी नतमस्तक हो, मला तुझ्या जीवनाचं ध्येय बनव, पार्था! आणि जेव्हा तुझं या पृथ्वीतलावरचं जीवनकार्य संपुष्टात येईल, तेव्हा तू माझ्याकडेच येशील. तुला पुन्हा जन्म घेऊन इथे यावं लागणार नाही.''

गीतेची शिकवण

१२ (अ) कोणतंही कृत्य चांगलं अथवा वाईट नसतं. ते कृत्य करण्यामागचा जो हेतू आहे, तो ते कृत्य चांगलं आहे की वाईट, ते ठरवतो. कृत्यांचे – म्हणजे अगदी प्रत्येक कृतीचे परिणाम हे असतातच.

या अध्यायात भगवान कृष्ण असं सांगतात की, त्यांच्या दृष्टीनं पुण्यवान व्यक्ती आणि पापी व्यक्ती सारख्याच असतात. गीतेमध्ये भगवान श्रीकृष्णांच्या तोंडचे शब्द आहेत– ''एखाद्या व्यक्तीच्या हातून आयुष्यात कितीही दुराचार, पापकर्मं घडली असतील, तरीसुद्धा जर त्यानं माझी मनोभावे, एकतानतेनं भक्ती केली, तर त्याला सज्जनच मानावं.'' भगवान कृष्णांनी पुढे असंही म्हटलेलं आहे की, जी कृती भगवान कृष्णांसाठी समर्पणाच्या भावनेतून केलेली असेल, ती चांगलीही नसते आणि वाईटही; पण जर तसं असेल, तर मग आयुष्यभर चांगलं वागायचं तरी कशाला? सज्जन बनायचं तरी कशाला? त्यापेक्षा आपल्याला जसं वागायचं असेल, तसं खुशाल वागावं. फक्त आपण करत असलेली प्रत्येक कृती देवाला समर्पण करून टाकावी आणि रोज आठवणीनं देवाची प्रार्थना म्हणावी, असंच ना? पण खरंतर हा असा विचार कुणी मनातसुद्धा आणू नये. तो विचार योग्य नाहीच. कसं, ते आपण पाहू.

हिंदू धर्मामध्ये कार्यकारणसंबंधाला खूप महत्त्व आहे. तुमच्या हातून घडलेलं एखादं छोटंसं कृत्य (म्हणजेच कारण) त्यानंतरच्या अनेक घटनांना चालना देतं (परिणाम) आणि त्या घटनांवर तुमचं काहीही नियंत्रण नसतं. इतकंच नव्हे, तर तुमच्या त्या छोट्याशा कृत्याचा परिणाम म्हणून त्यानंतर कायकाय घडू शकतं, याची तुम्ही कल्पनाही करू शकत नाही. तुमचं कृत्य जर 'योग्य' असेल – म्हणजेच ते तुम्ही निःस्वार्थीपणे आणि जबाबदारपणे केलेलं असेल, ते लोभ किंवा सूडाच्या भावनेतून केलेलं नसेल – तर त्याचा परिणाम चांगलाच होतो. त्याचप्रमाणे 'अयोग्य' कृत्याचा परिणाम वाईट होतो.

पण या बाबतीतसुद्धा जराशी गडबड आहे – इथे कशाचीच खात्री देता येत नाही. कधीकधी अगदी सुयोग्य कृत्याचे परिणामसुद्धा खूप वाईट घडू शकतात, कारण त्या वेळी दुसऱ्या कुणीतरी काहीतरी योग्य किंवा अयोग्य असं वेगळं एखादं कृत्य केलेलं असतं – शेवटी या जगात कृती करणारे तुम्ही काही फक्त एकटे नसता. उदाहरणार्थ- समजा, तुम्ही सगळे कारने सिनेमाला निघाला आहात आणि उशीर झाल्यामुळे कार चालवत असलेल्या तुमच्या काकांनी लाल सिग्नल असतानाही कार तशीच पुढे नेली आणि त्याच वेळी तुमच्या बाजूच्या एका गल्लीतून दुसरी कार

पुढे आली आणि त्या कारला हिरवा सिग्नल असल्याने त्यानेही त्याची कार पुढे आणला; पण मग तुमची कार पाहून घाईने ब्रेक दाबला; त्यामुळे त्या दुसऱ्या कारच्या मागे अगदी जवळून चालणारी मोटरबाइक त्यावर आदळली. त्या बाइकवर मागच्या बाजूला त्या बाइक चालवणाऱ्या माणसाची बायको बसली होती. तिच्या मांडीवर त्याचं लहान बाळ होतं. त्या बाळासह ती बाई बाईकवरून पडली आणि दोघांना दुखापत झाली. तुम्हाला या कशाचीच कल्पना नाही; कारण तुम्ही तुमच्या गाडीत बसून चित्रपटगृहात पोहोचलात आणि पॉपकॉर्न घेण्यासाठी रांगेत उभे आहात; परंतु तिकडे त्या बाईला आणि बाळाला हॉस्पिटलमध्ये दाखल करण्यात येत आहे. या संपूर्ण घटनाक्रमाचा नीट विचार केलात, तर सिग्नल तोडून गाडी वेगात नेण्याच्या तुमच्या चुकीच्या कृत्याचा परिणाम तुमच्या दृष्टीनं चांगलाच झाला; कारण तुम्हाला पोलिसानं पकडलंही नाही आणि तुम्ही वेळेत सिनेमाला पोहोचलात; पण तुमच्या या चुकीच्या वागण्याचे तुमच्या माघारी जे काही दुष्परिणाम घडले आहेत, त्यांची तुम्हाला काहीच कल्पना नाही. याउलट, बाजूच्या गल्लीतून येणाऱ्या कारला खरं म्हणजे हिरवा सिग्नल होता, म्हणजेच त्यांना रस्ता पार करून जाण्याचा पूर्ण अधिकार होता; परंतु तुमच्या चुकीच्या पद्धतीनं सिग्नल तोडून घुसलेल्या कारवर आदळून अपघात होऊ नये म्हणून त्या कारच्या ड्रायव्हरने योग्य वेळी ब्रेक दाबून कार थांबवण्याची योग्यच कृती केली; पण त्यातून निष्पन्न काय झालं? तर दोन भलत्याच व्यक्तींच्या जिवाला धोका निर्माण झाला आणि तोही त्यांची काहीही चूक नसताना! आता आलं ना लक्षात?

बऱ्याच वेळा आपण पाहतो की, या जगात पापी माणसं इतकी दुष्कृत्यं करूनसुद्धा समाजात उजळ माथ्यानं वावरत असतात आणि एकीकडे सत्पुरुषांच्या वाट्याला दुःख, वेदना आलेल्या दिसतात; परंतु आपल्याला वरकरणी जरी असं दिसत असलं, तरी खरंखुरं सत्य मात्र आपल्याला कधी समजू शकत नाही. आपल्या दृष्टीचा आवाका मर्यादित असल्यामुळे पूर्ण वस्तुस्थितीचं सर्वंकष चित्र आपल्या नजरेसमोर येत नाही. आपल्या अवतीभोवती वावरणाऱ्या सज्जन व्यक्तींच्या वाट्याला काही वेळा खूप दुःख, खूप भोग येतात, तर दुर्जनांचं आयुष्य अगदी मजेत चाललेलं दिसतं. ही सगळी परिस्थिती आपल्याला खूप अन्याय्य वाटते; पण ती आपण बदलू शकत नाही. त्या बाबतीत आपण काहीच करू शकत नाही; पण तरीही आपण एकतर नक्कीच करू शकतो. जगाच्या तराजूत एक चांगल्या कृत्याचं पारडं असतं तर एक वाईट कृत्याचं. आपण आपल्या परीन फक्त चांगलं वागून या सत्कृत्याचं पारडं जड होण्यासाठी मदत तर करू शकतो. अगदी खरं सांगायचं, तर मुद्दा आहे समतोल साधण्याचा. एक गोष्ट तर समजायला खूपच सोपी आहे. जगात जेवढी जास्त माणसं सत्कृत्यं करत जातील, तेवढं जगाचं सत्कृत्याचं पारडं

जड होत जाईल आणि हे जग आपणा सर्वांना जगण्यासाठी खूप सुंदर होऊन जाईल.

गीतेमध्ये आणखी एक प्रतिपादन करण्यात आलं आहे; ते असं की, कोणतीही कृती चांगली अथवा वाईट नसते. आपण सर्वजण नेहमीच म्हणतो की, एका व्यक्तीनं दुसऱ्या व्यक्तीचा प्राण घेणं ही वाईट गोष्ट आहे. पण समजा, ती दुसरी व्यक्ती तुमच्या समोर इतर तिसऱ्या कुणालातरी दुखापत करत असेल, दुसऱ्या कुणाचे तरी प्राण घेण्याच्या बेतात असेल तर? तर मग आपण त्या तिसऱ्या व्यक्तीचे प्राण वाचवण्यासाठी या मारेकऱ्याला थांबवायलाच हवं ना? वेळप्रसंगी त्या मारेकऱ्याचे प्राणही घ्यावे लागले तरी बेहत्तर! गीतेमध्ये हेच सांगितलंय की, कोणत्याही प्रत्यक्ष कृतीपेक्षा ती कृती करण्यामागचा कर्त्याचा हेतू नीट तपासून पाहिला पाहिजे – तुम्ही जी कृती करत आहात ती निःस्वार्थीपणे करत आहात की नाही (म्हणजे ती कृती करताना तुम्हाला त्यातून कुठलाही लाभ होणं किंवा आनंद मिळणंसुद्धा येथे अपेक्षित नाही), तुमची ही कृती क्रोध, मोह, मत्सर यांपैकी कशातून जन्माला आलेली नाही ना, ती कृती करणं तुमचं परम कर्तव्य आहे असं समजूनच ती तुम्ही करताय ना, (उदाहरणार्थ- एका सैनिकाचं आद्य कर्तव्य म्हणजे लढणं, शत्रूला मारणं. एखाद्याला फाशी देण्याचं काम करणाऱ्या व्यक्तीचं काम गुन्हेगाराला फाशी देणं.) ते कृत्य योग्य आहे ना? मग ते कोणतंही कृत्य असो.

तरीसुद्धा तुम्ही एक गोष्ट लक्षात ठेवा. गीतेतील सर्वच नियमांचं मनापासून पालन करून तुम्ही एखादी कृती केलेली असली, तरीही तिचे जे काही परिणाम होतील, ते भोगण्याची तुमची पूर्ण तयारी हवी. तुम्ही नेहमी टी.व्ही. तर बघताच. टी.व्ही सीरियलमधल्या डेक्स्टरप्रमाणे जर एखाद्या 'क्ष' नावाच्या माणसानं असं ठरवलं की, 'य' नावाचा माणूस फारच दुष्ट, वाईट असल्यामुळे त्याला मारून टाकायचं आणि त्यानुसार त्यानं त्या माणसाला खरोखरच मारून टाकलं; पण त्यातून पुढे काय होईल बरं? जर हा 'क्ष' पकडला गेला, तर मानवनिर्मित कायद्यानुसार, समाजाच्या कायद्यानुसार 'क्ष'ला खुनाच्या आरोपाखाली कमीतकमी जन्मठेपेची शिक्षा तर नक्कीच होईल; पण परमेश्वराच्या कायद्यानुसार, गीतेच्या कायद्यानुसार 'क्ष'ला खूप आंतरिक शांती व समाधान प्राप्त होईल.

गीता तर चार पावलं पुढं जाऊन आपल्याला आणखी काही सांगते – समजा, आपल्या हातून फार महाभयंकर दुष्कर्म घडलं आणि मानवनिर्मित कायद्यानुसार, समाजाने घालून दिलेल्या नियमांनुसार आपल्याला जास्तीतजास्त कठोर शिक्षा जरी ठोठावण्यात आली, तरीसुद्धा आपल्याला निराश होण्याचं काहीही कारण नाही. आपल्या हातून घडलेल्या दुष्कृत्याबद्दल आपल्याला खरोखर मनापासून पश्चात्ताप होत असेल, आपण स्वतःला सुधारण्याचा मनापासून प्रयत्न करत असू, तर परमेश्वराच्या दरबारी मात्र एखाद्या साधुसंताला जशी वागणूक मिळेल, तशीच

आपल्यालाही मिळेल. इतरांना जेवढी मनःशांती आणि आंतरिक सुखसमाधान प्राप्त होईल, तेवढंच आपल्यालासुद्धा होईल.

हा विचार एखाद्या गरम उबदार पांघरुणासारखाच आहे. रात्री झोपताना हा विचार पांघरून झोपलात, तर तुम्हाला खूप छान झोप लागू शकेल.

त्याला फक्त प्रेम हवं असतं

पत्रं पुष्पं फलं तोयं यो मे भक्त्या प्रयच्छति।
तदहं भक्त्युपहृतमश्नामि प्रयतात्मनः॥९-२६॥

जर कुणी मला पानं, फुलं, जल किंवा फल अत्यंत भक्तिभावानं अर्पण केलं आणि त्याचं हृदय जर निर्मळ असेल, तर मी प्रेमानं चढवलेल्या त्या भोगाचा स्वीकार करतो. (९-२६)

तुम्ही एक साधा विचार करून पाहा. गीतेमध्ये आपण देवाला अर्पण करू शकणाऱ्या ज्या ज्या गोष्टींचं वर्णन केलेलं आहे, त्या सर्वच गोष्टी निसर्गात मुबलक प्रमाणात आणि मोफत कोणालाही उपलब्ध होऊ शकतात. अगदी गरिबांतील गरीब माणसालाही त्या परवडू शकतात. अगदी साध्या, सोप्या आणि स्वच्छ भाषेत लिहिण्यात आलेल्या या गीतेतील श्लोकामधून एक गोष्ट तर स्पष्ट होते. देव काही श्रीमंतांच्या मालकीचा नसतो. त्याला उंची वस्त्रंप्रावरणं, रेशीम, पंचपक्वानांचा प्रसाद या कशाचीच गरज नसते.

त्याला हवं असतं फक्त प्रेम.

१०

विभूतियोग

अर्जुन भगवान कृष्णांकडे एक मागणी करतो आणि त्याला मिळते एक भलीमोठी यादी

"आणि पुन्हा एकदा, हे महाबाहू, माझा अंतिम शब्द ऐक. मी जे काही सांगणार आहे, ते फक्त तुलाच आणि दुसऱ्या कुणालाही नाही, कारण फक्त तूच माझं बोलणं इतक्या भक्तिभावानं, मन लावून ऐकतोस."

अर्जुन मंत्रमुग्ध झाल्यासारखा श्रीकृष्णांच्या समोर बसून होता. क्षणात ओळखीच्या तर क्षणात अनोळखी भासणाऱ्या त्या चेहऱ्याकडे तो एकटक पाहत होता. त्याचं बोलणं इतकं सुंदर, मनाला शांत करणारं आणि प्रेमळ होतं. कुरुक्षेत्रावरील ते रक्तलांछित युद्ध आता लवकरच सुरू होणार होतं. समोर मित्र, आप्तेष्ट आणि बंधू युद्धाच्या तयारीत उभे होते; परंतु अर्जुनाची दृष्टी फक्त श्रीकृष्णांच्या चेहऱ्यावर खिळलेली होती. त्याला बाकी सगळ्याच गोष्टींचा विसर पडला होता. त्याचं मन, त्याची बुद्धी, त्याची ज्ञानेंद्रिये, त्याचे पंचप्राण सगळं काही त्याच्या कृष्णसख्याच्या चेहऱ्याकडे, त्याच्या शब्दांकडे लागून राहिलं होतं.

"ऋषिमहर्षींना किंवा ज्ञानी विद्वान पंडितांनाच काय, पण देव-देवतांनासुद्धा माझं मूळ काय, मी कुठून आलो, हे माहीत नाही. मी त्या सर्वांच्या आधीपासूनच अस्तित्वात आहे. माझ्यातूनच त्या सर्वांचा जन्म झाला आहे. इतरही सर्वच गोष्टींचा उगम माझ्यापासून झालेला आहे – संयम, सत्य, धीर, समजूतदारपणा, ज्ञान, समाधान, आनंद, वेदना, भय, निर्भयता कीर्ती, अपकीर्ती, अस्तित्व आणि अस्तित्वाचा अभाव, तुम्हाला जे काही डोळ्याला दिसतं किंवा तुमच्या मनाला भावतं, जे काही तुम्हाला माहीत आहे, ते सर्वकाही त्याचप्रमाणे त्या सर्वांच्या विरुद्ध असलेलं सगळंच! मी त्या सर्वांचं मूळ आहे आणि या सगळ्याचा उद्‌भव हा माझ्यातूनच झालेला आहे.

"ज्ञानी, विद्वान माणसांना हे सगळं आधीपासूनच माहीत असतं आणि तरीही मनात कोणताही संदेह न बाळगता, ते माझी भक्ती करत असतात. त्या वेळी त्यांचं मन अजिबात सैरभैर होत नाही, मनात कोणताही किंतु येत नाही; त्यामुळेच तेही सतत माझ्या मनात वास करत असतात. ते सतत आजूबाजूच्या जगाला माझ्याविषयीच सांगत असतात, कारण त्यांच्या मनात दुसरा कोणताही विचारच नसतो. ते अत्यंत तृप्त आणि समाधानी असतात. माझंसुद्धा त्यांच्यावर इतकं प्रेम असतं की, त्यांच्या मनातला अज्ञानाचा अंधकार मी दूर करून टाकतो. त्यांच्या मनात सतत ज्ञानाचा दिवा तेवत ठेवतो."

भगवान कृष्णांचे हे शब्द ऐकताच अर्जुनाच्या शरीरात जणू काही वीज सळसळू लागली. ज्ञानप्राप्ती आणि त्याचबरोबर परमोच्च आनंदाचा त्याने अनुभव घेतला. त्याच्यासमोर आता उभा होता तो खुद्द परमेश्वरच! कृष्णाचा अवतार घेऊन साक्षात ईश्वरच त्याच्या भेटीला आला होता. आपल्याला हे चिरंतन सत्य आता या क्षणीच कसं काय कळलं, हे काही अर्जुनाला सांगता येईना; पण आपल्याला सत्य उमगलं आहे, एवढं मात्र त्याला खात्रीनं माहीत होतं. तो गुडघे टेकून जमिनीवर बसला. त्याने हात जोडले. त्याच्या डोळ्यांतून कृतज्ञतेचे आणि आनंदाचे अश्रू घळाघळा वाहू लागले. "माझा पूर्ण विश्वास आहे केशवा, पूर्ण विश्वास आहे."

बांध फुटला. अर्जुनाच्या मुखातून भक्तिरसानं ओथंबलेले शब्द पाझरू लागले. आता त्याला थांबवणं शक्य नव्हतं.

"हे परमब्रह्मा! परमधर्मा! हे अनंता, जगद्विधात्या, ज्याला जन्म नाही, मृत्यू नाही आणि जो चराचर सृष्टीत भरलेला आहे, अशा परमेश्वरा! हे पुरुषोत्तमा, या भूतलाच्या ईश्वरा, देवांच्या देवा, माझा तुमच्यावर पूर्ण विश्वास आहे आणि तसा विश्वास का बरं नसावा? आजवर ऋषिमुनींच्या, ज्ञानी आणि विद्वान माणसांच्या तोंडून मी जे काही ऐकलं होतं, ते तर मी साक्षात तुमच्याच तोंडून आज इथे ऐकलं.

"पण आता एक गोष्ट तुम्हीच मला सांगा अतुलनीय योगी, परमेश्वरा. आणि हे तर फक्त तुम्हीच मला सांगू शकता. तुम्ही परिपूर्ण आहात, तुम्हीच परब्रह्म आहात. तुम्ही अनादिअनंत आहात, निर्गुण, निराकार आहात. तुम्हाला तर नावही नाही. मी एक यःकश्चित मर्त्य मानव. तुमच्याविषयी हा असा सर्व विचार करणं मला खूप कठीण जातं. मला नाव हवं, आकार हवा, मूर्त स्वरूप हवं. हे परमेश्वरा, तुम्ही मला फक्त इतकंच सांगा की, मी तुमची आराधना करत असताना तुम्हाला नजरेसमोर तरी कोणत्या रूपात आणू? तुमच्याविषयी विचार करायचा, म्हणजे मी नक्की काय करायचं? मला सगळी यादीच द्या. कोणतीही बारीकसारीक गोष्टसुद्धा वगळू नका. तुमचे शब्द माझ्या कानाला मधाइतके गोड लागतात, जनार्दना. मला तर असं वाटतंय की, तुमचं हे बोलणं कधी थांबूच नये.

भगवान कृष्ण हसून म्हणाले, ''जशी तुझी इच्छा, गुदकेशा.''

''देवतांची माता आदिती हिच्या दहा महापराक्रमी पुत्रांपैकी मी सर्वांत महत्त्वपूर्ण. मी म्हणजे विष्णू, सर्वांत देदीप्यमान प्रकाश म्हणजे मी, मी सूर्य, रात्री आकाशात चमकणाऱ्या ताऱ्यांमधला सर्वांत देदीप्यमान तारा मी, मीच शीतल चांदणं देणारा चंद्र. चार वेदांपैकी मी लयबद्ध असा सामवेद, स्वर्गीच्या सर्व देव-देवतांचा राजा इंद्र, तोही मीच, सर्व ज्ञानेंद्रियांवर नियंत्रण करणारं जे मन, तेसुद्धा मीच.

''शिवापासून निर्माण झालेले ११ रुद्र तेही मीच. आठ वसूंचं मूळ असलेला शिव मी आहे, पंचमहाभूतांचा देव मी आहे, मीच अग्नी आहे, यक्ष आणि राक्षसांचा स्वामी आहे, मीच संपत्तीची देवता कुबेर आहे आणि सर्व पर्वतांचा राजा मेरू, तोही मीच आहे. मी साधुपुरुषांचा आणि देवदेवतांचा गुरू बृहस्पती आहे, मीच महर्षी भृंगराज आहे, अचर सृष्टीमधला नगाधिराज हिमालयही मीच आहे. जे शब्द बोलले जातात त्यांमधला सर्वांत पवित्र शब्द म्हणजे 'ओम्', तोही मीच आहे. वृक्षांमधला सर्वांत पवित्र असा अश्वत्थवृक्ष मी आहे. मी अश्वांमधला सात तोंडांचा उडता घोडा उच्चैःश्रवा आहे, मी हत्तींमधला चार वज्रदंत असलेला ऐरावत आहे.

''मी शस्त्रांमधील वज्र आहे, ज्याचं निशाण कधीच चुकत नाही. गोमातांमध्ये मी सर्व इच्छा-आकांक्षा पूर्ण करणारी कामधेनू आहे; मी सर्पांमधला वासुकी आहे. समुद्रमंथनाच्या वेळी माझाच उपयोग झाला होता. नागलोकांमधील या विश्वाभोवती वेटोळे घालून बसलेला अनंतनाग मीच आहे. मी सप्त समुद्रांचा राजा वरुण आहे. नीतिधर्माचं पालन करणाऱ्यांचा यमधर्म मीच आहे. सर्वकाही शुद्ध करणारा वायुदेवही मीच आहे.

''सर्व पशूंमधील वनराज सिंह मी आहे. मी पक्ष्यांमधील अतिभव्य असा गरुड आहे. सर्व योद्ध्यांमधला मी एकमेवाद्वितीय असा राम आहे. सर्व नद्यांमधील पवित्र

नदी गंगासुद्धा मीच आहे. सर्व महिन्यांमधला प्रफुल्लित असा मार्गशीर्ष महिना मी आहे. सर्व ऋतूंमधला बहार आणणारा ऋतू वसंत मी आहे. प्रेमीजनांचा देव कामदेवही मीच आहे. सर्व नवनिर्माण हे माझ्यामुळेच होते.

"वृष्णीवंशातील सर्वश्रेष्ठ असा वासुदेव मीच आहे. सर्व मंत्रांमधील सर्वश्रेष्ठ असा गायत्री मंत्रसुद्धा मीच आहे. सर्व मुळाक्षरांमधील पहिलं मुळाक्षर 'अ' मी आहे. पांडवांमधील सर्वात महान जो अर्जुन, तोही मीच आहे.

"सर्व जिवांचा प्रारंभ, मध्य आणि अंतही मीच आहे. सर्व अस्तित्वाचं मूळ मी आहे. सर्वांना गिळंकृत करणारा मृत्यू मी आहे. भविष्यात निर्माण होणाऱ्या सर्व गोष्टींचं मूळ मी आहे. रहस्यामधील शांतता मी आहे, भव्यतेतील भव्यपणा मी आहे, मी अविनाशी असा काळ आहे. मी विजय आहे. अर्जुना, सर्व अस्तित्वाचं बीज मी आहे. माझ्यापासून सुरू न होणारं किंवा माझ्यापाशी न संपणारं असं काही असूच शकत नाही.

"परांतपा, मी आता तुला याहून अधिक काय सांगू? कारण ही यादी कधी न संपणारी आहे. आता मी तुला जे काही वर्णन करून सांगितलं, ती माझ्या देदीप्यमान महतीची एक छोटीशी चुणूक होती. तुला तुझ्या अवतीभोवती जे काही सुंदर, देखणं, भव्यदिव्य असं दृष्टीस पडेल, ते सर्वच माझ्या तेजापासून जन्माला आलेलं आहे. पार्था, तुला आणखी काय जाणून घ्यायचं आहे? हे संपूर्ण प्रचंड विश्वच माझ्यातील एका लहानशा अंशाच्या बळावर उभं आहे.

''जेव्हा तू स्वतः पाहशील, तेव्हा तुला समजेल.''

यद्यद्विभूतिमत्सत्त्वं श्रीमदूर्जितमेव वा।
तत्तदेवावगच्छ त्वं मम तेजोऽशसम्भवम्॥१०-४१॥

जे काही सुंदर, देखणं, भव्यदिव्य, बलशाली असेल, ते माझ्या तेजाच्या एका छोट्याशा कणापासून बनलेलं आहे. (१०-४१)

गीता सांगते, हे सगळं खरंतर खूप सोपं आहे. तुमच्या अवतीभोवती तुम्ही असं काहीतरी भव्यदिव्य पाहता, ज्यामुळे तुमचा श्वास थांबतो, तुम्ही मंत्रमुग्ध होता, आश्चर्यचकित होता - मग ती एखादी संगीताची तान असो, अप्रतिम कलाकृती असो, शांत तळ्यावर पसरलेलं चांदणं असो, एखादी कमालीची सुंदर इमारत असो, एखादं फुलांनी डवरलेलं झाड असो, यशाच्या शिखरावर असलेला कुणी खेळाडू असो किंवा अतिबुद्धिमान असं मूल असो - यांची निर्मिती आपल्याहून कितीतरी मोठ्या अशा शक्तीतून झालेली असते. ती गोष्ट हाच एक महान दैवी शक्ती अस्तित्वात असल्याचा पुरावा असतो.

विस्मयकारी प्राणी : हे कुठे सापडतात?

पृथ्वीवर सर्वसामान्यतः जे प्राणी आणि पक्षी आढळतात, त्यांच्याच सुधारून वाढवलेल्या, अत्यंत विस्मयकारी आवृत्त्या महाभारतात ठायीठायी आढळून येतात. पाश्चात्त्य धार्मिक ग्रंथांमध्येसुद्धा असे चमत्कारिक प्राणी असतातच; पण ते बऱ्याच वेळा दुष्ट, क्रूर असतात; निदान उपद्रवी तरी निश्चितच असतात. उदाहरणार्थ- तिकडच्या कथांमध्ये अक्राळविक्राळ असे ड्रॅगन्स असतात. ते राजकन्येला एखाद्या मनोऱ्यात बंदिवान करून ठेवतात. ते जेव्हा उच्छ्वास टाकतात, तेव्हा त्यातून आगीचे लोळ बाहेर पडतात आणि अखेर कथेचा नायक त्यांचा विनाश करतो; परंतु हिंदू पुराणांत मात्र असे जन्मजात दुष्ट पशू कधीही आढळत नाहीत.

गीतेच्या या अध्यायात कृष्णानं अशा प्रकारच्या चार चमत्कृतिजन्य, विस्मयकारक प्राण्यांचा उल्लेख केला आहे. त्यांचा आपण झटपट आढावा घेऊ.

ऐरावत : यालाच मेघांचा हत्ती असंसुद्धा म्हणतात. हा चार मोठमोठे दात असलेला पांढराशुभ्र हत्ती देवलोकी द्वारपाल म्हणून उभा असतो. हिंदूंचे सर्व देव या देवलोकातच राहतात. या ऐरावताची निरनिराळी रूपं निरनिराळ्या भागांत रंगवलेली आढळतात. कुणी तो तीन तोंडांचा, कुणी पाच तोंडांचा तर कुणी सात तोंडांचा चितारलेला असतो; पण हा ऐरावत म्हणजे इंद्रदेवाचं वाहन आहे, याबद्दल मात्र सर्वांचं एकमत आहे. इंद्र म्हणजे पर्जन्याची, वादळाची देवता आणि देवलोकाचा राजा. या ऐरावताविषयीची एक प्रचलित असलेली कहाणी ऐकण्यासारखी आहे. एकदा वृत्र नावाच्या एका असुरानं पृथ्वीवरील सर्व जलाशयांवर, पाण्याच्या साठ्यांवर कब्जा केला. वाहतं पाणी अडवलं. पाऊसही पडला नाही. सगळी पृथ्वी सुकली. ओसाड झाली. पृथ्वीचा तारणहार म्हणून इंद्र ऐरावतावर बसून या वृत्र नावाच्या असुराचा संहार करण्यासाठी आला. त्यांच्यात घनघोर युद्ध झालं. त्या वेळी ऐरावत पाताळलोकी गेला आणि आपल्या बलशाली दातांनी त्यानं पाताळलोकीचं पाणी खोदून, बाहेर काढून ते ढगांपर्यंत नेऊन पोहोचवलं. जोरात पर्जन्यवृष्टी सुरू झाली. तृषार्त धरणीनं ते पाणी अधाशासारखं स्वतःत सामावून घेतलं. अखेर या लढाईत इंद्राचाच विजय झाला; पण त्या विजयप्राप्तीमध्ये ऐरावताने खूप महत्त्वपूर्ण भूमिका बजावली. आपण विज्ञानामध्ये हे वर्षाचक्र शिकतो, पृथ्वीवरच्या जलाशयाचं बाष्पीभवन कसं होतं, त्या बाष्पाचे ढग कसे बनतात आणि पुन्हा पावसाच्या रूपाने ते पाणी पृथ्वीवर कसं येऊन पोहोचतं, हे सगळं तर आपल्याला माहीतच आहे; पण पावसाबद्दलची ही नवीन कथा ऐकून मजा वाटली ना?

उच्चेश्रवा : हिंदू पुराणामधली मनाला भुरळ घालणारी एक कथा म्हणजे समुद्रमंथनाची कथा. याच अध्यायात स्वतः भगवान श्रीकृष्णांनी मेरूपर्वताचं महान पर्वत असं वर्णन केलं आहे. समुद्रमंथनासाठी या मेरू पर्वताचा रवी म्हणून उपयोग करण्यात आला. वासुकी सर्पाने घुसळण्यासाठी स्वतःचा दोर म्हणून उपयोग करू दिला. या दोराचं एक टोक देवांनी, तर दुसरं दानवांनी पकडून समुद्रमंथन सुरू केलं. समुद्राच्या पोटात खोलवर जे अमरत्वाचं निधान अमृत दडलेलं होतं, त्याला बाहेर काढण्यासाठी हे समुद्रमंथन सुरू झालं; पण त्या अमृताबरोबर इतरही अनेक अदभुतरम्य गोष्टी बाहेर पडल्या. हिमासारखा शुभ्र, सात तोंडांचा अश्व उच्चेश्रवा या समुद्रमंथनातूनच बाहेर पडला. हा उच्चेश्रवा अश्व दानवांचा राजा महाबली याचं वाहन बनला. एकदा हा अश्व आकाशातून विहार करत असताना विनता आणि कद्रू या दोन बहिणींनी त्याला पाहिलं; पण पृथ्वीवरून त्यांना त्याची शेपटी काळी आहे की पांढरी, ते नीट समजेना. मग त्यांनी त्याविषयी पैज लावली. ही पैज जो जिंकेल त्याचा हरणाऱ्या व्यक्तीनं जन्मभर गुलाम बनून राहायचं, असं ठरलं. त्याची शेपटी

काळी आहे, असं कद्रूचं म्हणणं होतं; पण नंतर आपली चूक तिला कळून आली. त्या अश्वाच्या इतर देहाप्रमाणेच त्याची शेपूटही पांढरीशुभ्रच होती. मग तिनं एक शक्कल लढवली. तिनं आपल्या मुलांना, म्हणजे कृष्णवर्णीय सर्पांना त्या अश्वाच्या शेपटीभोवती वेटोळं घालून बसायला सांगितलं. त्यानंतर ती विनताला घेऊन तिथे आली; त्यामुळे ती स्वतःहून सर्पांची गुलाम होऊन राहू लागली; परंतु काही काळाने तिचा स्वतःचा मुलगा गरुड तिथे आला आणि त्यानं आपल्या आईची त्या गुलामीतून मुक्तता केली. कशी ते आपण आता पाहू.

गरुड : महाकाय मानवी पक्षी गरुड याच्या पंखांचा पल्ला इतका मोठा आहे की, स्वतःचे पंख पसरून तो सूर्यालासुद्धा झाकून टाकू शकतो. हा महाकाय गरुड हे विष्णूचे वाहन आहे आणि तो सर्पांचा शत्रू आहे. गरुडाविषयीच्या प्रत्येक कथेमध्ये त्याच्या अद्‌भुत शक्तीचं आणि साहसाचं वर्णन असतंच; पण त्याच्या अंगचा सर्वांत मोठा गुण म्हणजे त्याचा निःस्वार्थीपणा. त्याच्याविषयी अशी एक गोष्ट सांगतात की, त्याची आई विनता हिने तिच्या बहिणीबरोबर एक छोटीशी पैज लावली; पण ती पैज ती हरली; त्यामुळे ती तिच्या भाच्यांची म्हणजे सर्पांची गुलाम होऊन राहू लागली. मग त्या सर्पांच्या तावडीतून आपल्या आईची सुटका करण्यासाठी गरुडानं त्या सर्पांना अमरत्वाचं औषध असलेलं अमृत आणून देण्याचं कबूल केलं. हे अमृत देवांकडे होतं. अमृतकुंभाच्या जवळ पोहोचण्यासाठी गरुडाला आकाशातील एका अग्निवर्तुळाला पार करून जावं लागणार होतं. त्यानंतर हे गरागरा फिरणारं धारदार पाती असलेलं एक चक्र आणि अमृतकुंभाचं रक्षण करणारे दोन अक्राळविक्राळ सर्प या सर्वांचाच सामना करावा लागणार होता. शिवाय स्वर्गलोकी वास करून राहणाऱ्या देव-देवतांनी तो अमृतकुंभ त्याला स्वर्गाच्या बाहेर कधीच नेऊ दिला नसता; पण या सर्व संकटांवर मात करून गरुडानं अखेर तो अमृताचा कुंभ आपल्या मावशीच्या मुलांकडे, म्हणजे त्या सर्पांकडे नेऊन

पोहोचवलाच; (परंतु त्या सर्पांनी खोटेपणा करून आपल्या आईला ती पैज जिंकण्यास मदत केली होती; त्यामुळे शेवटपर्यंत त्यांना काही ते अमृत प्राशन करता आलं नाही.) परंतु हे सर्व करत असताना त्यातलं थोडंसं अमृत स्वतःसाठी ठेवून घ्यावं, असा विचारसुद्धा त्या गरुडाच्या मनात आला नाही; त्यामुळे प्रसन्न होऊन भगवान विष्णूंनी स्वतः गरुडाला आपलं वाहन होण्याची विनंती केली. त्याने ती आनंदाने मान्य केली.

कामधेनू : ही चमत्कारी गोमाता सर्वांच्या सर्व इच्छा पूर्ण करणारी आहे. ती स्वतःमधून शस्त्रास्त्रे, सैन्याचे ताफे आणि संपूर्ण नगरच्या नगरसुद्धा निर्माण करू शकत असे. तीसुद्धा या क्षीरसागराच्या मंथनातूनच बाहेर आली होती, असं म्हणतात. या कामधेनू गाईला सुरभी म्हणजेच सुंदर सुवास असलेली असंही म्हणतात. (पुरातन भारतीयांना सर्वच गायी सुंदर, सुवासिक वाटायच्या, कारण शेती हेच त्यांचं जीवनाचं साधन होतं.) ही कामधेनू अनेक ऋषिमहर्षींच्या मालकीची होती. तिच्याविषयी अनेक आख्यायिका आहेत; पण त्या सर्व आख्यायिकांमधून एक गोष्ट स्पष्ट होते, ती म्हणजे जर का या कामधेनूच्या किंवा तिचे मालक असणाऱ्या ऋषींच्या कुणी वाटेला गेलं, तर त्या व्यक्तीचं काही खरं नसे. तिला आपल्या कर्माची फळं भोगावीच लागत. अनेक वेळा ते ऋषिमहर्षी युद्ध करू शकत नसत, स्वतःचा प्रतिकार करू शकत नसत; पण कामधेनू स्वतःच सेना आणि शस्त्रास्त्रे निर्माण करून दुष्टांचं निर्दालन करत असे. या कामधेनूची मंदिरात कधीही पूजाअर्चा होत नाही; पण भारतात रस्त्यावर सर्वत्र गायी भटकताना दिसतात. हिंदू लोक गाईला नमस्कार करतात, कारण प्रत्येक गाईला ते कामधेनूचाच अवतार मानतात. भारतात गाईला पवित्र मानतात, तिची भक्ती करतात आणि भारतात गोहत्याबंदी आहे, हेही त्याचंच कारण आहे.

हिंदू पंचांगातील ऋतू

हिंदू पंचांग हे पाश्चात्त्य कॅलेंडरवर आधारित नाही, हे तुम्हाला माहीतच असेल. भारतीय नववर्ष हे जानेवारीच्या १ तारखेला सुरू होत नाही. जानेवारी महिन्यात तर सगळं गारढोण, थंडगार, मृतप्राय असतं. भारतीय नववर्ष हे साधारणपणे मार्च महिन्याच्या शेवटापासून ते एप्रिल महिन्याच्या सुरुवातीच्या काळात कधीतरी सुरू होतं. ही वसंताची सुरुवात असते. सूर्यानं हिवाळ्याला पळवून लावलेलं असतं आणि सृष्टीमध्ये सर्वत्र नवचैतन्य संचारलेलं असतं. म्हणजेच वेगळ्या शब्दांत सांगायचं तर तर्कशास्त्रीयदृष्ट्यासुद्धा जानेवारी महिन्याऐवजी याच काळात नववर्षाच्या

स्वागताची तयारी करणं योग्य आहे.

हिंदू पंचांग हे सूर्याची पृथ्वीभोवतीची परिक्रमा, तारे इत्यादी गोष्टींवर आधारित असल्याने हिंदू नूतन वर्षाची तारीख ही पाश्चात्त्य नूतन वर्षाच्या तारखेपेक्षा थोडी निराळी असते. दरवर्षी भारतीय नववर्ष थोडंथोडं सरकत जातं; त्यामुळे १२ हिंदू महिने नक्की कुठल्या पाश्चात्त्य कॅलेंडरमधील तारखेला सुरू होणार, हे काही आपण सांगू शकत नाही. उदाहरण द्यायचं झालं, तर चैत्र महिना हा दरवर्षी २३ मार्चला सुरू होईल, असं काही आपल्याला सांगता येणार नाही; परंतु हिंदू पंचांगातील ठरावीक महिन्यांतच ठरावीक सण येतात. हे सण शेतीच्या हंगामांशीसुद्धा जोडले जातात. कसे, ते आपण आता पाहू.

बारा महिने

- **चैत्र (मार्च - एप्रिल) :** नवीन वर्षाचा शुभारंभ. चैत्र महिन्याचा पहिला दिवस, म्हणजेच हिंदू पंचांगाचा पहिला दिवस. हा दिवस भारताच्या विविध प्रांतांमध्ये उगादि, गुढी पाडवा आणि थापना अशा विविध सणांच्या स्वरूपांमध्ये साजरा केला जातो.
- **वैशाख (एप्रिल - मे) :** पंजाबमध्ये सुगीचा हंगाम असतो. त्या वेळी तेथे लोक बैसाखी हा सण साजरा करतात, तर केरळमध्ये विशू नावाचा सण फटाके उडवून आणि दिव्यांची रोषणाई करून साजरा करतात. या महिन्यातील पौर्णिमा म्हणजेच गौतम बुद्धांची जन्मतिथी; त्यामुळे अनेक लोक बुद्ध पौर्णिमा साजरी करतात.
- **ज्येष्ठ (मे - जून) :** भारतामध्ये या वेळी उन्हाळ्याने कळस गाठलेला असतो. वातावरण इतकं तप्त असतं की, लोक घरीच बसणं पसंत करतात. कदाचित त्याचमुळे गंगा या देवतेचं अवतरण या वेळी झालं; असं हिंदू लोक मानत असावेत; त्यामुळे हिंदूधर्मीय गंगा दशेरा साजरा करतात आणि गंगेच्या काठी जाऊन तिच्या पात्रातील थंड पाण्यात एक डुबकी मारतात.
- **आषाढ (जून - जुलै) :** भारतात पावसाळा ऋतूचं आगमन होतं. सर्वांना तापदायक वाटणारा उन्हाळा समाप्त होतो. लोक घराबाहेर पडतात. पावसाचे पहिले शिंतोडे अंगावर घेत आनंदाने नाचू लागतात; पण जसा पावसाळ्याचा भर वाढू लागतो, तसं मुसळधार कोसळणाऱ्या पावसामुळे जिकडेतिकडे पाणीच पाणी होतं, नद्या तुडुंब वाहू लागतात. मग अशा वेळी लग्न, वास्तुशांती असे समारंभ साजरे करणं फार त्रासदायक होतं.

म्हणूनच कदाचित हिंदू धर्मामध्ये आषाढ महिना हा अशुभ असल्याचं मानण्यात येत असावं; त्यामुळे या महिन्यात काहीच सण-समारंभ नसतात.

- **श्रावण (जुलै - ऑगस्ट) :** आता पावसाळा थोडा कमी होतो. वातावरण थंडगार होऊ लागतं. आता हिंदू सणांचे दिवस सुरू होतात. सुरुवात होते ती कृष्ण जन्माष्टमीच्या सोहळ्याने. अगदी भर पावसाळ्यात भगवान कृष्णांचा जन्मसोहळा साजरा करण्यात येतो. शिवाय याच सुमारास बहीण-भावाच्या प्रेमाची महती सांगणारा रक्षाबंधनाचा सणसुद्धा येतो.
- **भाद्रपद (ऑगस्ट - सप्टेंबर) :** भाद्रपद महिन्याच्या चौथ्या दिवशी, म्हणजेच चतुर्थीला सर्वांच्या लाडक्या गणपतीबाप्पाला मोठ्या प्रेमानं, वाजतगाजत घरी आणण्यात येतं. महाराष्ट्र आणि कर्नाटकात गणेशोत्सव अगदी धूमधडाक्यात साजरा करण्यात येतो.
- **आश्विन (सप्टेंबर - ऑक्टोबर) :** आश्विन महिन्यात हिंदू लोकांच्या उत्साहाला उधाणच येतं. एकामागोमाग एक सण येतात. पश्चिम बंगालमध्ये दुर्गा-पूजा, गुजरातमध्ये नवरात्री आणि देशाच्या बऱ्याच भागांमध्ये दशेरा किंवा दसऱ्याचा सण साजरा करण्यात येतो.
- **कार्तिक (ऑक्टोबर - नोव्हेंबर) :** हिवाळा अगदी जवळ येऊन ठेपलेला असतो. इथून पुढे दिवस लहान होत जातो आणि रात्र मोठी होत जाते; त्याचमुळे हा काळ दिवाळी किंवा दीपावलीचा सण साजरा करण्यासाठी अगदी योग्य असतो. सर्वत्र दिव्यांची आरास केली जाते. कार्तिक महिन्यातील अमावास्या ही संपूर्ण वर्षातली सर्वांत मोठी रात्र असते.
- **मार्गशीर्ष / अग्रहायण (नोव्हेंबर - डिसेंबर) :** गीतेच्या दहाव्या अध्यायात भगवान कृष्णांनी या मार्गशीर्ष महिन्याचा उल्लेख सर्वांत उत्तम महिना असा केला आहे. उष्ण कटिबंधातील भारतात हा सर्वांत सुंदर काळ असतो. वातावरण सुंदर असतं. हवेत जरासा गारवा असतो. कोवळ्या उन्हात बसून चहा आणि भजी खाण्याची मजा याच महिन्यात लुटायची असते.
- **पौष (डिसेंबर - जानेवारी) :** कडाक्याच्या थंडीचे दिवस. उत्तर भारत थंडीच्या विळख्यात काकडत बसलेला असतो; परंतु दक्षिण आणि पश्चिम भारतात मात्र हा उत्कृष्ट काळ असतो. हवा सर्व वर्षांत सर्वांत सुंदर असते. पौष महिन्याच्या अखेरीस संपूर्ण भारतात सुगीचा हंगाम साजरा करण्यात येतो. संपूर्ण भारतात वेगवेगळ्या सणांच्या स्वरूपात हा काळ साजरा केला जातो. मकर संक्रांत, पोंगल, उत्तरायण, लोडी, माघी आणि बिहू अशी या सणांची नावं आहेत.

- **माघ (जानेवारी - फेब्रुवारी) :** अजूनही हवेत थोडासा गारवा असतोच. झाडांची पानगळ सुरू असते. काही दिवसांतच झाडांवरचं पानन् पान झडून जातं आणि नवी कोवळी पालवी फुटण्यास सुरुवात होते. वसंत ऋतूच्या आगमनाचा हा काळ. आत्ताच महाशिवरात्र म्हणजे शिव-पार्वतीच्या विवाहसोहळ्याचा शुभदिवस साजरा करण्यात येतो.
- **फाल्गुन (फेब्रुवारी - मार्च) :** वसंत ऋतू रंगाची उधळण करत मोठ्या दिमाखात दाखल होतो. सर्वत्र सुगंधी फुलापानांची रेलचेल होते. फाल्गुन महिन्याच्या शेवटच्या दिवसापासून वातावरण हळूहळू गरम होऊ लागतं. आपल्या जिवलगांसोबत, नातलग आणि स्नेह्यांसोबत होळीचा सण साजरा करण्यात येतो. लोक एकमेकांवर पाणी आणि रंग उडवतात. सर्वत्र जल्लोषाचं वातावरण असतं.

आणि सहा ऋतू

पाश्चात्त्य देशांमध्ये फक्त चारच ऋतू असतात – उन्हाळा, पानगळ, हिवाळा आणि वसंत; पण भारतात इतके विविध हंगाम असतात की, केवळ चार ऋतूंमध्ये त्यांचं वर्गीकरण होऊ शकणार नाही; त्यामुळेच हिंदू पंचांगानुसार वर्षाच्या बारा महिन्यांची ६ ऋतूंमध्ये विभागणी करण्यात आली आहे. एकेक ऋतू दोन महिने असतो. प्रत्येक ऋतूला त्याचं यथार्थ वर्णन करणारं नावही आहे. त्यांची यादी पुढीलप्रमाणे–

- **वसंत ऋतू :** भगवान श्रीकृष्णांच्या मते हा अतीव सुंदर ऋतु; सर्व ऋतूंमध्ये आघाडीवर असतो. (फाल्गुन व चैत्र)
- **ग्रीष्म ऋतू :** कडक उन्हाळ्याचा काळ. याच्या शेवटी वर्षातला सर्वांत मोठा दिवस असतो. (वैशाख आणि ज्येष्ठ)
- **वर्षा ऋतू :** भारतातील पावसाळा (आषाढ आणि श्रावण)
- **शरद ऋतू :** भारतात मात्र या ऋतूला लोक पानगळीचा ऋतू म्हणून ओळखत नाहीत. तर या वेळी धरणी शीतल होते. शिवाय वर्षातील काही महत्त्वाचे सण याच काळात येतात. (भाद्रपद आणि आश्विन)
- **हेमंत ऋतू :** हिवाळा सुरू होण्याच्या आधीचा काळ. संपूर्ण भारतात हा कालखंड फार आल्हाददायक असतो. (कार्तिक आणि मार्गशीर्ष)
- **शिशिर ऋतू :** अगदी कडाक्याचा हिवाळा. याच्या अखेरचे दोन आठवडे हवा अत्यंत कोरडी असते. या काळात अनेक झाडांची पानगळ होते; त्यामुळे खूप थोड्या काळातच झाडांचे खराटे होऊन जातात. (पौष आणि माघ)

११

विश्वरूपदर्शनयोग

भगवान श्रीकृष्ण अर्जुनाची एक इच्छा पूर्ण करतात आणि त्यामुळे अर्जुन भीतीनं गर्भगळित होतो

भगवान कृष्ण बोलत असताना सर्ववेळ अर्जुन डोळ्यांची पापणीसुद्धा लवू न देता निश्चल उभा होता. त्यांचं बोलणं संपल्यावर त्यांच्याकडे अनिमिष नेत्रांनी पाहत तो प्रेमभराने म्हणाला, ''आता माझ्या मनात कुठलाही गोंधळ नाही. कुठलाही संशय नाही. माझ्या मनातील शंकेची जळमटं तुम्ही दूर केली आहेत - या संपूर्ण विश्वाचा कर्ताकरविता फक्त तुम्हीच आहात, दुसरं कुणीच नाही. जन्म याचा अर्थ तुमच्यापासून सुरू झालेला प्रवास आणि मृत्यू म्हणजे घरी परतणं, तुमच्यात विलीन होणं; बाकी काही नाही. हे जग सतत अंतर्बाह्य बदलत असतं. काहीच कायमस्वरूपी टिकून राहत नाही. हा निसर्गाचाच नियम आहे; पण या अस्थिर जगाचा कुठलाही नियम तुम्हाला मात्र लागू नाही. हे कमलनेत्र परमेश्वरा, तुम्ही तेवढे अविनाशी आहात; चिरंजीव आहात. तुमच्यात मात्र कोणताच बदल घडून येत नाही.''

एवढं बोलून अर्जुन थांबला. आत्ता या क्षणी त्याच्या हृदयात एक इच्छा उन्मीलित झाली होती. ती इच्छा इतकी धाडसी होती की, ती भगवान श्रीकृष्णांपुढे बोलून दाखवण्याच्या नुसत्या विचारानंही अर्जुनाला संकोच वाटू लागला; पण मग त्यानं स्वतःच्या मनाची समजूत घातली. तो स्वतःलाच उद्देशून म्हणाला, ''हे बघ, खुद्द परमेश्वरानं विश्वाचं हे इतकं मोठं रहस्य तुला उलगडून दाखवलं आणि तरीही तुझी आणखी काही इच्छा बाकी आहे?'' पण मनाची कितीही समजूत घातली, तरी ती इच्छा काही त्याला गप्प बसू देईना. ती इच्छा त्याच्या देहामनात भरून राहिली. त्याचं अंतर्मन म्हणू लागलं, ''राजपुत्रा, तुझी ही इच्छा भगवान श्रीकृष्णापुढे व्यक्त कर. नुसतं त्यांना विचारायला काय हरकत आहे? त्यांना काही विचारायचं नाही, असा नियम आहे का?'' शेवटी या द्वंद्वात अर्जुनाच्या त्या इच्छेचा विजय झाला.

"परमेश्वरा, मी आता तुमच्याकडे काहीतरी मागणार आहे; परंतु तुम्ही त्यामुळे माझ्याविषयी मनात काही ग्रह करून घेऊ नका हं! माझी ही एवढी शेवटची एक इच्छा तुम्ही पूर्ण करा. मला तुम्हाला तुमच्या खऱ्याखुऱ्या रूपात एकदा बघायचं आहे. या तुम्ही घेतलेल्या मानवी अवतारात नव्हे, तर तुमच्या मूळच्या दैवी चैतन्य स्वरूपात बघायचं आहे. माझ्या दृष्टीला तुमचं रूप निरखून पाहण्याचा आनंद घ्यायचा आहे. अगदी माझी तेवढी पात्रता नसली, तरीसुद्धा! तर तुम्ही तुमच्या मूळ स्वरूपात मला दर्शन द्याल का?"

त्यावर करुणेचा सागर असलेले भगवान किंचित हसले. ते म्हणाले, "तथास्तु!"

भगवान कृष्ण उठून उभे राहिले. त्यांच्या देहाभोवती तेजाची प्रभा फाकली होती. त्या तेजाची किरणं सर्व दिशांना पसरली होती. त्या तेजानं अर्जुनाचे डोळे दिपून गेले. भगवान कृष्ण बोलू लागले, तेव्हा त्यांचा स्वर धरती आणि आकाशामध्ये भरून गेला.

"पार्था, माझी नानाविध रूपं डोळ्यांत साठव. तू आजवर मनासमोर जी कुठली रूपं आणली असशील, तीही पाहून घे आणि ज्या रूपांची कधी कल्पनाही केली नसशील, अशा रूपांतही आज मला पाहा. हे राजपुत्रा, आदित्य, वसू, रुद्र, आश्विन अशा ज्या कुठल्या स्वर्गस्थ देव-देवतांचं रूप तू कल्पनेनं साकारलं असशील, त्या रूपांत मला पाहा आणि ज्या देव-देवतांना कधी कल्पनेतही पाहिलं नसशील, त्यांना आज इथे माझ्यामध्ये पाहा, कारण सर्वच देव-देवता माझ्या ठायी आहेत. तुला जे विश्व ठाऊक आहे, त्या विश्वाचं दर्शन आज तू माझ्यात घे आणि जे विश्व तुझ्या कल्पनेपलीकडचं आहे, तेही तू आज येथे पाहा. तुझी जे काही पाहण्याची इच्छा आहे, ते तू येथे पाहा आणि जे बघणं तू सहनसुद्धा करू शकत नाहीस, तेही तू आज प्रत्यक्ष तुझ्या डोळ्यांनी पाहून घे."

अर्जुनाने स्वतःचे डोळे किलकिले करून त्या प्रखर तेजाकडे पाहण्याचा प्रयत्न केला. तो खूप अधीर, खूप उतावीळ झाला होता; पण त्याला केवळ ते पांढरंशुभ्र तेजच दिसत होतं. भीती आणि दुःखानं त्याचं मन झाकोळून गेलं. हे सगळं त्याला आतून, अगदी खूप पूर्वीपासून माहीतच होतं; पण आता तर मनात कुठे शंकेला जराशी जागासुद्धा उरली नव्हती. त्याची असं काही पाहण्याची पात्रताच नव्हती, हेच सत्य होतं.

पण भगवान कृष्ण पुन्हा एकदा बोलू लागले. त्यांचा आवाज करुणेने ओतप्रोत भरलेला होता. "भरता, तुझ्या मानवी नजरेला मी दिसू शकणार नाही, म्हणून मी तुला या क्षणी दिव्य दृष्टी प्रदान करत आहे."

आणि त्यानंतर पांडवांमधील त्या वीरपुरुषाला, त्या राजपुत्राला, त्या अर्जुनाला जे काही दृश्य दिसलं, ते त्यानं आजवर कधीच पाहिलं नव्हतं, अनुभवलं नव्हतं. भीती आणि आश्चर्यमिश्रित आदरानं त्याचं शरीर कंप पावू लागलं. तो परमेश्वराच्या त्या रूपाला डोळे भरून पाहू लागला, त्या दिव्यत्वाला नजरेत साठवून घेऊ लागला.

हस्तिनापुरात स्वतःच्या राजवाड्यात राजा धृतराष्ट्र श्वास रोखून उभा होता. संजय त्यापुढे आणखी काय बोलतो, याची तो वाट पाहत होता. भगवान कृष्णांचं ते खरंखुरं दिव्य ईश्वरी रूप आपल्या अंध दृष्टीसमोर कल्पनेनं आणण्यासाठी तो अधीर झाला होता; परंतु इतक्या वर्षांत आज प्रथमच संजयाची जणू वाचाच गेली होती. त्याची ती नेहमीची शांत राहून समोर दिसणारं दृश्य जसंच्या तसं वर्णन करून सांगण्याची हातोटी त्याला सोडून गेली होती की काय? त्याऐवजी तो अडखळत, चाचरत, कसंनुसं बोलू लागला.

"आणि काय सांगू महाराज, त्या परमोच्च योग्यानं पार्थाला त्याच्या दिव्य स्वरूपाचं दर्शन घडवलं. तो योगी लक्षावधी डोळ्यांनी पाहत होता, लक्षावधी तोंडांनी बोलत होता, त्याचं शरीर अगणित पार्थिव वस्त्रालंकारांनी आणि आभूषणांनी नटलेलं होतं, त्याच्या हातांमध्ये असंख्य दिव्य शस्त्रास्त्रं होती, गळ्यात स्वर्गीय माळा होत्या आणि वस्त्रे होती, नंदनवनातील सुगंधी द्रव्यांनी तो देह सजला होता; पण तरीही त्या दिव्य देहाला सुनिश्चित असा आकार नव्हता, त्याची अनेक मस्तकं विविध दिशांकडे वळत होती, त्याची नजर सर्वकाही पाहत होती. महाराज, असं वाटत होतं की, जणू काही हजारो सूर्यांचं तेज पृथ्वीवर एकदमच अवतरलं आहे; पण ते सूर्याच्या तेजाहून शतपटीनं अधिक तेजस्वी आणि लक्षावधी पटीनं अधिक देदीप्यमान आहे.

"महाराज, हे अभूतपूर्व दृश्य पाहून पार्थ घाबरल्यासारखा झाला आहे, त्याची जणू पाचावर धारण बसली आहे, तो हात जोडून त्या तेजासमोर नतमस्तक होऊन उभा आहे. तो आनंदानं इतका हरखून, इतका भांबावून गेला आहे की, तोंड उघडून काहीबाही बोलत आहे."

हे ऐकून धृतराष्ट्राची उत्सुकतासुद्धा शिगेला पोहोचली. तो आता जिवाचा कान करून संजयाचं बोलणं ऐकू लागला.

"हे परमेश्वरा, मी आतापर्यंत ज्या कुठल्या देव-देवतांना पुजलंय, जी कुठली कथा ऐकली आहे, ते सर्वकाही मी आता तुमच्यामध्ये बघत आहे.'' अर्जुन डोळ्यांत पाणी आणून म्हणाला.

"तुम्ही अनादिअनंत आहात, चिरंजीव आहात; तुम्ही विश्वरूप आहात. तुमच्या या दिव्य तेजात मला धगधगता अग्नी दिसतो, सूर्याचं तेज दिसतं. तुमच्या भोवती जी अनोखी प्रभा फाकलेली आहे, त्यामध्ये तुमच्या मस्तकावरचा मुकुट, तुमच्या हातातील गदा आणि सुदर्शन चक्र इतकं चमकत आहे की, त्यानं माझे डोळे दिपून गेले आहेत. हे अनंतबाहू, तुमचा चेहरा म्हणजे प्रकाशाचा स्रोत आहे, तुमचे नेत्र म्हणजे सूर्यचंद्र आहेत, तुमच्या तेजाने हे संपूर्ण विश्व धगधगत आहे.

"तुम्ही तुमच्या या तेजस्वी रूपानं आभाळ, पृथ्वी आणि त्या दरम्यान असलेलं अवकाश भरून टाकलं आहे. सर्व देव-देवता आणि ऋषिमहर्षी तुम्ही स्वतःमध्ये सामावून घेतले आहेत. ते सर्वजण तुमची स्तुतिस्तोत्रं गात असतात. तुमच्याविषयीच्या आदरानं आणि भक्तीनं ते भारावून गेलेले असतात. तुमचं हे अथांग रूप एकाच वेळी मनोहर आणि भीतिदायक आहे. तुमची अनंताचा वेध घेणारी नजर, अगणित डोळे, हात, चरण, उदर, तोंड, तुमचे ते हस्तिदंत, सर्वांना गिळंकृत करायला निघाल्यासारखी भासणारी तुमची वदने, तुमचे निखाऱ्यासारखे धगधगणारे डोळे हे सर्व पाहून हे जग भीतीनं थरथर कापू लागतं आणि माझं हृदयसुद्धा धडधडू लागतं. हे परमेश्वरा, माझ्यावर दया करा, तुमच्या कृपेचं छत्र माझ्यावर सदोदित असू दे.

"आणि आता इथे मला जे काही दिसतंय ना,'' अर्जुनाचा आवाज भावनातिरेकानं थरथर कापू लागला. "परमेश्वरा, त्याचं काय वर्णन करू? आमच्या काळातले महानायक एखाद्या पतंगाने ज्योतीकडे आकृष्ट व्हावं, तसे तुमच्याकडे आकृष्ट होताना मी आता पाहतोय. धृतराष्ट्रमहाराजांचे सर्व पुत्र, भीष्मपितामह, द्रोणाचार्य, महाधनुर्धारी कर्ण आणि दोन्ही पक्षांकडून लढणारे सर्व राजे मला तुमच्या अक्राळविक्राळ तोंडाकडे जणू खेचले जात असल्यासारखे दिसत आहेत. जणू काही ते एका

अनामिक शक्तीनं तुमच्या मुखात ओढले जात आहेत आणि तुमच्या अजस्त्र दातांमध्ये सापडून त्यांचं चूर्ण होत आहे.

"तुम्ही कोण आहात? तुम्ही या सर्व विश्वाला गिळंकृत करायला निघाला आहात का? तुम्ही नक्की आहात तरी काय? तुमची ही ज्वालामुखीसारखी अक्राळविक्राळ तोंडं, तुमचं हे अतिदाहक असं तेज? मला आता सांगा भगवान विष्णू, म्हणजे मी तुम्हाला जाणून घेईन आणि तुमची भक्ती करेन."

अर्जुनासमोर उभा ठाकलेला तो निर्गुण, निराकार ईश्वर म्हणाला, "मी काळ आहे. सर्व जगाचा संहारकर्ता आहे. मी सर्वांनाच गिळंकृत करतो. मी कुणाचीच गय करत नाही. आता जरी तू हाती शस्त्र घेतलं नाहीस, आता जरी तू कुणाविरुद्ध युद्ध पुकारलं नाहीस; तरी एक ना एक दिवस येथे असलेला प्रत्येक योद्धा मृत्युमुखी तर पडणारच आहे. काळच त्याचा घास घेणार आहे.

"म्हणूनच अर्जुना, आता मी सांगतो ते ऐक. ऊठ. तुझं धनुष्य उचल. एका योद्ध्याचं कर्तव्य पार पाड, कीर्तिमान हो, एका राजाचं कर्तव्य पार पाड आणि आपला राज्याधिकार परत मिळव. उत्तम शासनकर्ता हो. काळ तर या सर्व योद्ध्यांचा घास घेणारच आहे. ते माझ्याकडून तर केव्हाच मारले गेल्यासारखेच आहेत. फक्त तुझ्या कृतीमुळे ते नक्की कोणत्या पद्धतीने मृत्यू पावतील एवढंच ठरणार आहे. हे सव्यसाची, ज्यांचा मृत्यू अटळ आहे, त्यांच्यावर तू फक्त घाव घालणार आहेस, इतकंच! चल, ऊठ... द्रोणाचार्य, भीष्माचार्य, जयद्रथ, कर्ण आणि इतर योद्ध्यांना यमसदनाला पाठव. लढ अर्जुना. कसलीही भीती मनात बाळगू नको. या युद्धात तूच विजयी होणार, हे नक्की."

अर्जुनाने थरथर कापत जमिनीवर अंग टाकले. त्याने परमेश्वरासमोर साष्टांग दंडवत घातला. त्याने दोन्ही हात जोडले. तो भक्तिभावानं म्हणाला,

"हे ऋषीकेशा," भावनावेगानं त्याचा कंठ दाटून आला होता. "सगळ्या जगाला तुमच्यामुळे का आनंद होतो, सर्व सज्जन आणि विद्वान माणसं नेहमी तुमची स्तुतिस्तोत्रं का गातात, हे मला आत्ता नीट उमगलं आणि त्याचबरोबर जे तुम्हाला ओळखत नाहीत, ते तुम्हाला पाहताच भीतीनं दूर का पळतात, हेही मला उमगलं.

"तुम्ही सर्वोच्च आहात, प्रथम आहात, आदिम आहात! तुम्हीच वारा, अग्नी, आणि सात समुद्र आहात. तुम्ही सनातन चैतन्य आहात, तुम्हीच सूर्य आणि तुम्हीच चंद्र आहात आणि सर्व विश्वाचे संहारकही आहात. तुम्ही चिरंजीव आहात. हे सर्व विश्व तुमच्यामध्ये सामावलेलं आहे. माझं तुम्हाला अनेकवार वंदन असो."

अचानक अर्जुनाला एक खूप जुनी आठवण झाली. इतकी जुनी की, जणू काही पूर्वजन्मातली असावी, इतकी जुनी! त्या साष्टांग दंडवत घातलेल्या अवस्थेतही त्याच्या शरीराचा थरकाप झाला!

“हे अप्रमेया, मला क्षमा करा. मी आजवर तुमच्याशी कसंही वागलो, कसंही अनादरानं बोललो, मी तुम्हाला कृष्णा, कृष्णसखा, यादवा अशा काहीही हाका मारत राहिलो. मी खूपखूप जवळिकीनं बोलत राहिलो. तुम्ही खरे कोण आहात, याची मला जाणीवच नव्हती. मी अगणित वेळा तुमची चेष्टामस्करीसुद्धा केली, तुमच्याशी वाद घातला. आपण एकत्र खेळलो, जेवलो, विश्रांती घेतली, मित्रांसारखे घोळक्यातून हिंडलोसुद्धा! पण त्या वेळी तुमचा अनादर करण्याचा माझा अजिबात हेतू नव्हता. परमेश्वरा, मी फक्त बेफिकीर होतो. माझं खूपखूप प्रेम होतं ना तुमच्यावर. कदाचित म्हणूनच इतकी धिटाई आली असेल माझ्या अंगात.

“पण मला क्षमा करा. माझं ते बेमुर्वत वागणं पोटात घाला. मी तुमच्यापुढे दयेची याचना करत आहे. एखादा पिता जसा आपल्या पुत्राचे अपराध पोटात घालतो, तसेच माझे अपराध पोटात घाला. एखादा मित्र आपल्या मित्राला किंवा प्रियकर आपल्या प्रेयसीला माफ करतो, तसंच तुम्हीही मला माफ करा, कारण तुम्ही माझं सर्वस्व आहात. पिता, बंधू, सखा, सहचर सर्वकाही तुम्हीच आहात. इतकंच नव्हे, तर त्यापेक्षाही बरंच काही आहात.

“आणि हे परमेश्वरा, आता मी तुम्हाला हात जोडून अशी विनंती करतो की, तुम्ही कृपया तुमच्या मूळ रूपात परत या. मी तुमच्या ज्या रूपाला नीट ओळखतो, ज्या तुमच्या रूपावर जिवापाड प्रेम करतो, त्याच रूपात परत या. मी आता या डोळ्यांनी जे काही पाहिलं, जे काही अनुभवलं; त्याचा मला आनंदच आहे. मी किती पुण्यवान आहे, हे आता मला उमगलंय; पण तुमचं हे रौद्र स्वरूप पाहून माझा जीव भीतीनं व्याकूळ होतो; त्यामुळे माझ्या मनाची शांती ढळते.”

त्यानंतर जरा वेळ शांतता पसरली. अर्जुन अजूनही साष्टांग दंडवत घालून जमिनीवर पडून होता. त्याला समोरचा तो अद्‌भुत प्रकाश हळूहळू कमी होत असल्याची जाणीव झाली. ती दिव्य आकृती मंद होतहोत दिसेनाशी झाली. त्यानंतर परमेश्वराचा आवाज ऐकू आला, तो आवाज त्याच्या ओळखीचा होता. तो आवाज भगवान कृष्णाचा होता.

“अर्जुना, हे बघ, अरे मीच आहे; तुझा कृष्णसखा, मानवी रूपातला तुझा मित्र.” असं म्हणत भगवान कृष्णांनी थरथर कापणाऱ्या अर्जुनाला जमिनीवरून उठवलं, त्याला आपल्या कवेत घेऊन, थोपटून शांत केलं.

अर्जुनाला खूप आनंद झाला. त्याचं हृदय भरून आलं; पण तरीही त्या दोघांमधलं समीकरण कायमचं बदललं असल्याची त्याला जाणीव झाली. त्याचं भगवान कृष्णांवर निरतिशय प्रेम होत; ते तर कधीच कमी होणार नव्हतं. जर शक्य असतं तर ते वाढलंच असतं.

पण त्याचा कृष्णसखा म्हणजे साक्षात परमेश्वरच आहेत, हे सत्य तो कधीच

विसरू शकणार नव्हता. पूर्वी त्याचं जे बरोबरीचं नातं होतं, तसं नातं आता पुन्हा कसं निर्माण होऊ शकलं असतं? या विचारांनी अर्जुन उदास झाला.

"परांतपा, माझं खरं रूप पाहून देव-देवतांच्यासुद्धा आनंदाला उधाण येतं आणि आजवर कोणत्याही मानवाला माझं रूप पाहण्याचं भाग्य लाभलेलं नाही. माझं रूप डोळ्यांत साठवणं ही काही सोपी गोष्ट नाही, हे तर खरंच; पण तू भयभीत होऊ नकोस. अरे, त्यात घाबरण्यासारखं काहीच नाही."

अर्जुनानं मान हलवली. भगवान कृष्णांच्या त्या नेहमीच्या प्रेमळ स्वरातील बोलण्यामुळे तो शांत झाला होता. त्याच्या मनाची अस्वस्थता कमी झाली होती.

"परांतपा, एक गोष्ट तू नीट समजून घे. आज तू माझं जे रूप पाहिलसं, ते पाहायला मिळण्यासाठी जपतप करून, वेदपठण करून, पूजाअर्चा करून, मला नैवेद्य दाखवून किंवा दानधर्म करून काहीच उपयोग नाही; परंतु जी व्यक्ती स्वतः करत असलेले प्रत्येक काम हे मला समर्पित करत असेल, जिनं मलाच स्वतःच्या आयुष्याचं ध्येय बनवलं असेल, जी व्यक्ती माझी श्रद्धापूर्वक आराधना करत असेल, ज्या व्यक्तीला या जगातील कोणाविषयीच तिरस्कार वाटत नसेल, अशा व्यक्तीवर नेहमीच माझा वरदहस्त असतो. पांडवा, ही अशी व्यक्ती मात्र थेट माझ्यापर्यंत येऊन पोहोचते."

भूतकाळातील स्फोट

भगवद्‌गीतेच्या अकराव्या अध्यायातील ३२ व्या श्लोकाचा आणि अणुबॉम्बचा काय संबंध आहे बरं? आपण पाहू या.

कालोऽस्मि लोकक्षयकृत्प्रवृद्धो लोकान्समाहर्तुमिह प्रवृत्तः।
ऋतेऽपि त्वां न भविष्यन्ति सर्वे येऽवस्थिताः प्रत्यनीकेषु योधाः ॥११-३२॥

मी सर्वसंहारक, विनाशकारी असा काळ आहे. माझी सर्व इच्छाशक्ती एकत्रित करून मी या सर्व योद्ध्यांचा विनाश करीन. कौरव आणि त्यांचे महापराक्रमी योद्धेसुद्धा माझ्या या संहारक शक्तीपासून वाचू शकणार नाहीत. त्यासाठी अर्जुना, तू जरी हाती शस्त्र धरलं नाहीस, तरीही मला हे सहजशक्य आहे. (११-३२)

आता आपण विसाव्या शतकाच्या मध्यात जाऊ. १९३९ सालापासून, म्हणजेच दुसऱ्या महायुद्धाला प्रारंभ झाल्यापासूनच 'मॅनहॅटन प्रोजेक्ट' हा अमेरिकेचा छुपा कुप्रसिद्ध उपक्रम कार्यरत होता. जगातील पहिल्या अण्वस्त्राचा शोध याच सुमाराला लागला. अखेर १९४५ मध्ये शास्त्रज्ञांनी पहिला अणुबॉम्ब बनवण्यात यश मिळवलं. ७ मे रोजी बॉम्बस्फोटाची पहिली चाचणी मेक्सिको येथील जॉर्नाडा डेल म्युएर्टो या वाळवंटात घेण्यात आली. या बॉम्बचं नाव होतं 'द गॅजेट' आणि या चाचणीला 'द ट्रिनिटी टेस्ट' म्हणून आजही ओळखण्यात येतं.

हा बॉम्ब लॉस अलमोस लॅबोरेटरीत बनवण्यात आला होता. हा बॉम्ब बनवणाऱ्या शास्त्रज्ञांच्या तुकडीचं नेतृत्व पदार्थविज्ञानशास्त्राचे तज्ज्ञ जे. रॉबर्ट ओपनहाइमर हे करत होते. ही ट्रिनिटी टेस्ट म्हणजे या सर्व शास्त्रज्ञांच्या यशाची पावतीच होती. त्यानंतर थोड्याच महिन्यांत या 'द गॅजेट' बॉम्बची प्रतिकृती असलेला बॉम्ब वापरून जपानमधील नागासाकी शहर उद्‌ध्वस्त करण्यात आलं. यामुळे सुमारे ७५,००० लोक मृत्युमुखी पडले आणि दुसऱ्या महायुद्धाचा शेवट झाला.

या सर्व शास्त्रज्ञांच्या तुकडीने मिळून जो बॉम्ब तयार केला होता, त्यामध्ये असलेल्या महाविनाशकारी शक्तीमुळे त्यांतील बरेच शास्त्रज्ञ फार अस्वस्थ झाले होते. या घटनेनंतर कित्येक वर्षांनी प्रमुख शास्त्रज्ञ ओपनहाइमर हे या बॉम्बनिर्मितीविषयी टेलिव्हिजनवर एका मुलाखतीत म्हणाले :

(ही मुलाखत यू ट्यूबवर आजही उपलब्ध आहे.)

''यानंतर जग पुन्हा पूर्वीसारखं राहणार नाही, याची आम्हालाही कल्पना होती. काही थोडे लोक हसले, थोडे लोक रडले; पण बरेच लोक अबोल झाले. मला हिंदू प्राचीन धर्मग्रंथातील भगवद्‌गीतेमधील एका श्लोकाची इथे आठवण झाली. यामध्ये विष्णू एका राजपुत्रानं त्याचं कर्तव्य कसं निभावून न्यायला हवं, हे समजावून सांगत असतात आणि ती गोष्ट त्याला प्रभावीपणे पटवून देण्यासाठी त्यांचं स्वतःचं अनेक हस्त असलेलं मूळ रूप धारण करतात.

''त्या वेळी ते म्हणतात, हे बघ, मीच आता मृत्यू झालो, सर्व जगाचा संहारक. मला वाटतं, आम्हा सर्व शास्त्रज्ञांना आमच्या या संशोधनाबद्दल आज असंच वाटत आहे.''

(यात एक मोठी नाट्यपूर्ण गोष्ट सांगावीशी वाटते. संस्कृतमध्ये 'काल' या शब्दाचे दोन अर्थ आहेत. त्याचा एक अर्थ समय असा आहे, तर दुसरा अर्थ मृत्यू. मृत्यूप्रमाणेच काळसुद्धा कधीच कुणावर मेहेरबानी करत नाही, प्रत्येकाला तो गिळंकृत करतो, सर्वच गोष्टींचा कधी ना कधीतरी तो घास घेतोच.)

ओपनहाइमर यांना 'अणुबॉम्बचे जनक' म्हणून ओळखलं जातं. त्यांनी एक आठवण अशीही सांगितली की, मेक्सिकोच्या वाळवंटात तो पहिला अणुस्फोट जेव्हा घडवून आणण्यात आला, तेव्हा तो प्रत्यक्ष पाहत असताना त्यांना गीतेमधील आणखी एका श्लोकाची आठवण झाली. (ओपनहाइमर यांना गीता मुखोद्‌गत होती.) हा श्लोकसुद्धा याच अध्यायातील १२ वा श्लोक आहे.

दिवि सूर्यसहस्रस्य भवेद्युगपदुत्थिता ।
यदि भाः सदृशी सा स्याद्भासस्तस्य महात्मनः ॥ ११-१२॥

समजा, एकदम हजारो सूर्यांच्या प्रकाशानं आकाश उजळून
निघालं असतं, तर त्या तेजाची तुलना कदाचित त्या परमेश्वराशी
करता आली असती. (११-१२)

त्यामुळे त्या अणुबॉम्बच्या स्फोटाचं दृश्य समोर बघत असताना ओपनहाइमर यांना गीतेतील हा श्लोक आठवला असेल, तर त्यात नवल ते काय? एकूण दहा अतिमहत्त्वपूर्ण व्यक्ती हा स्फोट प्रत्यक्ष बघत होत्या. त्यांतील एक म्हणजे ब्रिगेडियर जनरल थॉमस फॅरेल. ते त्या दृश्याचं वर्णन करताना म्हणतात, ''त्या स्फोटाच्या प्रकाशलोळाचं वर्णन करताना शब्द अपुरे पडतील. संपूर्ण देश एका प्रखर प्रकाशात उजळून निघाला, त्या प्रकाशाची तीव्रता माध्यान्हीच्या सूर्यापेक्षा कितीतरी पटींनी जास्त होती. तो प्रकाश सोनेरी, जांभळा, किरमिजी, करडा आणि निळा होता. त्या प्रकाशाने त्या संपूर्ण परिसरामधील डोंगररांगांमधील प्रत्येक पर्वतशिखर, घळी आणि कडा उजळून निघाल्या. ते संपूर्ण दृश्य इतकं सुंदर, इतकं अवर्णनीय होतं की, ते प्रत्यक्ष पाहिल्याशिवाय त्याचं सौंदर्य कुणाला कळूच शकणार नाही.''

फॅरेल यांनी केलेलं हे अणुस्फोटाचं वर्णन गीतेमध्ये संजयाने केलेल्या श्रीकृष्ण भगवानांच्या कुरुक्षेत्रावरील विश्वरूप दर्शनाशी अगदी मिळतंजुळतं आहे.

१२

भक्तियोग

कृष्ण अर्जुनाला खऱ्या भक्तीची महती सांगतात

अर्जुनाला यानंतर आणखी काहीच समजावण्याची गरज नव्हती. त्यानं 'याची देही याची डोळा' जो काही चमत्कार पाहिला होता, त्यानंतर त्याचा विश्वास बसणार नाही, हे शक्य तरी होतं का? भगवान कृष्ण हे साक्षात परमेश्वरच आहेत, हे त्याला पुरतं कळून चुकलं होतं. आपल्या स्वतःच्या मृत्यूचं भय अर्जुनाला कधीच वाटलं नव्हतं. शिवाय त्यानं स्वतः अजून शस्त्र तर काय, साधं हाताचं बोटसुद्धा उचललेलं नसताना त्याचे स्वतःचे नातलग समोरून त्याच्यावर चाल करून येऊ लागले होते; त्यामुळे आपण आपल्या नातलगांवर, गुरूंवर, प्रियजनांवर शस्त्र कसं उचलायचं, ही त्याच्या मनातील शंका हळूहळू मिटू लागली होती. आत्म्याच्या परब्रह्माकडे जाण्याच्या वाटचालीतली मृत्यू ही फक्त एक पायरी होती, ही गोष्ट एव्हाना त्याला कळून चुकली होती. आता उभं राहून, हाती शस्त्र धरून युद्ध करण्यावाचून आपल्यापुढे दुसरा काहीच पर्याय नाही, हे सत्यही त्याला समजलं होतं. या जन्मी त्याच्यावर एका योद्ध्याची भूमिका सोपवण्यात आली होती. ती भूमिका समर्थपणे, खंबीरपणे पार पाडणं हे त्याचं परमकर्तव्य होतं, ती त्याची जबाबदारी होती; पण त्याचबरोबर परब्रह्मात विलीन होऊन जाण्याचं त्याचं जे अंतिम ध्येय होतं, त्या ध्येयाकडे जाणारा तो एकमेव मार्ग होता.

पण अजूनही अर्जुनाला आणखी काही गोष्टींचं स्पष्टीकरण हवं होतं. आता या क्षणी प्रत्यक्ष परमेश्वर सगुणसाकार रूपात त्याच्यासमोर उभा होता. ही अशी संधी पुन्हा आली असती का? आता त्या परमेश्वराचं संपूर्ण लक्ष अर्जुनाकडे होतं. कदाचित आज सूर्यास्ताच्या आत आपला मृत्यूसुद्धा होईल आणि मग आपल्या मनात पिंगा घालणाऱ्या या प्रश्नांची उत्तरं मिळविण्यासाठी आपल्याला आणखी एक जन्म घ्यावा लागेल, असं अर्जुनाच्या मनात आलं.

युद्ध थोडा वेळ थांबलं तरी हरकत नाही; पण ही संधी दवडायची नाही, असं

अर्जुनानं ठरवलं.

"हे परमेश्वरा, तू निर्गुण, निराकार आहेस हे सत्य मला आता उमगलं; या जगात तुझे कितीतरी भक्त आहेत. त्यांची तुझ्यावरची भक्ती खरी आहे, प्रामाणिक आहे; पण ते तुझ्या प्रतिरूपाची भक्ती करतात. झाडं, गाई, अग्नी किंवा आणखी अनेक रूपं. त्यांची ज्यांवर श्रद्धा आहे अशी प्रतीकं. या प्रतीकांना हे लोक देव मानतात, त्यांना माउली, सखा, देव, बाळ, प्रियकर इत्यादी नावं देतात. या प्रतीकांमध्ये हे भक्त जणू त्यांचं हृदय ओततात, ते तुझी स्तुतिस्तवनं गातात, हाती घेतलेलं काम ते तुला समर्पित करतात. परमेश्वरा, हे पाहून मी गोंधळून जातो आणि माझ्या मनातील हा गोंधळ तूच दूर करू शकतोस. मला सांग, दोन प्रकारच्या भक्तांमधला मोठा योगी कोण? निर्गुण, निराकार असलेल्या तुझी आराधना करणारे तुझे भक्त की तुला एखादं नाव देऊन तुझ्या मूर्त स्वरूपाची भक्ती करणारे भक्त?"

परमेश्वर म्हणाला, "अर्जुना, निर्गुण, निराकार अशा माझी भक्ती करणारे माझ्यात विलीन होतील यात तर शंकाच नाही; परंतु देहात बंदिस्त असणाऱ्या आत्म्यासाठी ही गोष्ट मुळीच सोपी नाही, कारण त्या देहाबरोबर तो आत्मा या मायावी जगात वावरत असतो. त्या मोहमायेतून स्वतःला दूर करून खरं जग कसं आहे, ते पाहणं ही काही सोपी गोष्ट नाही आणि खराखुरा मी कसा आहे, हे जाणून घेणंसुद्धा सोपं नाही. त्यापेक्षा मला एखाद्या प्रतीकाच्या, मूर्तीच्या स्वरूपात डोळ्यांनी पाहणं, स्पर्श करणं कितीतरी सोपं! ज्या मूर्तीमध्ये माझं अस्तित्व माणसाला जाणवू शकतं, त्या मूर्तीवर प्रेम करणं किती सोपं! जो माणूस हे करू शकतो, तो माझ्या दृष्टीनं एक महान योगीच असतो. केवळ असाच माणूस त्याच्या आजूबाजूच्या सर्व पुरुष, स्त्रिया अथवा मुलांमध्ये मला पाहतो. सर्व चराचर सृष्टीमध्ये तो मला पाहतो आणि त्यामुळेच सर्वांवर सारखंच प्रेम करतो. सर्वांना आदर देतो. असा माणूस खूप मोठा योगी असतो.

"म्हणूनच पार्था, मी तुला सांगतो ते ऐक. तुझं मन माझ्यावर पूर्णपणे केंद्रित कर. प्रत्येक क्षणी फक्त माझा विचार कर. कोणतेही काम करत असलास तरी तुझं लक्ष माझ्याकडेच लागू दे.

"आणि समजा, हे आता तुला फार कठीण वाटत असेल, तर नियमितपणे रोजच्या रोज ध्यानधारणा कर, शांत चित्तानं, एकलक्षीपणे दिवसाचा काही काळ माझी आराधना करण्याचा सराव ठेव; म्हणजे आपोआप काही दिवसांत तुला ते जमेल. धनंजया, काही दिवसांनंतर आपोआप ही गोष्ट तुझ्या अंगवळणी पडेल. तुझ्या नकळत तू कुठलंही काम करत असतानासुद्धा रात्रंदिवस मनात फक्त माझाच विचार करू लागशील."

अर्जुनानं आजूबाजूला पाहिलं. त्याच्या डोळ्यांत प्रश्नचिन्ह होतं; पण त्याला

नक्की कोणता प्रश्न पडला होता, ते भगवान श्रीकृष्णांना समजलं होतं.

"तुझं आयुष्य सध्या खूप धावपळीचं आहे. अनेक घटनांनी भरलेलं आहे. तुला एका जागी जरा वेळ स्वस्थ बसून ध्यानधारणा करणं सध्या शक्य नाही, याची मला पूर्ण कल्पना आहे; पण तू एक करू शकतोस. दिवसभरात जे काही करशील, ती प्रत्येक कृती तू मला अर्पण कर.

"समजा, प्रत्येक कृती करत असताना मनोमन ती मला अर्पण करण्याची आठवण दरवेळी नाही झाली, तरीसुद्धा हरकत नाही; पण जी काही कृती करशील, ती मात्र अत्यंत निःस्वार्थीपणे कर, प्रत्येक कर्म फळाची अपेक्षा न करता करत राहा, तू जे काही करत असशील त्याचा तुला हवा तो परिणाम होईल, अशी मनात कधीही अपेक्षा बाळगू नको. जरी तू फक्त हे इतकंच करू शकलास, तरी तेसुद्धा अगदी पुरेसं आहे.

"पण अगदी खरं सांगायचं, तर सरळसाधी एकलक्षी भक्ती करणं एकवेळ सोपं आहे; पण मनात कसल्याही फळाची अपेक्षा न धरता कर्म करत राहणं हे कितीतरी कठीण आहे; परंतु जर हे करणं जमलं तर जगातली सगळी विद्वत्ता आणि ज्ञान प्राप्त करूनही जी मनःशांती मिळू शकणार नाही, ती माणसाला मिळू शकते.

"पार्था, मी पुन्हा एकदा तुला सगळं खूप सोपं आणि तपशीलवार स्पष्ट करून सांगतो. आधी मी तुला खऱ्या भक्ताची

व्याख्या स्पष्ट करून सांगतो.

१. त्याच्या मनात कुणाविषयी राग, द्वेष किंवा हेवादावा नसतो.
२. त्याचा स्वभाव मैत्रीपूर्ण असतो आणि त्याच्या मनात अपार करुणा असते.
३. त्याच्या मनात अहंभाव किंवा मीपणा नसतो.
४. सुख आणि दुःख या दोन्ही अनुभवांतून जाताना त्याच्या मनात सारखेच भाव असतात.
५. तो नेहमी तृप्त असतो.
६. त्याचं त्याच्या मनावर पूर्ण नियंत्रण असून तो कधीही ज्ञानेंद्रियांच्या आहारी जात नाही.
७. त्याची इच्छाशक्ती दुर्दम्य असते.
८. त्याची जगात कधीच कुणाला घृणा वाटत नाही किंवा त्याचा तिरस्कार वाटत नाही.
९. त्याला जगाची किंवा जगातील कुणाचीही कधीच घृणा वाटत नाही; तो कधीही कुणाचा तिरस्कार करत नाही.
१०. राग, लोभ, भीती, काळजी या सर्वांपासून तो मुक्त आहे.
११. त्याच्या वागण्यामुळे कधीही कुणाला दुःख पोहोचत नाही.
१२. इतर कुणाच्याही कोणत्याही कृतीमुळे तो दुःखी होत नाही.
१३. त्याला कसलीच अपेक्षा नसते.
१४. त्याचे विचार नेहमी शुद्ध असतात.
१५. त्याची प्रत्येक कृती कौशल्यपूर्ण असते.
१६. कोणतीही कृती करत असताना त्या कृतीचा कर्ता आपण आहोत, असं तो मानत नाही. या विश्वाच्या भल्या मोठ्या यंत्रणेतील आपण एक हिस्सा आहोत, अशीच त्याची स्वतःबद्दल भावना असते.
१७. आपल्या कृत्याची काय फळे मिळतील, याचा विचार तो कधीच करत नाही.
१८. त्याच्या कृतीचे जे काही परिणाम घडून येतात, त्यांचा तो स्वतःला कधीही त्रास करून घेत नाही.
१९. त्याच्या मनात कुठलीही इच्छा नसते.
२०. तो कुणाचाही तिरस्कार करत नाही, राग करत नाही.
२१. तो कोणत्याही कृतीवर चांगलं किंवा वाईट असं शिक्कामोर्तब करत नाही.
२२. तो त्याच्या मित्रांशी व शत्रूंशी एकाच प्रकारे वागतो.
२३. तो एखाद्या कीर्तिमान माणसाशी जसा वागेल, अगदी तशाच प्रकारे तो कुख्यात व्यक्तीशीही वागतो.
२४. त्याला कशाचाही मोह अथवा लोभ नसतो.

२५. त्याला कुणी निंदा अथवा कुणी वंदा, त्याला त्यानं काहीच फरक पडत नाही.
२६. तो मितभाषी असतो, त्याचा आपल्या बोलण्यावर पूर्ण ताबा असतो.
२७. आयुष्यात त्याच्या वाट्याला जे काही आलं असेल, त्याविषयी तो समाधानी असतो.
२८. त्याला स्वतःचं असं घर नसतं. हे संपूर्ण विश्वच त्याचं घर असतं. या जगात राहणारे सर्वच त्याचे कुटुंबीय असतात.

“अर्जुना, हा असा माणूस माझा भक्त असतो. हा असा माणूस मला प्रिय असतो आणि या अशा सर्व माणसांपैकी ज्या व्यक्तीची माझ्यावर पूर्ण श्रद्धा असते, जिच्या आयुष्याचं ध्येय ‘मी’ हे असतं, मला भेटून जिला अत्युच्च आनंद होतो, अशी व्यक्ती तर मला परमप्रिय असते.”

गीतेची शिकवण

१३. परमेश्वराच्या समीप जाण्यासाठी त्याची सदैव भक्तीच केली पाहिजे, असं मुळीच नाही. चांगला माणूस होऊन जगणंसुद्धा त्यासाठी पुरेसं आहे.
गीतेच्या शिकवणीतील सर्वांत आश्चर्यजनक शिकवण हीच असेल. गीता हा खरंतर एक धर्मग्रंथ आहे, हिंदू धर्मीयांचा पवित्र ग्रंथ आहे; परंतु देवाच्या जवळ जाण्यासाठी, देवाचा खराखुरा भक्त होण्यासाठी, आयुष्यात सुखी होण्यासाठी, उत्तम माणूस होण्यासाठी, देवाचा लाडका भक्त होण्यासाठी माणसानं ईश्वराची भक्ती केलीच पाहिजे, असं गीता मुळीच सांगत नाही. या अध्यायात श्रीकृष्णांनी ते स्वतः खुद्द परमेश्वराचा अवतार असल्याचं अर्जुनाला प्रत्यक्ष दाखवूनच दिलेलं आहे. त्यांनी भक्त कसा असावा, याची एक भली मोठी यादीच दिलेली आहे; परंतु त्यात कुठेही त्यानं परमेश्वराची आराधना केलीच पाहिजे, असं लिहिलेलं नाही.

आता आपण एक काम करू. आपण स्वतःला एक प्रश्न विचारू. मानवाला खरोखर आयुष्यात काय हवं असतं? आपण या गोष्टीचा जरा आणखी खोलात जाऊन विचार करू. तुम्ही तरुण असाल, तर तुम्हाला तुमच्या भविष्यात काय मिळवायचं असतं? आयुष्यात काय हवं असतं? खूप धनवान, कीर्तिमान, सुंदर व्हायचं असतं? यशस्वी व्हायचं असतं? आता समजा, या सर्वच प्रश्नांना तुमचं शंभर टक्के 'हो' असं उत्तर असेल, तर फक्त क्षणभर थांबून नीट विचार करा. हे सगळं तुम्हाला आयुष्यात नक्की कशासाठी व्हायला हवं आहे? कदाचित हे सगळं मिळाल्यावर तुमच्याकडे एक भपकेबाज गाडी, मोठा बंगला असेल. घरात तुमच्या दिमतीला खूप नोकरचाकर असतील. सगळं जग तुमची वाहवा करत असेल; तुमच्याकडे प्रवास करण्यासाठी भरपूर पैसा असेल, तुम्ही उत्तमोत्तम ठिकाणी जाऊन जेवणाचा आस्वाद घेऊ शकत असाल; उत्तमोत्तम हॉटेलांमध्ये मुक्काम करत असाल, ऐषआरामात राहत असाल; तुमच्याकडे अत्यंत सुंदर, आधुनिक कपडेलत्ते आणि दागदागिने असतील. तुम्ही श्रीमंत झाल्यावर तुमच्याकडे खूप पैसा येईल, तुम्ही सुप्रसिद्ध झालात की, तुम्हाला खूप मानमरातब मिळेल, तुम्ही यशस्वी झालात की, तुमच्या हाती खूप सत्ता येईल; पण या सर्व गोष्टींचा उपयोग तुम्ही जगाच्या कल्याणासाठी कराल का? या जगातील भूक आणि दारिद्र्य नष्ट करण्यासाठी तुम्ही झटाल का? रोगराईचा नाश व्हावा यासाठी प्रयत्न कराल का?

तसं असेल तर फारच छान! आता पुन्हा एकदा नीट विचार करा. या सर्व सुंदर गोष्टी तुम्हाला खरंच कशासाठी हव्या आहेत? तुम्हाला खरंच या जगात परिवर्तन घडवून आणावंसं का वाटतं? या प्रश्नाचा जर तुम्ही खरंच प्रामाणिकपणे शोध

घेतलात ना, तर तुमच्याकडे त्या प्रश्नाचं एकच उत्तर असेल. ते म्हणजे, ''हे सर्व काही घडून आलं, तर मी सुखी होईन.'' कदाचित तुमच्यातल्या काहींनी तर मघाशी हा प्रश्न वाचताक्षणी लगेच मनातल्या मनात हे उत्तर देऊनही टाकलं असेल. तुम्ही मनात असंही म्हणाला असाल, 'माझी फक्त एकच इच्छा आहे, ती म्हणजे मला आयुष्यात सुखी व्हायचंय.' थोडक्यात काय, तर एक गोष्ट स्पष्टच आहे. प्रत्येक माणसाला सुखी व्हायचं असतं. तीच त्याची खरीखुरी इच्छा असते. याहून जास्त विद्वान माणसं तर यापुढे एक पाऊल जाऊन असंही म्हणतील की, सुख तर क्षणभंगुर असतं. प्रत्येक माणसाला खरंखुरं काय हवं असतं, तर तृप्ती, मनःशांती आणि समाधान; कारण याच गोष्टी चिरस्थायी स्वरूपाच्या आहेत.

आयुष्यात तुम्हाला काय पाहिजे? या माझ्या प्रश्नाचं तुमच्यातल्या फारच थोड्यांनी असं उत्तर दिलं असेल– ''मला देवाच्या जवळ जायचंय किंवा मला ईश्वराचा लाडका भक्त व्हायचंय.'' अर्थात तरीही काही हरकत नाही. तुमचं जे काही उत्तर असेल, ते प्रामाणिक आहे; हे महत्त्वाचं!

एक गंमत अशी की, ''मला खूप श्रीमंत व्हायचं आहे'', ''मला खूप कीर्ती मिळवायची आहे'', असं उत्तर कुणी दिलं, तर तसं वाटणं चुकीचं आहे, असं गीतासुद्धा म्हणत नाही किंवा ''मला देवाच्या जवळ जायचंय, मला एक चांगला भक्त व्हायचंय'', हेच उत्तर बरोबर आहे, बाकीची उत्तरं चुकीची आहेत, असंही गीता सांगत नाही. उलट, गीतेच्या या अध्यायात भगवान स्वतःच त्यांची भक्ती केली पाहिजे किंवा त्यांची स्तुतिस्तोत्रं गायली पाहिजेत, असं मुळीच म्हणत नाहीत. मनःशांती, तृप्ती आणि आनंद मिळविण्यासाठीसुद्धा ईश्वराची भक्ती केलीच पाहिजे, असं अजिबात नाही.

अर्थात तुम्ही परमेश्वरावर श्रद्धा ठेवलीत, तर त्यामुळे तुम्हाला आयुष्यात खूप सुरक्षित आणि समाधानी राहायला मदत होईल, हे मात्र नक्की!

जर ईश्वरावर तुमची नितांत श्रद्धा असेल, तर तुम्हाला आयुष्यात समाधान, शांती, स्थैर्य आपोआप मिळतं, हेही काही प्रमाणात खरं आहे. आपल्यावर प्रेम करणारं कुणीतरी या जगात आहे (आपले आई-वडील, मित्रमंडळी, सँटाक्लॉज), आपली काळजी घेणारं, आपल्याला आनंदी ठेवण्यासाठी झटणारं कुणीतरी आहे, ही भावनाच माणसाला सुखावह असते. त्याचप्रमाणे आपल्या आयुष्यात अचानक काही अशुभ, भयावह घडलंच, तर तोसुद्धा नियतीचा खेळ आहे असं मानलं की, माणसाला थोडा धीर येतो. तरीपण गीतेत असं स्पष्ट सांगितलेलं आहे की, आयुष्यात सुख, शांती आणि समाधान प्राप्त करण्यासाठी प्रत्येकानं श्रद्धाळू किंवा देवभोळं असलं पाहिजे, असं मुळीच नाही.

एक गोष्ट मात्र अत्यंत आवश्यक आहे. ती म्हणजे, एक माणूस म्हणून आपण

चांगलं, सत्प्रवृत्त असायलाच हवं. माणसानं कधी कुणाचं वाईट चिंतू नये, कुणाचा हेवादावा, मत्सर करू नये, कुणालाही जाणूनबुजून दुःख देऊ नये. या अध्यायात माणसानं कसं नसावं, हे भगवान श्रीकृष्णांनी अगदी स्पष्टपणे सांगितलं आहे. गीतेच्या शिकवणीनुसार, माणसानं आनंदप्राप्तीसाठी कधीही दुसऱ्यावर अवलंबून असता कामा नये – आई-वडील, मित्रमैत्रिणी, नेते, नायक यांच्यापैकी कुणावरच नाही. त्याप्रमाणे माणसानं आपल्या दुःखाचं खापरसुद्धा इतर कुणाच्याही माथ्यावर फोडणं योग्य नाही. सर्वांत महत्त्वाची गोष्ट म्हणजे आपलं समाधान आणि आपली मनःशांती स्वतःमध्ये शोधायची; कारण ती गोष्ट तुमच्यापासून कुणीही, कधीही हिरावून घेऊ शकत नाही.

तुमच्या बुद्धीला जर खाद्यच हवं असेल, तर तुम्ही भगवान श्रीकृष्णांनी दिलेल्या यादीतील प्रत्येक मुद्दा अगदी लक्षपूर्वक वाचा. त्यात त्यांनी उत्तम भक्त कसा असावा, याचे काही निकष दिलेले आहेत. त्यांतील एखादा गुण जर माणसाच्या अंगी नसला, तर त्यामुळे तो माणूस कसा दुःखी, निराश, भयभीत किंवा मत्सरग्रस्त होऊ शकतो, याचा नीट विचार करा. यातला एखादा गुण माणसाच्या अंगी नसेल, तर त्यानं त्याची मनःशांती ढळू शकते; तो असमाधानी, असंतुष्ट होऊ शकतो, हे लक्षात ठेवा. समजा, या यादीमधील प्रत्येक मुद्दा पडताळून पाहणं तुम्हाला एकट्याला कठीण वाटत असेल, तर सरळ मित्रांबरोबर किंवा कुटुंबीयांबरोबर बसून त्याची चर्चा करा. ही चर्चा करताना तुमचं ज्ञान तर वाढेलच; पण तुम्हाला खूप मजासुद्धा येईल, एवढं नक्की!

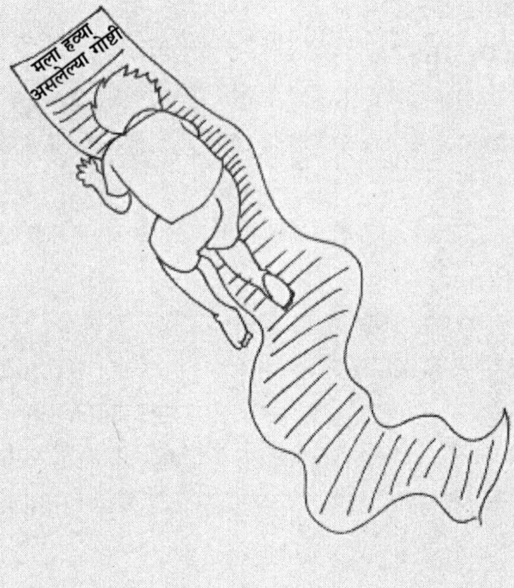

१३

एखादं ज्ञानाचं क्षेत्र व त्या क्षेत्राचा जाणकार यांच्यातील फरक दर्शविणारा योग
क्षेत्र-क्षेत्रज्ञ विभवयोग

भगवान श्रीकृष्ण एका फार मोठ्या रहस्याचा उलगडा करून दाखवतात

''केशवा, माझ्या मनात आणखी एक प्रश्न आहे.'' भगवान कृष्णांचं बोलणं संपताच अर्जुन म्हणाला. परमेश्वराचं आपल्याकडे पूर्ण लक्ष आहे या कल्पनेनं तो मनोमन सुखावला होता आणि आता त्याला कसंही करून त्यांचं लक्ष तसंच स्वतःवर खिळवून ठेवायचं होतं. ''तुम्ही असं सांगितलंत की, आपण जे काही डोळ्यांनी पाहू शकतो, कानांनी ऐकू शकतो, स्पर्शातून ज्याची अनुभूती घेऊ शकतो अशा गोष्टींपेक्षा आत्मा वेगळाच असतो. तो तर आपल्या देहापेक्षाही वेगळा असतो; पण मग हा आत्मा म्हणजे नक्की काय? तो कुठे असतो? आणि तो सर्व गोष्टींपेक्षा निराळा कसा आहे?

''पार्था, हे बघ, तू असा विचार कर-'' परमेश्वर म्हणाला. ''तुझा देह म्हणजे तरी काय? तर ती एक कर्मभूमी आहे आणि तुझा आत्मा या कर्मभूमीचा जाणकार आहे. या भूमीमध्ये जे जे काही घडत असतं, ते सगळं तो बाजूला उभा राहून बारकाईनं पाहत असतो आणि एक लक्षात घे. ही कर्मभूमी किंवा हे क्षेत्र कुठेही असलं, तरी त्या प्रत्येक क्षेत्राचा जाणकार फक्त मीच असतो. प्रत्येक देहातील आत्मा म्हणजे मीच.''

''भगवान कृष्णदेवा, तुम्ही हे जे काही क्षेत्र म्हणत आहात, ते म्हणजेच माझा हा हाडामांसानी बनलेला देह का?''

''हो. तोच देह,'' भगवान कृष्ण म्हणाले. ''पण केवळ तेवढंच नाही. हा तुझा देह आहे ना, हा महान अशा पंचमहाभूतांनी बनलेला आहे. ती म्हणजे पृथ्वी, आप, तेज, वायू आणि आकाश आणि विश्वसुद्धा याच पंचमहाभूतांचं बनलेलं आहे;

त्यामुळेच ही मूलतत्त्वं या देहाच्या क्षेत्राचा एक भाग आहेत. त्याचप्रमाणे आपली पाच ज्ञानेंद्रिये - डोळे, कान, जीभ, नाक आणि त्वचा - आणि त्यांद्वारे निर्माण होणारी अनुभूती म्हणजेच दृष्टी, ऐकण्याची क्षमता, चव, वास आणि स्पर्श हे सर्वच या क्षेत्राचा भाग आहे. या पंचेंद्रियांमुळेच तर आपल्याला ज्ञानप्राप्ती होते, कर्म करता येते. आपण ज्याद्वारे बोलू शकतो ते मुख, काम करू शकतो ते हात, आपल्याला वेगवेगळ्या स्थळी घेऊन जाणारे आपले पाय हे सर्व काही या क्षेत्रातच मोडतं.''

''आणि मग माझं मन, माझी बुद्धी, माझे विचार? ते या क्षेत्राचे जाणकार आहेत का?''

''खरंतर नाही.'' भगवान श्रीकृष्ण म्हणाले. ''तुमच्यात अटळपणे काहीतरी असं वास करत आहे, जे तुम्हाला विचार करण्यास, कृती करण्यास आणि अनुभूती घेण्यास प्रवृत्त करतं आहे. ते काहीतरी हासुद्धा या क्षेत्राचाच भाग आहे. ते काहीतरी तुमच्या बुद्धीपासून, अहंपासून आणि मनापासून बनलेलं असतं. बुद्धीच्या साहाय्याने तुम्ही विचार करू शकता, अहंमुळे या जगापासून तुम्ही स्वतःला वेगळं ओळखू शकता; त्यामुळे आरशातील स्वतःचं प्रतिबिंब पाहून तुम्ही म्हणता, 'हा देह माझा आहे. या गोष्टी माझ्या आहेत.' आणि तुमचं वर्तनसुद्धा त्यानुसारच असतं आणि तिसरं असतं तुमचं मन. जे तुमच्यात वास करत असतं; त्यामुळेच दुःख, आनंद, तिरस्कार, वासना या सर्वांची अनुभूती तुम्ही घेऊ शकता.''

हे सर्व ऐकत असताना अर्जुनाच्या मनात एकदम एक नवा विचार आला. मग भगवान कृष्णांचं बोलणं मध्येच थांबवून तो म्हणाला, ''जर जाणकार म्हणजे बुद्धी, अहं किंवा मन नसेल, तर मग नक्कीच ती माझ्या ठायी असलेली माझ्या अस्तित्वाचा गाभा असलेली जाणीवच असणार; या जाणिवेमुळेच जे काही चाललेलं असेल ते मला लगेच समजतं, तेही अगदी आपोआप. माझ्या बुद्धीच्या किंवा मनाच्या मदतीशिवायच.''

''बऱ्याच लोकांना तुझं हे बोलणं पटेल'', भगवान कृष्ण म्हणाले. ''परंतु तुझ्या आत असणारी जाणीव, समजूत म्हणजे काही तो जाणकार नव्हे. हे सर्वसुद्धा त्या क्षेत्राचाच भाग आहे.''

आता अर्जुन बुचकळ्यात पडला. ''मग आता आणखी काय उरलं, केशवा? हा जाणकार आहे तरी कोण?''

''कौंतेया, हा जाणकार किंवा आत्मा म्हणजे तुझा अहं नव्हे, तुझी बुद्धिमत्ता नव्हे किंवा जाणीवसुद्धा नव्हे. मग हे आहे तरी काय? तर हे असं काहीतरी आहे, ज्याला प्रारंभ नाही आणि शेवटही नाही. ते अनादिअनंत आहे. ऋषी-मुनी याच्याविषयी असं म्हणतात की, जे अस्तित्वात तर नाहीच; पण त्याला अस्तित्व नाही असंही नाही. कोट्यवधी हात, पाय, डोकी, चेहरे या सर्वांमधून हा जाणकार सगळं काही

बघत असतो, ऐकत असतो. त्याला स्वतःला डोळे नसले, तरीही तो बघू शकतो; आणि कान नसले तरीही ऐकू शकतो. त्याच्यापाशी छोटंसं, मर्यादित असं मन नसूनसुद्धा तो सर्व काही जाणतो. तो या जगात संचार करतो आणि हे सगळं जगच त्याच्यात सामावलेलं आहे. प्रत्येक देहात त्याचा वास आहे, तसाच प्रत्येक देहाबाहेरही त्याचा वास आहे. सर्व जगाला तो गुरफटून टाकतो आणि जगात असलेल्या सर्व चराचरांमध्येही तो भरून राहतो. तो सर्वांपासून कित्येक प्रकाशवर्षे दूर असूनही तो तुमच्या जवळपासच असतो. तो निश्चल आहे; पण तसाच चलनशीलही असतो. तो सगळीकडे संचार करत असतो. तो अविभाज्य असला, तरी प्रत्येक प्राणिमात्रात आणि तृणपात्यातसुद्धा त्याचा अंश आहे. त्याच्यामुळेच प्राणिमात्र जन्माला येतात आणि त्याच्यामुळेच मरणही पावतात. त्यांना नव्यानं जन्मालासुद्धा तोच घालतो.

"तो सर्व अंधकारातील प्रकाश आहे. सर्व ज्ञानाचं ध्येय तोच आहे आणि त्या ध्येयापर्यंत तुम्हाला घेऊन जाणारं ज्ञानसुद्धा तोच आहे."

"पण मग केशवा, हे ज्ञान मी कसं प्राप्त करू?" अर्जुन म्हणाला. "मी माझ्यातल्या जाणकाराला कसा ओळखू?"

"पार्था, विनम्र राहा, प्रामाणिक राहा, कधीही कोणाला दुखवू नको, कोणाचीही फसवणूक करू नको, स्वतःचा बडेजाव मिरवू नको. धीर धर. शब्द आणि कर्म या दोन्हींचं पावित्र्य बाळग, स्वनियंत्रण कर, तुझ्या गुरूंची सेवा कर. स्वतःच्या सहवासाचा आनंद लुटण्याची सवय कर. विनाकारण गोंगाट आणि गर्दीमध्ये हरवून जाऊ नको. तुझं शरीर आणि मन हे एक क्षेत्र आहे. त्या क्षेत्राच्या ठिकाणी जे काही घडत असेल, त्यावर लक्ष केंद्रित कर.

"जन्म-मृत्यू, सुख-दुःख, वेदना-आनंद या सर्वांत अगदी मनापासून सहभागी हो. आयुष्यात तुझ्या वाट्याला या जी काही भूमिका आली असेल, मातेची अथवा

पित्याची, पुत्राची अथवा कन्येची, सेवकाची अथवा मालकाची, योद्ध्याची अथवा धर्मगुरूची ती तू नीटपणे पार पाड; परंतु ती पार पाडत असताना त्याचा स्वतःवर काहीही परिणाम होऊ देऊ नको. सातत्यानं माझा विचार कर. काटेकोरपणे व निष्ठेनं अढळ भक्ती कर आणि हे सगळं केलंस तर तुला खरोखरच ज्ञानप्राप्ती होईल. मी तुला एकच सांगतो, असं केल्यानं तुला जे ज्ञान मिळेल, तेच खरं ज्ञान. त्यापलीकडचं सगळं खोटं; कारण हे ज्ञान सोडून बाकी जे काही असतं, ते केवळ क्षेत्राचं ज्ञान असतं. क्षेत्राच्या जाणकाराचं ज्ञान नसतं.

"आपल्या शरीराला ज्याची जाणीव होते ते खरं, असा विचार कदापि करू नको किंवा क्षेत्रामध्ये जे काही घडतं तेच खरं महत्त्वाचं आहे, असं अजिबात मानू नको. जे शेतात पेरलं जातं तेच उगवतं, हा तर निसर्गाचाच नियम आहे. जाणकार हे सत्य जाणतो; त्यामुळे त्याचं मन कधीही अस्वस्थ होत नाही."

'हे सर्व ज्ञान ज्याला प्राप्त होत असेल, तो किती नशीबवान!' अर्जुनाच्या मनात आलं, आपल्या स्वतःच्या आयुष्यात घडत असलेल्या गोष्टींकडे आपल्याला जर एखादा नाटकाचा खेळ सुरू असावा एवढ्या तटस्थतेनं बघता आलं, तर ती गोष्ट किती महान आहे. म्हणजे त्या नाटकात भाग तर घ्यायचा, त्यातल्या व्यक्तिरेखांबरोबर हसायचं, रुसायचं, रडायचं, ओरडायचं; पण त्यात गुंतून पडायचं नाही. रंगमंचावर जे काही घडत असेल, ते कधी मनाला लावून घ्यायचं नाही. त्यापासून तटस्थ राहायचं. हे सगळं मोहमयी, क्षणभंगुर आहे हे कधी विसरायचं नाही. आपल्या आत्म्याला ही अशी स्थिती कधी बरं प्राप्त होईल, याचा तो विचार करत राहिला.

"स्वतःचा शोध घेण्याच्या प्रवासाला निघाल्यानंतर माणसं वेगवेगळे मार्ग चोखाळतात." भगवान श्रीकृष्ण अर्जुनाच्या मनात काय चाललंय, ते ओळखून म्हणाले. "काही ध्यानधारणेचा मार्ग निवडतात, तर काही ज्ञानाचा, तर काहीजण त्यांच्या वाट्याला आलेलं काम निःस्वार्थपणे आणि उत्तम प्रकारे पार पाडण्याचा मार्ग निवडतात. काही लोकांना या वेगवेगळ्या मार्गांवरून प्रवास करणं जमत नाही. मग ते त्यांच्या गुरूंचा उपदेश ऐकतात आणि अत्यंत निष्ठेने माझी भक्ती करतात. त्यांनासुद्धा या शोधात यश प्राप्त होतं.

"देह म्हणजे आत्मा नव्हे हे ज्याला कळलं, तो माणूस विद्वान असतो, कारण आत्मा देहाच्या सुख-दुःखापासून अलिप्त, निर्लेप राहतो. देहाचे राग, लोभ, गुण आणि दुर्गण आत्म्याला मलीन करू शकत नाहीत, याची ज्ञानी माणसाला कल्पना असते. जो परमात्मा सर्व चराचर सृष्टीत वास करत असतो, अविनाशी असतो आणि देहाला कितीही वेळा जन्म-मृत्यूच्या चक्रातून जावं लागलं तरी जो अमर असतो, त्या परमात्म्याचाच आपला आत्मा हा एक भाग आहे, हे सत्य ज्याला उमगतं त्यालाच आयुष्यात उच्च प्रतीच्या आनंदाची प्राप्ती होते.

“पार्था, एक सत्य तू जाणून घे. जो जाणकार असतो तो केवळ एक साक्षीदार असतो, सर्वांना सांभाळणारा असतो. शरीराला कृती करण्यास भाग पाडणाराही तोच असतो. देहाला ज्या काही भावनांची अनुभूती मिळते, तीच सगळी त्यालाही मिळते; पण तरीही तो मात्र वेगळा, तटस्थ असतो. त्याच्यावर कशाचाच परिणाम होत नाही, तो कशानेही विचलित होत नाही.

“जे खरे ज्ञानी असतात, त्यांना एक गोष्ट माहीत असते. जी काही चांगली किंवा वाईट कृत्ये घडतात, ती सगळी आपल्या शरीराकडून घडतात; आत्म्याकडून नव्हे. ज्ञानी लोकांना याही गोष्टीची कल्पना असते की, देहाकडून ज्या काही क्रिया घडतात, त्यांना आत्मा हा केवळ एक साक्षीदार असतो; त्यामुळेच शरीरानं केलेलं कृत्य कितीही सदोष असलं, तरी आत्म्याला त्याचा दोष लागत नाही. आत्मा निर्दोष असतो. कौंतेया, आत्मा निर्गुण असतो. जसं अवकाश सर्वत्र असतं; पण त्याच्या अवतीभोवती ज्या काही घडामोडी होत असतील, त्यांचा त्या अवकाशावर काहीच परिणाम होत नाही, जसा शरीराच्या कोणत्याही कृतीचा आत्म्यावर परिणाम होत नाही. आत्मा हा क्षेत्राचा सर्वेसर्वा असतो. एक तेजस्वी सूर्य जसा आपल्या तेजानं सारं जग उजळून टाकतो, तसाच आत्मासुद्धा संपूर्ण क्षेत्र उजळून टाकतो.”

गीतेची शिकवण

१४. *तुम्हीच देव आहात. खरोखरच.*

क्षेत्रज्ञं चापि मां विद्धि सर्वक्षेत्रेषु भारत ।
क्षेत्रक्षेत्रज्ञयोर्ज्ञानं यत्तज्ज्ञानं मतं मम ॥१३-२॥

अरे भरता, प्रत्येक क्षेत्रामधील क्षेत्राचा क्षेत्रज्ञ म्हणून मला जाणून घे.
क्षेत्राचं ज्ञान आणि त्या क्षेत्राच्या क्षेत्रज्ञाविषयीचं किंवा जाणकाराविषयीचं
ज्ञान हेच खरं ज्ञान. (१३-२)

या श्लोकातून गीतेला खरंच काय सांगायचंय? महत्त्वाची गोष्ट अशी सांगायची आहे की, खुद्द देव हा सर्व सृष्टीतील जिवांच्या क्षेत्राचा क्षेत्रज्ञ किंवा जाणकार आहे. त्यामुळे खरंतर तुमचा आत्मा आणि विश्वात्मा यांत काहीच फरक नाही.

या पुस्तकाच्या सुरुवातीला एक श्लोक दिलेला आहे. ज्याला गीतेचं पठण करण्याची इच्छा असेल, तो प्रत्येकजण गीतापठणाला प्रारंभ करण्याआधी तो श्लोक म्हणत असतो. त्या श्लोकात असं म्हटलंय की, गीतेमध्ये सर्व उपनिषदांचं ज्ञान भरलेलं आहे. उपनिषदे म्हणजे प्राचीन हिंदू धर्मग्रंथ असून त्यांमध्ये दैवी साक्षात्कारांमधून प्राप्त झालेलं ज्ञान समाविष्ट आहे, असं हिंदू मानतात.

उपनिषदांतील एक महावाक्य केवळ तीन शब्दांचं आहे– ''तत् त्वम् असि'' म्हणजे ''ते तूच आहेस.'' हे वाक्य ज्या कुणाला संबोधून उच्चारलेलं आहे, ती व्यक्ती म्हणजे ''तू!'' आणि ''ते'' याचा अर्थ परमेश्वर. यामध्ये कोणत्याही प्रकारचा गैरसमज होण्यास वावच नाही. हे वाक्य अत्यंत साधं, सरळ आणि समजण्यास सोपं आहे. ''ते तूच आहेस; तू परमात्मा आहेस.'' आणि हेच महाज्ञान गीतासुद्धा या श्लोकामधून आपल्याला देते.

समजा, एखादा माणूस अगदी उंचनिंच, भला दांडगा, भक्कम देहयष्टीचा असला, तरी तो परमेश्वर कसा होऊ शकेल? परमेश्वरामध्ये तर सारं विश्व सामावलेलं आहे ना? सूर्य आणि चंद्र हे त्या परमेश्वराचे नेत्र आहेत. मग असा परमेश्वर कोणत्याही मानवाच्या एवढ्याशा देहात कसा काय मावू शकेल? याचं

साधं, सरळ व सोपं उत्तर असं आहे की, आपण इथे कोणत्याही भौतिक गोष्टीबद्दल बोलतच नाही आहोत. एखादी गोष्ट आकाराने किती मोठी आहे, तिची लांबी-रुंदी किती आहे, ती दिसायला कशी आहे या गोष्टींचा इथे काही संबंधच नाही. एखाद्या गोष्टीमधून जर ही सर्व भौतिकता बाजूला केली, तर त्यात जे तत्त्व शिल्लक उरतं, त्याबद्दल इथे आपण बोलतोय.

उदाहरणच द्यायचं झालं तर असं समजू की, कोणीतरी मित्र तुम्हाला म्हणाला की, जागच्या जागी पळण्याचा व्यायाम करण्याची ट्रेडमिल आणि विजेचा दिवा या दोन्ही वस्तूंमध्ये काही फरक नाही, तर तुम्ही काय म्हणाल बरं? तुम्ही आधी त्याला डॉक्टरांकडे पाठवाल ना? त्याचं कारण असं की, त्याचं हे बोलणं ऐकून तुम्ही ट्रेडमिल आणि विजेचा दिवा या दोन्ही वस्तूंच्या बाह्य किंवा दृश्य रूपाची मनातल्या मनात तुलना केलीत. विजेचा दिवा आकाराने छोटा असतो. तो आपल्याला प्रकाश देतो. त्या प्रकाशात आपण अंधारातल्या वस्तू पाहू शकतो. तो जर पडून फुटला, तर सगळीकडे काचांचे तुकडे विखुरतात वगैरेवगैरे. याउलट, ट्रेडमिल आकाराने अवाढव्य असते; पण त्यावर छान व्यायाम करता येतो. त्यावर व्यायाम करताकरता टी.व्ही.सुद्धा बघता येतो. शिवाय बऱ्याच वेळा घरोघरी असलेल्या ट्रेडमिलचा उपयोग टॉवेल वाळत घालण्यासाठीसुद्धा होतो, बरं का!

मग आता क्षणभर आपण या दोन्हीही वस्तूंचं बाह्यरूप, त्यांची भौतिक गुणवैशिष्ट्ये त्यांतून वजा करून त्या वस्तूंचा विचार करू. त्या दोन्ही गोष्टींमधल्या चैतन्यतत्त्वाचा विचार करू, ऊर्जेचा विचार करू. विजेचा दिवा कशामुळे प्रकाशमान होतो आणि ट्रेडमिलचं कार्य कशामुळे चालतं, याचा विचार करू आणि मग लक्षात येईल की, ही ऊर्जा, हे चैतन्य एकच आहे; ते म्हणजे वीज. त्याचप्रमाणे लेखन करण्याची वही आणि अभ्यासाचं टेबल हे एकच आहेत. दोन्ही गोष्टी झाडापासूनच तर बनलेल्या आहेत. विटेची भिंत आणि चहा प्यायचा चिनी मातीचा कपसुद्धा सारखाच आहे; कारण दोन्ही गोष्टींमधील तत्त्व एकच आहे, ते म्हणजे माती. तुम्ही खेळाच्या मैदानावर रंगीबेरंगी कपडे घालून खेळाडूंना प्रोत्साहन देण्यासाठी नृत्य करणाऱ्या मुली - चिअरगर्ल्स - पाहता ना? मग त्या मुली आणि आफ्रिकेमध्ये दलदलीत लोळत पडलेला हिप्पोपोटॅमस हा प्राणीसुद्धा सारखेच नाहीत का? कारण या सर्वांचीच शरीरे हाडामांसाची बनलेली आहेत. या सर्व गोष्टींचा आणखी खोलवर जाऊन विचार केला, तर सर्वच गोष्टी कार्बन, हायड्रोजन, नायट्रोजन, ऑक्सिजन, फॉस्फरस आणि सल्फर या मूलतत्त्वांपासूनच बनलेल्या आहेत ना?

साहजिकच ''तू परमेश्वर आहेस'' हे विधान अगदी योग्य आहे. आपण ''तू''

या संकल्पनेमधून पार्थिव देह, मन, पंचेंद्रिये, अहं आणि जाणीव या सर्व गोष्टी जर बाजूला काढल्या आणि फक्त चैतन्यतत्त्व शिल्लक ठेवलं तर हे शक्य आहे. तुमच्या सभोवताली हे जे विश्व पसरलेलं आहे त्यातून ज्या काही गोष्टींची तुम्ही स्पर्श, श्रवण, गंध, चव यांमार्फत प्रत्यक्ष अनुभूती घेऊ शकता किंवा ज्या गोष्टी समजून घेऊ शकता; ज्यांची मनाने कल्पना करू शकता, ज्या तुम्हाला जाणवतात, अशा गोष्टी घटकाभर बाजूला काढा. म्हणजे अगदी 'अवकाश' ही संकल्पनासुद्धा घटकाभर दूर ठेवा. त्यानंतर या विश्वात जे काही उरेल, ते म्हणजेच या विश्वातील तत्त्व जीवनचैतन्य! या जीवनचैतन्यामुळेच तर या विश्वाला अस्तित्व आहे. या चैतन्यालाच आपण परमेश्वर म्हणतो. हे तत्त्वच या संपूर्ण विश्वाला आणि त्यामध्ये असलेल्या सगळ्याला आशय आणि अर्थ देतं आणि आपण सर्वजण या विश्वाचा एक भाग आहोत. याचा अर्थ हे संपूर्ण विश्व आणि तुम्ही यांच्या ठायी हे समान जीवनचैतन्य वास करत असतं.

म्हणूनच तुम्ही आणि परमेश्वर हे एकच तर आहात!

तुम्हाला जुन्या काळातील कवितांमधल्या वाऱ्याची आठवण झाली ना?

Thou Art That

ते विधान खरंच आहे. त्यावर विश्वास ठेवा.

हे नाही, हे नाही

एखाद्या गोष्टीची व्याख्या करण्यासारखीच नसली, तर मग ती गोष्ट शब्दबद्ध करायची तरी कशी? आपण आजवर पाहिलेल्या, ऐकलेल्या, चव घेतलेल्या, स्पर्श केलेल्या, अनुभूती घेतलेल्या, विचार केलेल्या किंवा कल्पनेने रंगवलेल्या कशासारखंच ते नसेल, तर मग त्याचं वर्णन तरी कसं करायचं? परमेश्वर, परमात्मा किंवा परब्रह्म म्हणजे तरी नक्की काय, हे शब्दांत कसं समजावून सांगायचं? हिंदू धर्मग्रंथ, वेद हीच गोष्ट समजावून सांगण्याकरता खूप प्रयत्न करत होते.

समजा, एखाद्या माणसाने एखादी गोष्ट कधीच पाहिलेली नसेल, तर त्याला तिच्याविषयी समजावून सांगताना आपण त्याच्या माहितीच्या दुसऱ्या एखाद्या गोष्टीशी तिची तुलना करून त्याला समजावून सांगतो. आपण त्या व्यक्तीसमोर त्या गोष्टीचं कल्पनाचित्र उभं करण्याचा प्रयत्न करतो. समजा, आपल्याला Fuchsia नावाच्या झाडाच्या फुलाचा रंग कसा आहे, हे एखाद्याला समजावून सांगायचं असलं तर आपण म्हणू की, तो रंग गडद गुलाबी असतो आणि त्यात थोडा जांभळा रंग मिसळला तर कसं दिसेल, तसं ते फूल दिसतं किंवा रसगुल्ला

खाताना कसं वाटतं? तर गोड, दूधकट असा स्पंज खाल्ल्यासारखं वाटतं. 'नेमार'चा खेळ कसा आहे? तर खूपसा 'पेले'सारखाच आहे; पण कधीतरी असंही होतं की, आपल्याला एखाद्या विशिष्ट गोष्टीची दुसऱ्या कशाशीच तुलना करता येत नाही. मग त्या गोष्टीविषयी बोलताना आपण वेगळं तंत्र वापरतो. नकाराचं तंत्र. म्हणजे ती गोष्ट हुबेहूब कशासारखी आहे हे सांगण्याऐवजी ती कशासारखी नाही, ते आपण समजावून सांगतो. उदाहरणार्थ- ते कापड थोडंसं जाडंभरडं होतं; पण अगदी खादी- इतकंही जाडंभरडं नव्हतं किंवा गादीवर घालण्याच्या चादरीइतकंही जाड नव्हतं; पण त्याचबरोबर सुती वस्त्राइतकं पातळही नव्हतं. साधारणपणे सुती कपडा आणि गादीपाटाच्या मधलं काहीतरी होतं ते! असं वर्णन जर केलं, तर ते कापड कसं असेल, याची ऐकणाऱ्या व्यक्तीला बऱ्यापैकी कल्पना येऊ शकते. खरंतर ते कापड नक्की कसं आहे, हे आपण वर्णन करून सांगितलेलंसुद्धा नसतं.

वैदिक काळातील विद्वान महर्षींनीसुद्धा परमेश्वराचं वर्णन करताना अगदी हेच तंत्र वापरलं आहे. त्यांनी परमेश्वराचं वर्णन करता येणार नाही, त्याची कशाशीही तुलना करता येणार नाही, त्याच्याविषयी कल्पनाही करता येणार नाही, असा तो एकमेवाद्वितीय आहे, असं म्हटलं आहे. या तंत्राला त्यांनी 'नेती' (हे नाही) असं म्हटलं आहे. परमेश्वराचं वर्णन करताना ते म्हणतात, तो पृथ्वीही नाही, अग्नीही नाही, वाराही नाही, पाणीही नाही आणि अवकाशही नाही. त्याला तुम्ही पाहू शकत नाही अथवा ऐकू शकत नाही. त्याची तुम्ही कल्पनाही करू शकत नाही. तो वेदनाही नाही आणि आनंदही नाही. तो तुमच्या संपूर्णपणे आतही नाही आणि पूर्णपणे बाहेरही नाही. असं आणखी बरंच काही! त्यांनी आत्म्याचं वर्णनसुद्धा अगदी अशाच प्रकारे केलेलं आहे. आत्मा म्हणजे ज्ञानेंद्रिय नव्हे, मन नव्हे, बुद्धी नव्हे, जाणीव नव्हे असं आणखी बरंच काही!

अशा प्रकारच्या नकारात्मक तंत्राचा एक फायदा असा असतो की, असं सगळं वर्णन ऐकल्यानंतर तुमच्या डोळ्यांसमोर जे काही उभे राहतं, ते बऱ्याचदा पुष्कळसं बरोबरच असतं. ते वर्णन ऐकून तुम्ही सत्यापासून फार दूर तर जातच नाही; पण त्याच्या अगदी उलटच घडतं. प्रत्येक वेळी एखादी गोष्ट कशासारखी नाही, हे तुम्ही ऐकता, तेव्हा मनातल्या मनात एक जी शक्यतांची भलीमोठी यादी असते, त्यांतली एकएक गोष्ट तुम्ही खोडून मोकळे होता. अशा प्रकारे तुमच्या मनातली यादी हळूहळू छोटीछोटी होत जाते. अखेर तुम्ही सत्याच्या खूप जवळ जाऊन पोहोचता. कसे, ते आपण आपल्या कापडाच्या वर्णनाच्या उदाहरणामध्ये पाहिलंच.

डॉक्टर्स आणि खासगी गुप्तहेरही थोडंफार असंच काम करत असतात. ते

सत्यापर्यंत जाऊन पोहोचतात. या डोकेदुखीमागचं नक्की कारण काय असेल बरं? किंवा हा गुन्हा कुणी केला? आणि या सत्यापर्यंत पोहोचण्यासाठी ते एकाएका शक्यतेचा विचार करून ती शक्यता दूर करून बघत असतात.

परमेश्वर म्हणजे नक्की कोण, या गोष्टीचा शोध घेणं अत्यंत अवघड असलं, तरी त्या सत्यापर्यंत जाऊन पोहोचण्याची पद्धत अगदी अशीच आहे.

१४

गुणत्रयविभागयोग

आपल्या अंगच्या सर्व दोषांसाठी श्रीकृष्ण भगवानांनी एक उत्तम सबब सुचवलेली आहे; तो मी नव्हेच! माझा अंगभूत स्वभावच तसा आहे

अर्जुन अतिशय शांतपणे उभा होता. भगवान कृष्णांच्या मुखातून निघणारा प्रत्येक शब्द तो अगदी जिवाचे कान करून ऐकत होता. तो मंत्रमुग्ध झाला होता. त्याचा जीव कसा तृप्त झाला होता. नवनवीन कल्पनांनी त्याच्या मनात थैमान घातलं होतं; परंतु त्यामुळे त्याच्या डोक्यात गोंधळ मात्र उडाला नव्हता. उलट, त्याचे विचार अधिक स्पष्ट झाले होते. जेव्हा प्रत्यक्ष परमेश्वरच आपल्याला गुरू म्हणून लाभतो, तेव्हा मनात अशी विचारांची स्पष्टता येते, हे त्याला समजलं.

भगवान कृष्णांनी अर्जुनाकडे निरखून पाहिलं. त्यांचे डोळे चमकत होते. ''कौंतेया, तू एक गोष्ट लक्षात घे. मला जसं सर्व क्षेत्रांमधील सर्व गोष्टींचं ज्ञान आहे, त्याचप्रमाणे ही सर्व क्षेत्रं माझ्यामधूनच निर्माण झालेली आहेत. माझ्या कुशीतूनच प्रकृतीचा, निसर्गाचा जन्म झालेला आहे. हा निसर्ग सतत बदलत राहतो. या सृष्टीत जीवन-मृत्यूचं चक्र सातत्यानं चालूच असतं. मी आदिपुरुष असून मीच त्या सृष्टीत माझं बीज पेरतो आणि मग त्यानंतर समोर घडत असलेलं नाट्य तटस्थपणे बघत असतो. या सृष्टीत जन्माला येणारा प्रत्येक जीव या संयोगातूनच जन्माला येतो.''

''असं सगळं घडतं तर!'' अर्जुन म्हणाला. त्याचा चेहरा उजळून निघाला होता. ''म्हणूनच परमेश्वरा, तुमचा अंश आम्हा सर्वांमध्ये असतोच.''

भगवान कृष्णांनी मान हलवली. ''आपल्या दोघांच्या अंतरी असलेलं तत्त्व समानच आहे, अर्जुना. तुझा आत्मासुद्धा माझ्याप्रमाणेच मुक्त आहे, अमर आहे. आता तो आत्मा तुझ्या अवतीभोवती सतत बदलत असलेल्या प्रकृतीचा स्वतःवर जराही परिणाम होऊ न देता अलिप्त, निर्लेप राहतो. अर्थात त्या आत्म्याची तशी

इच्छा असेल तर! परंतु या सतत बदलत राहणाऱ्या विविधरंगी, विविधढंगी प्रकृतीचीही कधीतरी आत्म्याला भुरळ पडतेच. मग तो ज्ञानेंद्रियांच्या माध्यमातून, देहाच्या, मनाच्या, जाणिवेच्या मार्गातून या प्रकृतीशी खेळत राहतो. काही कळायच्या आत तुम्ही प्रकृतीच्या या पीळ पडलेल्या, तीनपदरी दोराशी बांधले जाता. मग या प्रकृतीमध्ये जे काही घडत असतं - जन्म, मृत्यू, वेदना, आनंद, वासना, क्रोध - हे सगळं तुम्हाला खरंच वाटू लागतं. असंही वाटतं की, हे सर्व काही माझ्यामुळेच घडतं आहे, मला हे सगळं जाणवतं आहे, मीच या सगळ्याचा कर्ता आहे. अर्थात हे असं वाटतं ते माणसाच्या सुप्त मनाला त्याच्या स्वतःच्या नकळतच किंवा कधीतरी असंही वाटतं की, या सगळ्या गोष्टी आपल्या बाबतीत घडत आहेत; पण यांतलं काहीच खरं नसतं.''

''तीनपदरी दोर?'' अर्जुनाच्या कपाळावर आठी पडली. ''भगवान, तुमच्या बोलण्याचा नक्की अर्थ काय?''

''एक गोष्ट जाणून घे, महाबाहू,'' भगवान कृष्ण म्हणाले. ''निसर्गाच्या या दोराचे तीन पदर म्हणजेच सत्त्व, रज आणि तम हे गुण. हेच माणसाच्या आत्म्याला जखडून ठेवतात. राजस असणं हा निसर्गाच्या निर्माणक्षम, सृजनशील बाजूचा एक भाग आहे - जन्म, ऊर्जा, हालचाल, बदल, कृती, वसंत ऋतू. तमस गुण हा निसर्गाच्या संहारक, विनाशकारी बाजूचा एक भाग आहे - मृत्यू, विनाश, जडत्व, हिवाळा. त्याचप्रमाणे सत्त्वगुण हा या दोन्हींच्या मधल्या अवस्थेचा भाग आहे. - सुसंवाद, परिपूर्णता, तरलता, शांतता, निश्चलता, उन्हाळा.

''या सर्व गुणांपैकी सत्त्वगुण हा शुद्ध पवित्र असून त्यामुळे तुमचा आत्मा उजळून निघतो; परंतु हा सत्त्वगुण म्हणजेसुद्धा एक सोनेरी शृंखलाच आहे. एकदा जर या सत्त्वगुणातून निर्माण होणाऱ्या आनंदाच्या अवस्थेचा तुम्ही अनुभव घेतलात - उत्तम आरोग्य, ज्ञान, सुसंवाद आणि शांतता - की, तुम्हाला त्याची सवय होऊन जाते. तीच अवस्था हवीहवीशी वाटू लागते. तुम्ही त्यात गुंतत जाता. ती अवस्था तुम्हाला सोडावीशीच वाटत नाही; पण कधीतरी ती अवस्था संपते. मग तुम्ही तिच्यासाठी झुरू लागता.

''राजस अवस्थेची निर्मिती वासना, इच्छा, ओढ, अतृप्तीमधून होते. जे जसं आहे, तसं न स्वीकारल्यामुळे ती अवस्था प्राप्त होते; त्यामुळे तुम्ही कामाला लागता आणि एकदा का तुम्ही एखादी कृती केली की, मग त्यातून काय निष्पन्न होईल, यामध्ये तुमचा आत्मा गुंतून पडतो. जर मनासारखं निष्पन्न झालं, तर तुम्ही आनंदी होता. मग तीच अवस्था हवीहवीशी वाटू शकते; पण मनासारखं घडलं नाही, तर तुम्ही दुःखी होता. एका गोष्टीची सतत जाणीव ठेव कौंतेया, ही राजस अवस्था तुझ्या आत्म्याला बंधनात अडकवून ठेवते.

"तमस अवस्था अज्ञानातून जन्म घेते - त्यामुळे तू गोंधळून जातोस, कुठेतरी भरकटतोस आणि अज्ञानी राहतोस. तमस अवस्था तुझ्या आत्म्याला बांधून ठेवते आणि कामचुकार, आळशी बनवते.

"सत्त्वामध्ये जी ताकद असते त्यामुळे माणूस सुखाचा गुलाम बनतो. तो सतत सुखाचा, शांतीचा शोध घेत राहतो. वासनेमुळे कर्ता माणूस गुलाम होतो. सतत काहीतरी हवंहवंसं वाटणं, सतत कशाचीतरी भूक असणं चालू असलं की, माणूस ते मिळविण्याची अविरत धडपड करत राहतो. आळस, निष्क्रियता ही उनाड कामचुकार माणसाला बांधून ठेवते. मग त्याला उठून काही करावंसंच वाटत नाही. आळस आणि अज्ञानातून त्याला कधी बाहेर पडण्याची इच्छाच होत नाही."

'किती खरं आहे हे सगळं!', अर्जुन मनोमन विचार करू लागला. 'मानवी जीवन इतकं वादळी, इतकं अशांत असण्यामागे हीच तर सगळी कारणं आहेत!' त्याच्या मनात आलं.

"सत्त्व, रज आणि तम हे गुण प्रत्येक सजीवाच्या अंगी असतातच," भगवान कृष्ण म्हणाले. "पण या प्रत्येकाचं प्रमाण प्रत्येक सजीवामध्ये भिन्न असतं. शिवाय ते प्रमाण सतत बदलत असतं. कधी एक गुण प्रबळ होतो, तर कधी दुसरा. एकापाठोपाठ एक हे चक्र चालूच असतं. हे सर्व गुण तुझ्याही अंगी आहेतच. त्यांतून तुझा स्वभावधर्म बनलेला आहे. कधीकधी सत्त्वगुणाचं प्राबल्य होऊन त्यामुळे राहिलेले दोन्ही गुण जरा झाकोळले जातात. अशा वेळी तुला खूप शांत, उल्हसित, आनंदी वाटतं; तर रजोगुण जागृत झाला की, तू मनोमन अस्वस्थ होतोस, बुभुक्षित, उतावीळ, उत्तेजित होतोस किंवा प्रेरित होतोस. तुझ्या अंगी प्रचंड ऊर्जा जागृत होते तर काही वेळा आळस आणि निष्क्रियता तुझा ताबा घेते; त्यामुळे स्पष्ट विचार करण्याची शक्ती काही काळ नाहीशी होते आणि मग राग, भीती, दुःख, मानसिक गोंधळ अशा भावनांचा प्रादुर्भाव होतो.

"सत्त्व गुणामधून ज्ञान प्राप्त होतं. हातून उत्तम कार्य घडलं की, आनंदाची प्राप्ती होते. रजोगुणामधून हाव निर्माण होते आणि त्यामुळे दुःख प्राप्त होतं. तमोगुणामधून हातून चुकीच्या गोष्टी घडतात, निष्काळजीपणा जन्म घेतो आणि त्याचं फळ म्हणजे अज्ञान!

"ज्या माणसाची नेहमी सत्त्वगुण अंगी जोपासण्याची धडपड असते, त्याला नेहमीच त्याची चांगली फळं मिळतात. ज्याच्या मनात सतत रजोगुणांचं प्राबल्य असतं, त्याला समप्रमाणात सुख आणि दुःख प्राप्त होतं; पण ज्याच्या अंतरी तमस गुणाचा प्रादुर्भाव असतो, तो मात्र नरकात जातो. त्याला दुसरा काही पर्याय उरत नाही. कौंतेया, एक गोष्ट तू लक्षात ठेव. मनाच्या सात्त्विक अवस्थेत जो मृत्यूला सामोरा जातो, तो साधुसंतांच्या पवित्र शुद्ध जगात जातो आणि तो विद्वान व

सदाचरणी घरात पुनर्जन्म घेतो. मनाच्या राजसिक अवस्थेत ज्याला मृत्यू येतो, त्याचा जन्म क्रियाशील व्यक्तींच्या घरात होऊन तो पुढील आयुष्यातही क्रियाशील राहतो. जो तामसिक अवस्थेत मृत्यू पावतो, त्याचा पुढचा जन्म अशाच निष्क्रिय, निष्काळजी वृत्तीच्या स्त्रीपोटी होतो. तिच्याकडे ज्ञान आणि विद्वत्ता हे दोन्ही नसतं.''

''म्हणजे याचा अर्थ असाच ना की, मी माझ्या परीनं जास्तीतजास्त सात्त्विक अवस्थेत राहण्याचा प्रयत्न करत राहणं हे योग्य?'' अर्जुन म्हणाला.

''ही तर केवळ सुरुवात आहे,'' भगवान श्रीकृष्ण म्हणाले. ''परंतु जो खरा विद्वान असतो, त्याला एक गोष्ट माहीत असते; ती म्हणजे, या सत्त्व, रज आणि तमोगुणांच्या पलीकडचीसुद्धा एक अत्यंत आनंदाची, समाधानाची मानसिक स्थिती असते. मग ती स्थिती प्राप्त करण्याच्या ओढीने तो प्रयत्न करू लागतो. कोणत्याही कृत्याचा कर्ता तो स्वतः नसून त्याच्या स्वभावामधील सत्त्व, रज, तम या गुणत्रयीच आहेत, याची त्याला जाणीव होते; त्यामुळे या जन्म-मृत्यूच्या चक्रातून त्याची कायमची सुटका होऊन त्याला अमरत्व प्राप्त होतं.''

''अशा प्रकारे प्रकृतीच्या सत्त्व, रज आणि तमोगुणांच्या तीनपदरी दोरखंडातून स्वतःची सुटका करून घेऊन ज्याने अमरत्व प्राप्त केलं आहे, असा माणूस मला कुठे भेटेल, देवा?'' अर्जुन म्हणाला. ''त्याची जीवनपद्धती कशी असेल?''

त्यावर परमेश्वराने उत्तर दिलं - ''पांडवा, अरे, मी तुला हे सर्व याआधीच सांगितलेलं आहे. तरीसुद्धा मी पुन्हा एकदा सांगतो. या माणसामध्ये सत्त्व, रज अथवा तम यांपैकी कोणतीही अवस्था कधीही जागृत झाली, तरी तो त्यांचा धिक्कार करत नाही. त्याचप्रमाणे एक अवस्था बदलून दुसऱ्या अवस्थेने तिची जागा घेतली, तरीही त्याला त्यांपैकी कुठल्याच अवस्थेची ओढ वाटत नाही. तो स्थितप्रज्ञ वृत्तीने त्या अवस्थांकडे पाहत राहातो. त्याच्या अंतर्यामी कधी सत्त्व, कधी रज तर कधी तमोगुणाचा प्रादुर्भाव होत राहतो; परंतु त्याला कशानेच फरक पडत नाही. तो

विचलित होत नाही; त्यामुळे त्याला कुणी निंदा अथवा वंदा, त्याला त्याचं काहीच वाटत नाही. मित्र आणि शत्रू यांना तो समान वागणूक देतो. सोने आणि माती दोन्हीही त्याला सारखंच वाटतं. त्याला एका विशिष्ट गोष्टीविषयी प्रेम वाटत नाही की, दुसऱ्या गोष्टीविषयी तिरस्कारही वाटत नाही.

"एखाद्या आनंदाच्या अथवा दुःखाच्या प्रसंगी तो अविचल राहतो. त्याचबरोबर तो माझी अत्यंत प्रेमाने आणि निष्ठेने भक्ती करतो.

"अर्जुना, या अशा माणसाचा आत्मा माझ्याशी एकरूप होतो - आत्मा आणि परमात्म्याचं मिलन होऊन त्याला परमानंद प्राप्त होतो."

गीतेची शिकवण

१५. तुझा स्वभावधर्म तुझ्या आत कुठेतरी दडलेला असतो. त्या उत्तम स्वभावधर्माशी मैत्री कर; म्हणजे तुला घुशीचा जन्म घ्यावा लागणार नाही.

हिंदूंच्या मते सृष्टीतील प्रत्येक गोष्टीमध्ये सत्त्व, रज आणि तम या तीनही गुणांचा वास असतो. म्हणजेच निसर्गाच्या सृजन, जतन आणि संहार या चक्राचंच ते प्रतीक असतं; त्यामुळेच हिंदू धर्मामध्ये ब्रह्मा, विष्णू, महेश या त्रिमूर्तींमध्येसुद्धा हेच तीन गुण असतात. ब्रह्मा हा निर्माण करणारा, विष्णू हा जतन करणारा आणि शिव हा संहार करणारा आहे. हे तीनही देव तेवढेच महत्त्वाचे आहेत. निसर्गामधील ऋतुचक्रातूनसुद्धा हेच तीन गुण प्रकट होतात. वसंत ऋतू हा नवनिर्माणाचा ऋतू आहे. या ऋतूमध्ये सृष्टी उमलून येते. उन्हाळ्यामध्ये उष्ण, मोठे दिवस असतात. या वेळी सृष्टी फळांनी लगडते. शरद ऋतू आणि हिवाळ्यामध्ये हीच सृष्टी झोपी जाते, सगळी हिरवाई मरून जाते, वठून जाते.

मानवी स्वभावातही हेच तीन गुण पाहायला मिळतात. आपल्यापैकी प्रत्येकामध्ये या तीन गुणांचं प्रमाण वेगवेगळं असल्यामुळे प्रत्येक व्यक्ती आपलं वेगळेपण जपून असते. सत्त्वगुणाची माणसं सज्जन असतात, रज गुणाची माणसं विलासी असतात, तर तमोगुणाची माणसं आळशी, निरुद्योगी असतात. सत्त्वगुणांनी युक्त व्यक्तींचा आयुष्याकडे बघण्याचा दृष्टिकोन सकारात्मक असतो. आयुष्याच्या उज्ज्वलतेकडे त्या आकृष्ट होतात आणि कोणत्याही परिस्थितीत त्या मनाची शांतता व संयम ढळू देत नाहीत. त्यांच्या अंगी ज्ञानलालसा असते. त्यांच्या मनात सदोदित नवनवीन कल्पना आकार घेत असतात.

इतर लोकांच्या सहवासात वेळ व्यतीत करण्यापेक्षा त्या एकान्तामध्ये राहणं पसंत करतात. ज्या व्यक्तींमध्ये राजसगुणाचं प्राबल्य अधिक असतं, त्या व्यक्ती उत्साही असतात. त्यांच्या अंगी प्रचंड ऊर्जा असते. त्या व्यक्ती नित्यनवीन उद्दिष्टं डोळ्यांसमोर ठेवून ती साध्य करण्यासाठी सदैव झटत असतात, सतत कुठल्या ना कुठल्या तरी मुद्द्यावरून कुणाशीतरी वादविवाद करत असतात; या जगात कुठलीही गोष्ट अशक्य नाही, हे आपल्या मित्रांना दाखवून देत असतात; परंतु तमोगुण ज्या व्यक्तींच्या अंगात प्राबल्याने असतो, अशा व्यक्तींना नेहमी कुणाचेतरी अनुयायी होण्याची इच्छा असते. ते नेहमी आरामात, निर्धास्त असतात. त्यांना कसलीही घाई नसते. त्यांच्याबरोबर काम करणं सोपं असतं; कारण त्यांना स्थैर्याची आवड असते.

अर्थात तुम्ही सात्त्विक, राजसिक अथवा तामसिक व्यक्ती असलात, तरीसुद्धा तुमच्या अंतरंगात रोज या तीनही गुणांपैकी कुठल्यातरी एका गुणाचं प्राबल्य

असण्याची स्थिती असते. ही स्थिती सतत बदलणारी असते. त्या विशिष्ट क्षणी या तीनपैकी कोणत्या गुणानं तुमचा ताबा घेतलेला आहे, त्यावर ते अवलंबून असतं.

सत्त्वगुणाचं प्राबल्य असणारी अवस्था म्हणजे मनाला शांतीचा अनुभव येतानाची अवस्था. यात मानवी मन समतोल स्थितीत असतं. जेव्हा तुमच्या मनात सत्त्वगुणाचं प्राबल्य असतं, तेव्हा तुम्ही जे काही काम करत असता, त्यात तुम्हाला पुरेपूर आनंद मिळत असतो. तुमचं मन शांत असतं. ज्या गोष्टी घडून गेलेल्या असतील, त्यांविषयी मनाची चलबिचल होत नसते. ज्या गोष्टी घडायच्या आहेत, त्यांविषयीची भीतीसुद्धा मनात नसते. ही अवस्था अतिशय उत्तम असते. या स्थितीत जास्तीतजास्त काळ कसं राहता येईल, यासाठी प्रत्येकाने प्रयत्न केला पाहिजे.

परंतु सत्त्वगुणाचा अतिरेकही चांगला नाही, कारण त्यामुळे तुमची वृत्ती अल्पसंतुष्ट आणि आत्मसंतुष्ट होते. अशा व्यक्तींच्या अंगी कधीकधी अहंभाव जागृत होतो. मग त्या व्यक्ती आपल्याइतक्या समाधानी किंवा आनंदी नसणाऱ्या माणसांचा पाणउतारा करू शकतात. इतरांपेक्षा आपण किती चांगले आहोत, असं त्यांना वाटू लागतं. मग कधीतरी अशी एखादी घटना घडते की, आपल्याला जेवढे वाटत होते, तेवढे आपण सात्त्विक नाही, हे त्या व्यक्तींच्या लक्षात येतं. त्यांची सात्त्विक अवस्था कोलमडून पडते. याशिवाय अशा व्यक्तींच्या बाबतीत आणखी एक वेगळी गोष्टसुद्धा घडू शकते. या सात्त्विक, आनंदी, तृप्त मनोवस्थेची त्या व्यक्तींना इतकी सवय होते की, त्यांना आहे तसंच कायम राहावं, दुसरं काहीच करू नये असं वाटू लागतं. मग ती सात्त्विक प्रवृत्ती कायम ठेवण्यासाठी जे काही करावं लागतं, ते करण्याचीही त्यांना इच्छा होत नाही.

उदाहरणार्थ- तुम्ही कानाला हेडफोन्स लावून तुमचं आवडतं संगीत ऐकत बसलेले आहात. तुमच्या शेजारी वेफर्सनी भरलेली बशी आहे. तुम्ही इंटरनेटवर तुमच्या मित्राशी चॅट करत बसलेले आहात. तुमचे आई-वडील बाहेर जेवायला गेले आहेत. ही संध्याकाळ तुमच्या दृष्टीने अगदीच आदर्श आहे. खरंतर उद्या तुमच्या एका जिवलग मित्राचा वाढदिवस असून त्याला देण्यासाठी तुम्हाला स्वतःच्या हातांनी एक सुरेखसं ग्रीटिंग कार्ड बनवायचं आहे. (थोडक्यात, तुमची ही सात्त्विक मनःस्थिती बाजूला ठेवून थोड्या वेळासाठी तुम्हाला राजस अवस्थेत जावं लागणार आहे.) परंतु ते संगीत बंद करण्यास तुमचं मन राजीच होत नाही. तुमच्या मित्राशी चालू असलेलं चॅटिंग थांबवावंसं तुम्हाला वाटत नाही; त्यामुळे ते ग्रीटिंग कार्ड काही तुमच्या हातून केलं जात नाही. दुसऱ्या दिवशी ज्याचा अथवा जिचा वाढदिवस आहे, तो मित्र किंवा ती मैत्रीण नाराज होते. ते पाहून तुम्हाला मनातून स्वतःचा राग येतो. आपण ते कार्ड बनवू शकलो असतो; पण बनवलं नाही, या विचाराने तुमचं मन तुम्हाला खातं. मग सत्त्व जातं निघून आणि त्याची जागा तमस घेतं.

आपण यापेक्षा जरा निराळ्या मानसिक स्थितीचा विचार करू. तुम्हाला तुमच्या गणित विषयातली सगळीच्या सगळी उदाहरणं पुन्हा एकदा सोडवावी लागणार आहेत, असं समजू. मग तुम्हाला त्याचा खूप मानसिक ताण येतो. हताश, निराश वाटू लागतं. मग अशा वेळी काय करणं योग्य? पहिलं उठून ते संगीत बंद करून टाकायचं. इंटरनेट सुरू असेल, तर तेही बंद करायचं आणि संपूर्ण लक्ष ती उदाहरणं सोडवण्याकडे केंद्रित करायचं; पण एकीकडे तुमचं मन त्या तमस गुणानं झाकोळून टाकलेलं आहे ना! मग तुम्ही काय करता? तर स्वाभाविकच इतका जास्त गृहपाठ देऊन ठेवणाऱ्या शिक्षकांच्या नावाने बोटं मोडता; मग तुमचे आई-वडील बाहेरून आले की, तुम्ही त्यांच्यावरही चिडता. तुम्ही घरात अभ्यास करत असताना घरातील इतर माणसं मात्र बाहेर जाऊन मजा मारत आहेत, या गोष्टीचा तुम्हाला खूप म्हणजे खूपच राग येतो. त्यातून तुमच्या मनातील तमसगुण आणखी वाढू लागतो. त्याला तर काही अर्थ नाही ना?

एक गोष्ट कायम लक्षात ठेवायची. मनाची सात्त्विक किंवा समतोल अवस्था ही आपल्यापैकी प्रत्येकाच्या मनात कायम दडलेली असतेच. ती वर येण्याची वाटच पाहत असते. मग आपण काय करायचं? जाणीवपूर्वक मनाची ती सात्त्विक अवस्था वर आणायची. मनाचा समतोल कधीही ढळू द्यायचा नाही. ही गोष्ट सरावाने सहज साध्य होते.

आपल्या मनाची कोणतीही अवस्था बदलण्याचे काही सोपे मार्ग आहेत. जर एखाद्या वेळी तुम्हाला दुःखी, निराश, तामसिक वाटत असेल, मनात आळस भरला असेल, तर स्वतःला त्यातून बाहेर काढून राजस स्थितीमध्ये जाण्याचा जाणीवपूर्वक प्रयत्न करा! काहीतरी भरघोस कृती करा. आळस झटकून बाहेर पळायला जा, एखाद्या मित्राला फोन करा, ज्या काही गोष्टी करायच्या राहून गेल्या असतील त्या करा किंवा निदान त्यांतल्या थोड्याफार तरी करून टाका. एकदा त्या पूर्ण केल्यात की, तुमचं तुम्हालाच आनंदी, उल्हसित वाटेल. आपण ठरवलेल्या गोष्टींपैकी निदान काहीतरी पार पाडू शकलो, याच्या समाधानानं तुमचं मन भरून जाईल. कधीकधी आपण एकापाठोपाठ एक खूप जास्त राजसिक कृती करत बसलो, तर त्याचासुद्धा आपल्याला ताण जाणवतो. आपण थकून जातो. मग अशा वेळी काय करायचं? मध्येच काम थांबवून थोडी विश्रांती घ्यायची. जरा एखाद्या शांत जागी, एकान्तात दहा मिनिटे डोळे मिटून बसायचं, दीर्घ श्वास घ्यायचा. मनातून सर्व विचार बाहेर घालवून टाकायचे किंवा सरळ त्या सगळ्या धावपळीपासून चार घटका दूर होऊन स्वतःला तमस अवस्थेत झोकून द्यायचं. छानपैकी पांघरूण घेऊन झोपून जायचं, टी.व्ही.वर कार्यक्रम बघायचे, काहीतरी चटकमटक खायचं; त्यामुळे तुमचा थकवा दूर पळून जाईल. अंगात उत्साहाचा संचार होऊन पुन्हा मनाच्या

क्रियाशील, उत्साही राजस अवस्थेत जायला तुम्ही आपोआप तयार व्हाल. राजस अवस्थेतून सात्त्विक अवस्थेत जाण्यासाठी फार प्रयास करावे लागत नाहीत. कोणतंही काम तुम्ही निःस्वार्थ बुद्धीने करत असाल, ते काम योग्य असेल, न्याय्य असेल, उत्तम असेल तर ते तुम्हाला मनाच्या सात्त्विक अवस्थेतच नेऊन पोहोचवते.

मग हा सत्त्वगुण सर्वांनी अंगी का बाणवला पाहिजे, हे समजलं ना? शांती, समाधान आणि आपली वर्तणूक उत्तम आहे व आपण उत्तम कार्य हाती घेतलेलं आहे, या जाणिवेतून मिळणारा आनंद - या सर्व गोष्टी जर तुम्हाला प्राप्त कराव्याशा वाटत नसल्या तर तुम्ही वेडे आहात, असंच म्हटलं पाहिजे. एव्हाना तुमच्या एक गोष्ट लक्षात आलीच असेल. मनाची कायम तमस अवस्था असणं अजिबात चांगलं नाही. गीतेत तर असंच म्हटलं आहे की, जो कुणी मृत्युसमयी मनाच्या तामसिक स्थितीत असेल, तो पुढचा जन्मसुद्धा एखाद्या तामसी मातेच्या कुशीत घेतो. ती आळशी, कामचुकार आणि अज्ञानी असते. गीतेमध्ये तामसी, आळशी कुशीत जन्म घेणे असा जो वाक्यप्रयोग वापरलेला आहे, तो झाडे किंवा पशूंना उद्देशून आहे. याचा अर्थ तामसिक अवस्थेत मरणाला सामोरं जाणाऱ्याला पुन्हा मानवी जन्म प्राप्त होत नाही आणि तुमची घुशीचा किंवा उंदराचा जन्म घेण्याची इच्छा तर नक्कीच नसणार, नाही का?

सात्त्विक **राजस** **तामसिक**

या अत्यंत प्रसिद्ध अशा श्लोकात भगवान कृष्णांनी हेच स्पष्ट केलं आहे की, या चराचर सृष्टीतील प्रत्येक गोष्टीचा जनक ते स्वतःच आहेत. या विश्वाची माताही तेच आहेत आणि पितासुद्धा तेच आहेत.

सर्वयोनिषु कौंतेय मूर्तयः संभवन्ति याः ।
तासां ब्रह्म महद्योनिरहं बीजप्रदः पिता ॥१४-४॥

हे कौंतेया, कोणत्याही योनीमधील कोणत्याही जिवाच्या कुशीतून जन्म घेणारा प्रत्येक जीव हा माझ्याच कुशीतून जन्माला येतो. माझी कूस म्हणजेच ही सर्व सृष्टी. या सृष्टीमध्ये जन्म घेणाऱ्या सर्व बीजांचा पिताही मीच आहे. (१४-४)

१५

पुरुषोत्तमयोग

संभाषण एक वेगळंच वळण घेतं आणि मग सगळीच उलथापालथ होऊन जाते

"आपले पूर्वज एका अमर वृक्षाविषयी बोलत असत. त्याचं नाव पवित्र अश्वत्थ वृक्ष," भगवान श्रीकृष्ण म्हणाले. "लोक म्हणतात की, हा वृक्ष इतर सर्वसाधारण वृक्षांपेक्षा अगदीच वेगळा असतो. याची मुळं वर आणि फांद्या जमिनीच्या खाली असतात."

त्यांचे शब्द ऐकून अर्जुन विस्फारित मुद्रेने नुसता बघत राहिला. 'काही वेळापूर्वी भगवान कृष्ण प्रकृतीच्या एका तीनपदरी दोरखंडाची गोष्ट करत होते. हा दोरखंड आत्म्याला बंधनात कसा जखडून ठेवतो आणि त्या बंधनातून आत्म्याला मुक्त करण्यासाठी तो दोर कसा कापावा लागतो, याविषयी ते सांगत होते आणि आता अचानक हे वृक्षाबद्दलचं बोलणं कसं काय सुरू झालं बरं?'

अर्जुनाने भगवान कृष्णांसमोर बोलण्यासाठी, आपला विरोध दर्शविण्यासाठी तोंड उघडलं; पण मग काही न बोलता तो गप्प राहिला. खरंतर हेच संभाषण जर आताऐवजी आज सकाळी झालं असतं, तर तो आपलं मत व्यक्त केल्याशिवाय मुळीच राहिला नसता. उलट, त्यानं भगवान कृष्णांना तर्कसुसंगत बोलण्याची विनंती केली असती; पण सकाळपेक्षा आता सगळंच बदलून गेलं होतं. आता त्याच्यासमोर त्याचा जिवाभावाचा सखा, त्याचा बालसवंगडी कृष्ण बोलत नव्हता. तसं बघायला गेलं, तर कृष्ण हा अजूनही त्याचा सखाच होता; पण तो अप्रतिम सुंदर होता. त्याच्या त्या सुंदर रूपानं अर्जुनाचे तर डोळेच दिपून गेले होते आणि त्याचा सखा म्हणजे साक्षात परमेश्वर होता; त्यामुळे तर परमात्म्याचं बोलणं मध्येच थांबवून त्याच्याशी वादविवाद करणं, त्याचं बोलणं अमान्य करणं हे काहीही करण्याचा त्याला हक्कच नव्हता. तो जास्तीतजास्त इतकंच करू शकला असता–

एखादा मुद्दा समजला नाही, तर त्याचं स्पष्टीकरण त्यांच्याकडे मागू शकला असता; पण तेसुद्धा भगवानांचं बोलणं संपल्यानंतरच.

पण निदान आतापर्यंत तरी भगवान श्रीकृष्ण एक शांत, संयमी आणि सहनशील गुरूंसारखेच वागले होते. ज्या अर्थी या क्षणी त्यांनी त्या विशिष्ट वृक्षाचा मध्येच विषय काढला होता, त्या अर्थी त्यामागे तसंच काहीतरी विशिष्ट कारण असणार, हे उघड होतं. मग अर्जुनही आदर्श शिष्याप्रमाणे भगवानांचं बोलणं अगदी लक्षपूर्वक ऐकू लागला.

आपल्या मनातल्या सर्व शंका दूर करून अर्जुन पुढे झुकला.

''तर या अश्वत्थ वृक्षाची मुळं स्वर्गात असतात.'' भगवान कृष्ण म्हणाले. ''या विश्वातील प्रत्येक गोष्ट जिथून जन्म घेते, तिथूनच ती मुळंही जन्म घेतात, म्हणजेच माझ्यातून. तो वृक्ष जसा पृथ्वीच्या दिशेने वाढू लागला, तशा त्याला कळ्या आणि कोंब फुटू लागले. त्या वृक्षाचा हाच निसर्गधर्म आहे. वृक्षाचा बुंधा आणि फांद्या जाड होऊन त्याला हजारो पानं फुटली. तू आपल्या पुरातन वेदांचा विचार कर बरं. त्यांत युगायुगांचं ज्ञान साठवलेलं आहे. अगदी या अश्वत्थ वृक्षाच्या पानांप्रमाणेच! या वृक्षाची जोपासना मीच करतो. त्याच्या मुळांतून, बुंधा, फांद्या व पानांमधून वाहणारा आणि त्या वृक्षाला मजबूत करणारा चैतन्यरस म्हणजे मीच!

''वृक्षाच्या फांद्या जशा पृथ्वीच्या दिशेने खाली झेपावतात, तशा त्या भूमीच्या पोटात शिरून त्यांची मुळं बनतात. या मुळांपासून नवनवीन वृक्ष निर्माण होतात, राने तयार होतात आणि इतकी दूरवर पसरतात की, त्यात हा पुरातन अश्वत्थ वृक्ष झाकून जातो. ते कुणालाच दिसू शकत नाही; त्यामुळे सर्वांना असंच वाटतं की, ही सगळी रानं, या रानातले वृक्ष पृथ्वीच्या पोटातूनच उगवले आहेत; त्यांना जे जीवनचैतन्य मिळतं, ते पृथ्वीकडूनच मिळतं. जर कुणाला हा अश्वत्थ वृक्ष बघायचाच असेल, तर आधी एक धारदार कुऱ्हाड घेऊन सगळ्या रानांमधले सगळे वृक्ष तोडून ती रानं नष्ट केली पाहिजेत. तरच तो त्या अश्वत्थ वृक्षापर्यंत पोहोचू शकेल. संपूर्ण रानाला चैतन्य बहाल करणारा तो वृक्ष त्याच्या पूर्ण वैभवानिशी त्याला बघायला मिळेल.''

हे सगळं संभाषण नक्की कुठं चाललं होतं, ते अर्जुनाला कळून चुकलं. तो मनोमन हरखला. भगवान कृष्णांच्याही ते लक्षात येऊन त्यांनी स्मितहास्य केलं.

''पार्था, आत्मासुद्धा या अश्वत्थ वृक्षासारखाच असतो. त्याची मुळं माझ्यातच असतात; पण प्रकृती आपल्या तीनपदरी सत्त्व, रज आणि तमोगुणयुक्त रोपातून वासनांच्या फांद्या निर्माण करते. त्यांतूनच कृतीचे कोंब बहरतात. त्यांतून पुन्हा एकदा वासना जन्म घेतात. असं हे चक्र अव्याहत चालू असतं. काही काळातच त्या फांद्या जाडजूड, मजबूत होतात. त्यांना मुळं फुटून ती जमिनीत जातात. आत्मा त्याचं

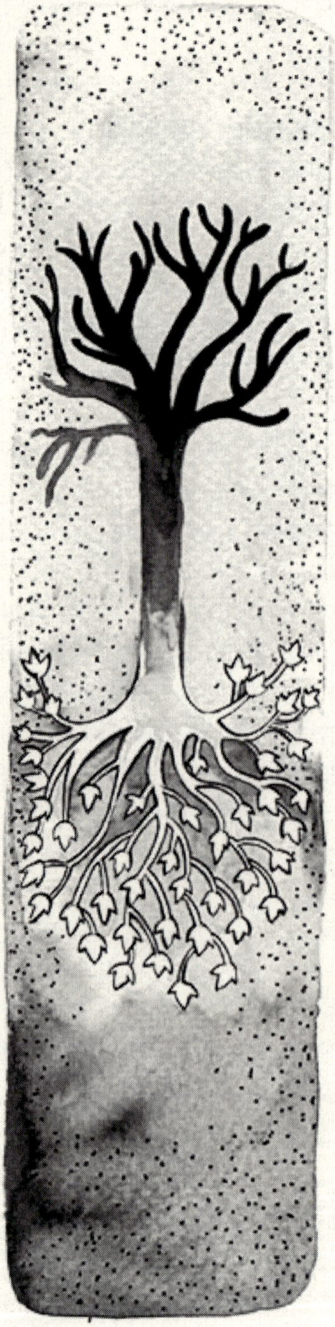

स्वर्गस्थ मूळ, त्याचा दैवी स्रोत विसरून जातो. त्याला असं वाटू लागतं की, आपल्याला जे काही चैतन्य प्राप्त झालेलं आहे, ते या रानामधूनच. मग तो ज्ञानाच्या पानांकडे दुर्लक्ष करून सुगंधी फुलांच्या मागे लागतो. ही सुगंधी फुलं सर्वत्र उमललेली असतात. या वृक्षांच्या फांद्या सुमधुर फळांनी लगडलेल्या असतात. मग ती फळं गोळा करणं हेच त्याच्या आयुष्याचं उद्दिष्ट होऊन जातं.

"परंतु कालांतरानं ही फळं कुजतात आणि फुलं कोमेजून, वाळून जातात. ती गोळा करणाऱ्याला अपरिमित दुःख देऊन जातात. हे रान आणि त्यात वास करत असलेलं सर्व काही सतत बदलत असतं. हजारो वेळा मृत्युमुखी पडत असतं. काहीच कायमस्वरूपी नसतं. या रानातलं सर्वच भ्रामक असतं. काहीच खरं नसतं. फक्त एकच गोष्ट खरी असते; ती म्हणजे तो गगनाला जाऊन भिडलेला अश्वत्थ वृक्ष. एक तो सोडला तर बाकी सगळंच क्षणभंगुर असतं. खरं सांगू? या जगात तुझा आत्मा सोडला, तर तुझ्या अवतीभोवती असलेलं काहीच खरं नसतं आणि तुझ्या आत्म्याची मुळं माझ्यात असतात.

"आणि म्हणूनच तुला सांगतो कौंतेया, ही विषय-वासनांची पृथ्वीच्या पोटात आपली मुळं रोवून सर्वत्र माजलेली रानं तू नष्ट कर. क्रोध, स्वार्थपूर्ण कृती, लालसा, दुःख आणि सुख या सर्व भावना तटस्थतेच्या धारदार कुऱ्हाडीने तोडून टाक. त्या जमीनदोस्त कर. म्हणजे त्या सर्व भावना नक्की कुठून आल्या आहेत, हे तुझ्या आत्म्याला स्पष्ट

दिसेल. मग त्या वृक्षाच्या पानांमध्ये पूर्वापारपासून दडलेलं ज्ञान तुझ्यापुढे उघड होईल. तुझ्या आत्म्याचा जन्म नक्की कुठून, कुणापासून झाला, हे त्याला कळून चुकेल. त्याला चैतन्य कोण पुरवतं, जिवंत कोण ठेवतं, हेही त्याला कळेल.

"तू मला शरण ये - या अविरत, अचल अशा जीवनचैतन्याला शरण ये. मीच तुला परमानंद प्राप्त करून देईन - मग तू वृथा इतर क्षुल्लक गोष्टींच्या मागे लागण्यात तुझी शक्ती आणि वेळ का वाया घालवत आहेस?"

अर्जुन श्रीकृष्णांपुढे नतमस्तक झाला. आपल्या या गुरूंसाठी असलेली आपली निष्ठा अनाठायी निश्चितच नाही, अशी त्याची खात्री पटली.

"अर्जुना, तुझ्या अमर आत्म्याचं काय होतं, ते मी आता तुला समजावून सांगतो. तुझा आत्मा हा माझ्याच आत्म्याचा अंश आहे. फक्त त्याचा या भौतिक जगाशी संबंध येतो. त्या आत्म्यामध्ये आणि या सभोवतीच्या जगामध्ये एक अदम्य असं आकर्षण निर्माण होतं. या जगाच्या सौंदर्याचा उपभोग घेण्याचा मोह आत्म्याला होतो. मग पंचेंद्रियांच्या साहाय्याने तो तसा उपभोग घेऊ लागतो. त्यांच्या माध्यमातून तो या जगाचा अनुभव घेतो. त्याला एक सहावं इंद्रियसुद्धा असतं. ते म्हणजे त्याचं मन. त्याच्या सर्व वासना त्या मनामध्ये दडून बसलेल्या असतात; पण तरीही तो परिपूर्ण नसतो. त्याच्याकडे जर पार्थिव देहच नसेल, तर तो या सभोवतीच्या जगामध्ये कसा वावरणार?

"मग हा आत्मा आपल्या सर्व सहा इंद्रियांसह एखाद्या शरीरात वास्तव्य करतो. पंचेंद्रियांच्या मार्फत तो सर्व सुखांचा अनुभव लुटतो. त्याच्या मनात विचार, भावभावना लहरू लागतात. हा देह जेव्हा मृत्यू पावतो, तेव्हा मात्र तो आत्मा सर्वच्या सर्व सहा इंद्रियांसह तो देह सोडून दुसऱ्या कुठल्यातरी पार्थिव देहात वास करण्यासाठी निघून जातो, कारण अजूनही त्याच्या काही इच्छा-आकांक्षा अतृप्त राहिलेल्या असतात; त्या त्याला पूर्ण करून घ्यायच्या असतात. हे असं अव्याहतपणे चालू असतं. आत्मा भावना आणि वासनांशी निगडित असल्यामुळेच तो वेदना व दुःख भोगण्याशीसुद्धा निगडित असतो. तो सतत सुखाच्या मागे धावत असतो. ही सुखं खरंतर क्षणभंगुर असतात. त्यांमागे लागताना जी दुःखं त्याच्या वाट्याला येतात, तीही तो निमूटपणे भोगतो. खरंतर हे दुःख भोगणं किंवा जीवन जगणं त्याला टाळता आलं असतं."

अर्जुन अचंबित झाला. 'हे सगळं आपणा सर्वांना फार पूर्वीपासूनच ठाऊक आहे.' असं त्याच्या मनात आलं. ज्या गोष्टी क्षणभंगुर आहेत, त्यांच्या मागे धावणं किती फोल आहे, हे खरंतर आपल्याला माहीत आहे, असं त्याला वाटलं. भौतिक गोष्टींच्या पलीकडे खरं सुख दडलेलं असतं, याची आपल्याला फार पूर्वीपासून जाणीव आहे, असा विचार त्याच्या मनात आला आणि इतकं सगळं असूनसुद्धा

आपण त्यांच्या पाठीमागे धावणं का सोडत नाही? त्याने जोरजोरात मान हलवली. मनुष्यप्राणी किती मूर्ख आहे, हे त्याला जाणवलं.

"ज्ञानी लोकांना हे माहीत असतं," भगवान कृष्ण म्हणाले. "त्यांना आत्मा, स्फुलिंग, प्रत्येकाच्या ठायी असलेलं जीवनचैतन्य दिसतं - मग ते सूर्य-चंद्राचं तेज असो, वनस्पतींमधून वाहणारा जीवनरस असो, प्रत्येक सजीवाच्या अंतरी वास करत असणारा, त्याच्या प्रत्येक श्वासाबरोबर धगधगत राहणारा आणि अन्नाचं ऊर्जेमध्ये रूपांतर करणारा अग्नी असो - ते सर्व काही मीच आहे. सर्वांना परमानंद देणारा मी; परंतु विषय-वासनांच्या विळख्यात गुरफटलेल्यांना मात्र हा मी दिसत नाही, जाणवत नाही.

"नीट ऐक भरता. मी आता तुला एक रहस्य सांगणार आहे. एक गुप्त ज्ञान देणार आहे. या चराचर सृष्टीत केवळ मी आणि मीच भरून राहिलेलो आहे, ही जाणीव ज्याला झाली, तोच खरा ज्ञानी. अशा माणसाला जगाचं सम्यक ज्ञान प्राप्त होतं. तो आपल्या हृदयापासून माझी भक्ती करतो आणि त्यामुळेच त्याचं जीवन सफल होऊन जातं."

आम्हाला आमचं रोजचं खाद्य दे

अहं वैश्वानरो भूत्वा प्राणिनां देहमाश्रितः।
प्राणापानसमायुक्तः पचाम्यन्नं चतुर्विधम् ॥१५-१४॥

सर्व सजीवांच्या ठायी असणारा वैश्वानर मी आहे. मी अग्नी आहे.
श्वास- उच्छ्वासांच्या दरम्यान मी वास करतो. मी चार प्रकारच्या
अन्नाचं पचन करतो (१५-१४)

अनेक धर्मांमध्ये, अनेक संस्कृतींमध्ये भोजनाला प्रारंभ करण्यापूर्वी ईश्वराचे आभार मानण्यासाठी प्रार्थना करण्याची पद्धत आहे. हिंदू धर्मातसुद्धा अशा प्रकारच्या प्रार्थना आहेत. वर दिलेला श्लोक म्हणजेसुद्धा अशीच एक प्रार्थना आहे; त्यामुळे ग्रहण केलेल्या अन्नाचं नीट पचन होतं, असं हिंदू मानतात.

पण मग हा वैश्वानर म्हणजे नक्की कोण बरं? चला, आपण आता ते समजून घेऊ या.

या अध्यायात भगवान कृष्ण असं सांगतात की, सूर्य आणि चंद्राचं तेज मीच आहे. वृक्षवल्लींच्या अंतरीचं चैतन्य मीच आहे. हे सर्वच एकमेकांशी संलग्न आहेत. आपणसुद्धा आपल्या विज्ञानाच्या वर्गात नेमकं हेच शिकलो आहोत. सूर्याच्या प्रकाशात वनस्पती कार्बन डाय ऑक्साइड आणि पाणी यांचं ऑक्सिजन आणि साखरेत रूपांतर करतात. (मग हे द्रव्य वनस्पतींचे देठ आणि पानांमध्ये साठवलं जातं. फळांमध्ये आणि भाज्यांमध्येसुद्धा ती साखर साठवली जाते.) विज्ञानाने आपल्याला हेही सांगितलं आहे की, वनस्पतींनी निर्माण केलेली ही साखर जर उपलब्ध नसेल, तर शाकाहारी किंवा मांसाहारी यांपैकी कोणीच प्राणी जगू शकणार नाही. याचं कारण या प्राण्यांना स्वतःचं अन्न स्वतः निर्माण करता येत नाही. तशी क्षमता त्यांच्या अंगी नाही.

गीतासुद्धा आपल्याला हेच सांगते. फक्त त्यात सूर्यप्रकाश, चंद्रप्रकाश आणि वनस्पतींमध्ये असलेलं जीवनचैतन्य म्हणजेच भगवान श्रीकृष्ण असल्याचं म्हटलं आहे. या तिघांशिवाय पृथ्वीवरील जीवन शक्यच नाही, असंही त्यात म्हटलं आहे.

आपण तर सगळे सजीव प्राणी आहोत. आपण आणि आपल्यासारखे इतर प्राणी - म्हणजेच वनस्पतींच्या व्यतिरिक्त इतर सजीव प्राणीसुद्धा - ग्रहण केलेल्या

अन्नाचं ऊर्जेत रूपांतर करत असतात. आपण रोज इतकं विविध प्रकारचं अन्न खात असतो, पीत असतो - कोला, चिप्स, भात, पोळी, सामोसे, आइस्क्रीम, बर्थ डे केक अशी कितीतरी उदाहरणं सांगता येतील. या सर्व अन्नामधून आपल्या विविध शारीरिक क्रिया-प्रक्रियांसाठी लागणारं इंधन आपलं शरीर तयार करत असतं; पण या कामी आपल्याला साहाय्य कोण करतो? उत्तर सोपं आहे. गीतेमध्ये असं म्हटलंय की, आपल्या ठायी असलेले भगवान श्रीकृष्णच हे काम करतात. ते आपल्या शरीरात अग्नीचं म्हणजेच वैश्वानराचं रूप घेतात. ग्रहण केलेलं अन्न अन्ननलिकेद्वारे उदराकडे पोहोचवणं आणि शरीरातील त्याज्य पदार्थ बाहेर ढकलणं ही दोन्ही कामं हा वैश्वानरच करत असतो. या वैश्वानराच्या मदतीने चार प्रकारच्या अन्नाचं पचन होतं आणि त्यातूनच आपल्याला जगण्यासाठी आणि कार्यरत राहण्यासाठी लागणारी ऊर्जा मिळते.

गीतेत असं म्हटलं आहे की, म्हणूनच भगवान कृष्ण हे अन्नाचे निर्माते (सूर्यप्रकाश) आणि अन्नधान्याचे वितरक (वनस्पतींमध्ये असलेलं चैतन्य) त्याचप्रमाणे त्या अन्नाचं पचन करणारे वैश्वानर आहेत.

पण हे चार प्रकारचं अन्न म्हणजे तरी नक्की काय बरं? आपल्याला तर अन्नाचे कितीतरी प्रकार माहिती आहेत; पण गीतेत सांगितलेले अन्नाचे चार प्रकार असे आहेत–

१) चर्वण करण्याचं अन्न. उदाहरणार्थ- भात, सामोसे.

२) प्राशन करण्याचं अन्न. उदाहरणार्थ- कोला, लस्सी, फ्रूट ज्यूस.

३) चोखून खाण्याचं अन्न. उदाहरणार्थ- आंबा; चघळून खाण्याचं अन्न. उदाहरणार्थ- टॉफी

४) चाटून खाण्याचं अन्न. उदाहरणार्थ- लोणचं, कोनमधून मिळणारं आइस्क्रीम.

म्हणजे आपण खात असलेल्या सर्व अन्नपदार्थांची ही अशा चार प्रकारांमध्ये विभागणी होऊ शकते.

'जॅक अँड द बीनस्टॉक' ही कथा तर तुम्हाला सर्वांनाच माहीत आहे. गीतेमध्ये ज्या अश्वत्थ वृक्षाचं वर्णन केलं आहे, तो वृक्ष आणि ही कथा यांत काय साधर्म्य आहे बरं?

ते दोघेही पृथ्वी आणि आकाश एकमेकांना जोडतात आणि हो, तेवढे दोघंच नाही बरं का! जगभरातील अनेक धर्म आणि संस्कृतींमध्ये या अशा प्रकारे पृथ्वी आणि आकाश यांना जोडणाऱ्या मार्गांचे संदर्भ आहेत. यांपैकी अनेक मार्ग हे पृथ्वीच्या केंद्रभागी, म्हणजे चार दिशांचा परस्परांना जेथे छेद जातो, त्या बिंदूपाशी

आहेत आणि जेव्हा आपण ईश्वराला उद्देशून प्रार्थना करतो, तेव्हा ती त्याच्यापर्यंत पोहोचण्यासाठीसुद्धा याच मार्गाचा उपयोग होतो. तसेच ईश्वराचा आशीर्वाद जेव्हा आपल्यापर्यंत येऊन पोहोचतो, तेव्हाही तो याच मार्गाने येतो. तो सर्व मानवजातीपर्यंत जाऊन पोहोचतो.

हिंदू धर्मामध्ये ज्या अश्वत्थ वृक्षाची महती सांगितलेली आहे, तो वृक्षसुद्धा ईश्वरापर्यंत आपल्या प्रार्थना पोहोचवणारा एक मार्ग आहे. हा अश्वत्थ वृक्ष म्हणजेच पिंपळाचं झाड. बौद्ध धर्मामध्ये यालाच बोधीवृक्ष म्हणतात. वनस्पतिशास्त्रात तर या वृक्षाचं चक्क Ficus Religiossa असंच नामकरण करण्यात आलेलं आहे.

अशा प्रकारे हिंदू धर्मात आणि इतर धर्मांमध्ये आणखी काही प्रतीकं महत्त्वाची मानण्यात येतात.

पर्वत – पर्वत हे उंच असतात. ते चढण्यास कठीण असतात. त्यांची शिखरं आभाळाला स्पर्श करतात; त्यामुळे त्यांनाही अशा प्रकारे आपल्या प्रार्थना ईश्वरापर्यंत पोहोचवण्याचा मार्ग मानण्यात येतं. हिंदू पुराणांमध्ये कैलास पर्वताचा उल्लेख आहे. हे शिव महादेवाचं निवासस्थान आहे. त्याचप्रमाणे समुद्रमंथनामध्ये ज्या पर्वताचा रवी म्हणून उपयोग करण्यात आला, तो मेरूपर्वतही असाच पवित्र मानला जातो. जपानी लोकांचा पवित्र पर्वत म्हणजे माउंट फूजी, तर हिब्रू लोकांचा माउंट झिऑन. ऑस्ट्रेलियामध्ये उलुरू या पर्वताला पवित्र मानण्यात येतं, तर ग्रीक पुराणामध्ये माउंट ऑलिंपस या पर्वताला ईश्वराचं निवासस्थान मानण्यात येतं.

वृक्ष – वृक्षांना भगवंतापर्यंत आपली प्रार्थना पोहोचवण्याचा मार्ग अशासाठी म्हणतात, कारण संपूर्ण सजीव सृष्टीचंच ते प्रतीक आहे – जन्म, वृद्धी, साफल्य आणि मृत्यू हे जीवनचक्र वृक्षांमध्ये आपल्याला पाहायला मिळतं, तेही दरवर्षी. नंदनवनामध्ये जो ज्ञानवृक्ष आहे, त्यात चांगल्याचं आणि वाइटाचं अशा दोन्हींचं ज्ञान सामावलेलं आहे. ॲडम आणि ईव्ह दोघांनाही या वृक्षाचं फळ खाण्याची बंदी घालण्यात आली असूनही त्या दोघांनी ते फळ खाल्लं; त्यामुळे परमेश्वरानं त्या दोघांनाही गार्डन ऑफ इडनमधून बाहेर काढलं. हा ज्ञानवृक्षसुद्धा अशाच प्रकारे ईश्वरापर्यंत प्रार्थना पोहोचवण्याचा एक मार्ग आहे. नॉर्स पुराणामधील

इगड्रसिल हा एक महाकाय वृक्ष स्वर्ग आणि पाताळलोक यांना जोडतो. याच वृक्षाखाली बसून नॉर्स धर्माचा पिता ओडिन याला ज्ञानप्राप्ती झाली. आणखी एक गंमत म्हणजे ज्या वृक्षाचा उल्लेख आपण ख्रिसमस ट्री असा करतो, त्या वृक्षालासुद्धा आपली प्रार्थना ईश्वरापर्यंत पोहोचवणारा मार्ग मानण्यात येतं. जॅक अँड द बीनस्टॉक या कथेतील जादूची वेलसुद्धा अशीच आहे.

मानवनिर्मित वास्तू – पूर्वीच्या काळी लोकांनी वृक्षसदृश वास्तूंची निर्मिती केली आणि त्यांनाही अशा प्रकारे ईश्वरापर्यंत आपली प्रार्थना पोहोचवण्याचा मार्ग मानण्यात येऊ लागलं. उदाहरणार्थ- इजिप्तमधील पिरॅमिड्स किंवा मेसापोटेमियन संस्कृतीमधील झिग्युराट.

अशा प्रकारे पूर्वी लोकांनी मोठमोठे मनोरेसुद्धा बांधले होते. उदाहरणार्थ- टॉवर ऑफ बाबेल, त्याचप्रमाणे ओल्ड टेस्टामेंटमध्ये वर्णन करण्यात आलेली जेकबची शिडी. (या दोन्ही कथा वाचण्यासारख्या आहेत. तुम्हाला मिळाल्या तर जरूर वाचा.) अशाच प्रकारे पॅरिसचा जगप्रसिद्ध आयफेल टॉवर, न्यू यॉर्क येथील एम्पायर स्टेट बिल्डिंग (या एम्पायर स्टेट बिल्डिंगवर ऑलिंपस या देवाचा पुतळा का आहे, हे कोडं तुम्हाला आता उलगडलं असेल; होय ना?) या इमारतीसुद्धा अशाच आपली प्रार्थना ईश्वरापर्यंत पोहोचवणाऱ्या वास्तू आहेत. आपल्या हिंदूंची दक्षिण भारतातील मंदिरे तुम्ही पाहिली असतील ना? त्या मंदिरांवरील गोपुरे, उत्तर भारतातील मंदिरांवर असलेली शिखरे, बौद्ध स्तुपांवरील घुमट, मशिदींवरील मिनार आणि कॅथेड्रलवर दिसणारे कळस हे सर्वच ईश्वरभक्तीचे मार्ग आहेत. इतकंच काय, पण गगनामध्ये भरारी घेण्यासाठी सज्ज असलेलं रॉकेट म्हणजे तरी काय? आपली प्रार्थना त्या ईश्वराकडे पोहोचवणारा मार्गच आहे तो, कारण ते जेव्हा सुटतं आणि गगनात भरारी घेतं, तेव्हा पृथ्वीला इतर विश्वांशी जोडण्याचंच काम करतं.

१६

दैवी शक्ती आणि राक्षसी शक्तीमधील भेदाभेदांचा योग –
दैव-असुर संपदा विभवयोग

श्रीकृष्ण आपल्यामध्ये सुप्तावस्थेत असलेल्या राक्षसी प्रवृत्तींवर नियंत्रण ठेवण्याचं आवाहन करतो आपण जर तसं केलं नाही तर मात्र...

"पार्थ," देव म्हणाले, "या जगात दोन प्रकारच्या प्रवृत्ती वास करतात. पहिल्या प्रकारची माणसं आपल्यात दडलेल्या दैवी शक्तीला आपल्या मनावर राज्य करू देतात, तर दुसऱ्या प्रकारची माणसं स्वतःमध्ये दडलेल्या राक्षसी प्रवृत्तींना मोकाट सोडतात."

अर्जुनाने मान हलवून होकार दिला. एक गोष्ट तर अर्जुनाला कळून चुकलीच होती - माणसं वस्तुतः एकसारखीच असतात. कुणीच जन्मतः फार सज्जन किंवा फार दुर्जन नसतो. दुसऱ्या शब्दांत सांगायचे, तर कुणी जन्मतः चांगला किंवा वाईट नसतो. त्यांच्यात जो काही फरक पडतो, तो ते आयुष्यात नेमके कोणते पर्याय निवडतात, यामुळेच पडतो. आपल्या अंतर्यामी वास करत असलेल्या नेमक्या कुठल्या प्रवृत्तीला आपल्या हृदयाचा आणि मनाचा ताबा घेऊ द्यायचा, हे जेव्हा ते ठरवतात, त्यावरून त्यांच्यात फरक पडतो.

"दैवी प्रवृत्तीच्या माणसांचे गुण काय बरं?" भगवान कृष्ण म्हणाले. "पहिला गुण म्हणजे निर्भयता. त्यांच्यासमोर प्रतिकूल परिस्थिती, शत्रू किंवा साक्षात मृत्यू जरी उभा राहिला, तरी ते घाबरत नाहीत. त्या माणसाचं मन पवित्र, शुद्ध हवं. त्याचं स्वतःवर पूर्ण नियंत्रण हवं. समर्पणवृत्ती हवी आणि दानशूरता हवी. हा असा माणूस नेहमी सचोटीच्या मार्गाचा अवलंब करतो. आपल्या गुरुजनांनी आणि धर्मशास्त्राच्या ग्रंथांमध्ये दाखवून दिलेल्या सन्मार्गाचा अवलंब करतो. तो नेहमी सत्यच बोलतो. क्रोध, हिंसा, लालसा, असूया आणि अहंकार यांसारख्या दुर्गुणांचा त्याला स्पर्शही

नसतो. हा धीरोदात्त आणि साहसी वृत्तीचा असून तो इतर लोकांमधले दुर्गुण शोधण्याचा प्रयत्न कधीच करत नाही. तो मृदू आणि विनम्र स्वभावाचा आणि इतर व्यक्तींच्या दुःख आणि वेदनांचा सहानुभूतिपूर्वक अनुकंपेने विचार करणारा असतो.

"पण कौंतेया, राक्षसी प्रवृत्तीचा माणूस याच्या अगदी विरुद्ध स्वभावाचा असतो. तो गर्विष्ठ व उद्दाम असतो. त्याची वृत्ती भपकेबाज असते. स्वतःचा दिमाख मिरवण्याचा त्याला अतोनात सोस असतो. त्याचं वागणं इतरांना असह्य होऊन जातं. तो स्वभावाने दुष्ट, उलट्या काळजाचा असतो. त्याच्या संतापाचा कधीही भडका उडू शकतो. तो कधी सज्जनपणे वागूच शकत नाही; कारण त्याला मुळी चांगल्या-वाइटातला फरकच कळत नाही. उत्तम आचरण कसं असावं, उत्तम तऱ्हेने आयुष्य कसं जगावं, हेही त्याला ठाऊक नसतं; त्यामुळेच तो सदाचारी नसतो. स्वार्थत्याग किंवा पश्चात्ताप अशा भावनांशी त्याची ओळखही नसते. तो बोलतो एक आणि करतो दुसरंच!

"माणसांच्या मनावर अज्ञानाची सत्ता चालते, या संपूर्ण विश्वाचा कारभार नैतिक नियमांनुसार चालतो, घडणाऱ्या प्रत्येक घटनेच्या मागे काहीतरी कार्यकारणभाव असतो, आपण जी काही कृती करू, त्याचे काही परिणाम घडू शकतात, या कशाची या माणसांना कल्पनाच नसते. त्यांना वाटतं की, हे जग आपल्या इच्छेनुसार चालतं. आपण आपल्या मनीच्या सर्व इच्छा-आकांक्षा पूर्ण करणं हाच सुखप्राप्तीचा एकमेव मार्ग आहे, अशी त्यांनी स्वतःच्या मनाची समजूत करून घेतलेली असते. मग ते सगळ्या धर्मग्रंथांना दूरच सारतात. इतकंच काय, ते माझं अस्तित्वसुद्धा नाकारतात. जगापलीकडे आणखी काहीतरी अस्तित्वात असतं, हे त्यांना पटतच नाही."

भगवान श्रीकृष्णांचं हे बोलणं ऐकत असताना अर्जुनाच्या मनासमोर हस्तिनापूरच्या राजवाड्यातील एक दृश्य तरळलं. राजवाड्याच्या विस्तीर्ण सभामंडपाच्या मधोमध द्यूताचा डाव चालू होता. त्याला त्याचे अत्यंत बलशाली भाऊ हताश, निराश अवस्थेत खाली मान घालून उभे असलेले दिसत होते. राजपुत्र दुःशासनाने त्याच्या प्रिय द्रौपदीला केसांना धरून ओढत, फरपटत त्या सभागृहात आणलं; ते आठवून अर्जुनाच्या हृदयाला आजसुद्धा पीळ पडला. ती जिवाच्या आकांताने ओरडत होती, मदतीचा धावा करत होती, आपल्या नामर्दांप्रमाणे उभ्या असलेल्या पतींना शाप देत होती. हे सगळं घडत असताना तो स्वतःही अंगातील सर्व त्राण गेल्यासारखा गलितगात्र होऊन नुसता बघत होता. द्रौपदीचा आक्रोश चालू असताना तिच्या किंकाळ्यांना दडपून टाकणारं दुर्योधनाचं ते विकट हास्य त्याला आठवलं. त्या वेळी त्या हास्याने जणू आपल्या मस्तकाच्या चिंधड्या उडवून टाकल्या होत्या, हेही त्याला आठवलं...

बघताबघता अर्जुनाच्या डोळ्यांत अंगार फुलला. त्याने दात-ओठ खात त्या आठवणी झटकून टाकण्याचा प्रयत्न केला. आपल्या मनाचा तोल ढळू द्यायचा नाही, आत्ताची ही सात्त्विक अवस्था घालवायची नाही, असा त्याने दृढनिश्चय केला. आता त्याचं अवघं मन शांत झालं. त्याने एकवार स्वतःला सावरून पुनश्च भगवान कृष्णांच्या बोलण्यावर आपलं लक्ष केंद्रित केलं.

''स्वतःची अशी चुकीची समजूत करून घेणारे हे असे भरकटलेले जीव स्वतःच्या मनावर थोडंसुद्धा नियंत्रण ठेवण्याचा प्रयत्न करत नाहीत. ते पूर्णपणे इच्छा आणि वासनांच्या आहारी जातात. या वासनांना काही अंतच नसतो; त्यामुळेच अशी माणसं सदोदित अतृप्तच असतात आणि म्हणूनच अस्वस्थसुद्धा! आपल्या इच्छा-आकांक्षा, वासना पूर्ण होतील की नाही या विचारांनी ती अस्वस्थ असतात. त्यांना जर कुणी किंचितसुद्धा विरोध केला, तरी ही माणसं भडकून उठतात. एकदा का त्यांच्या वासनेचं शमन झालं की, मग त्यांच्याकडे काहीच उरत नाही. त्यांची प्रत्येक कृती स्वार्थाने भरलेली असते. त्यांच्या मनीचा हेतू नेहमीच अपवित्र असतो. त्यांना धनसंचयाची प्रचंड लालसा असते. हा धनसंचयसुद्धा ते अयोग्य मार्गाने करतात. पैसा हेच त्यांचं सर्वस्व असतं.

''त्यांचं मन अहंगंडानं आणि अज्ञानानं फुलून गेलेलं असतं. ते स्वतःशी म्हणत असतात, 'मला हे हवं होतं, ते मिळालं. आता मला ते हवं आहे; उद्या काहीही झालं तरी मी ते प्राप्त करीनच. आज माझ्याकडे ही एवढी धनसंपदा आहे; पण उद्या याहूनही जास्त असेल.' ही माणसं इतरांविषयी बोलतानासुद्धा असा विचार करतात - 'हा माणूस माझा शत्रू आहे, माझ्या मार्गात अडथळा निर्माण करत आहे. याचा काटा काढलाच पाहिजे. उद्या असाच आणखी कुणी माझ्या मार्गात अडथळा निर्माण करण्यासाठी उभा राहील. मग मी त्याचासुद्धा काटा काढीन.' 'माझ्या मर्जीचा मालक मी आणि फक्त मीच आहे; बाकी कुणीच नाही. मी यशस्वी आहे, बलाढ्य आणि धनाढ्य आहे, उच्चकुलीन आहे. या जगात माझी बरोबरी करू शकेल, असं कुणीच नाही. मी जी काही धार्मिक कृत्ये करणं अपेक्षित आहे, ती सगळी करीन, सगळे उपचार पार पाडीन. दानधर्म करून पुण्य प्राप्त करून घेईन आणि सुखात राहीन. मी या आयुष्याचा आनंद लुटेन. नाहीतरी आयुष्यात दुसरं काय पाहिजे? दुसरं असतंच काय आयुष्यात? काहीच नाही.'

''पण पार्था, या अशा माणसांना त्यांच्या मनातल्या या असल्या विचारांची भीती वाटते. त्यांच्या नकळत ते स्वतःच्या अज्ञानाच्या जाळ्यात गुंतत जातात. त्यांना शांती आणि समाधान प्राप्त होत नाही. आपल्या इच्छा-आकांक्षा आणि मनोकामनांची पूर्तता करताकरता अशी माणसं स्वतःच बनवलेल्या नरकसदृश गर्तेमध्ये जाऊन पडतात.

"त्यांची मनं सत्ता आणि संपत्तीमुळे इतकी अंध बनलेली असतात की, पापक्षालनाच्या नावाखाली असे लोक खूप मोठ्या प्रमाणावर दानधर्माची कृत्ये करतात; पण त्याच्या पाठीमागेसुद्धा त्यांचा अहंकारच दडलेला असतो. अशी दानशूरपणाची कृत्ये करून त्यांना समाजात स्वतःचा मोठेपणा सिद्ध करून दाखवण्याचा सोस असतो. स्वतःच्या मोठेपणाची जणू त्यांना झिंग चढलेली असते. म्हणूनच अशी माणसं त्यांच्या सहवासात येणाऱ्या इतर सामान्य माणसांना तुच्छ लेखतात. म्हणजेच सर्व प्राणिमात्रांमध्ये भरून राहिलेल्या मलाच हे लोक तुच्छ लेखतात.

"अर्जुना, एक गोष्ट लक्षात ठेव. आपल्या आजूबाजूच्या लोकांची अशा प्रकारे हेटाळणी करून त्यांना तुच्छ वागणूक देणारे लोक माझे अस्तित्व अमान्य करत असतात. खरंतर मी त्यांच्याही ठायी असतोच; पण त्यांचा या गोष्टीवर विश्वास नसतो. मग मी काय करतो? मी त्यांना पुन्हा याच पृथ्वीतलावर जन्माला घालतो. मी त्यांची त्यांच्यासारख्याच सैतानी प्रवृत्तीच्या गर्भाशयांमध्ये पेरणी करतो; त्यामुळे अशी माणसं अव्याहतपणे जन्म-मृत्यूच्या दुष्टचक्रात फिरत राहतात. एकामागोमाग एक जन्म घेतात, मृत्यू पावतात; पुन्हा जन्म घेतात. त्यांची आयुष्यं दारुण दुःख आणि वेदनांनी भरून जातात. त्यांना कधीच खऱ्या शुद्ध, पवित्र, निखळ आनंदाचा लाभ होत नाही. त्यांना कधीच ईश्वराची म्हणजेच माझी प्राप्ती होत नाही."

भगवान श्रीकृष्णांचे ते शब्द ऐकून अर्जुन मनोमन शहारला. भगवान श्रीकृष्णांच्या आवाजात किंचितही क्रोध किंवा संतापाची छटा नव्हती. राक्षसी प्रवृत्तीच्या माणसांना आपण कशी शिक्षा करू, हे त्यांनी नेहमीच्याच सहजतेने अगदी सरळसोटपणे सांगून टाकलं होतं. अर्जुनाला वाटलं, खरंतर त्यांच्या त्या सांगण्याच्या पद्धतीमुळेच ते सगळं त्याला फारच भीतिदायक वाटत होतं.

भगवान कृष्ण पुन्हा बोलू लागले. "हे महाप्रतापी पांडवा, तू अजिबात घाबरू नकोस." त्यांचा आवाज अत्यंत मृदू आणि सहृदय होता. "तुझ्या अंगात सगळेच

दैवी गुण आहेत. राक्षसी प्रवृत्तीच्या माणसांची जरी या जन्म-मृत्यूच्या अव्याहत चक्रातून सुटका होणार नसली, तरी तुझ्यासारख्या पुण्यवान माणसांना निश्चितच यातून कायमची मुक्ती मिळेल.''

अर्जुन भगवान श्रीकृष्णांपुढे नतमस्तक झाला. त्याचं हृदय कृतज्ञतेनं भरून गेलं होतं. तो पुण्यात्मा आहे, असं खुद्द भगवानच म्हणाले होते; पण हे असं घडलंच कसं? आपण यासाठी नक्की काय केलं असावं बरं? तो विचारात पडला. आपल्या मार्गातील मोहमायेचे सापळे टाळून आपण कसे काय पुढे गेलो असू, आपण आपल्यातील राक्षसी प्रवृत्तींवर कसा काय विजय मिळवला असेल आणि आपल्या दैवी शक्तींना कसं काय वरचढ होऊ दिलं असेल, हेच त्याला समजत नव्हतं. नेहमीप्रमाणेच भगवान कृष्णांना त्याचं मन समजलं.

''माणसाला नरकापर्यंत नेऊन पोहोचवणारी तीन प्रवेशद्वारं आहेत. या नरकात फक्त काळाकुट्ट अंधार भरलेला आहे. ही तीन द्वारं म्हणजेच मोह, क्रोध आणि वासना. कौंतेया, ही द्वारं तू कधीच उघडू नकोस. ज्या माणसाने धर्मशास्त्राचा अभ्यास केला आहे, त्याला हे माहीत असतं; त्यामुळे त्याच्या आत्म्यासाठी जे काही चांगलं असेल, तेच तो करतो; त्यामुळेच तो माझ्यापर्यंत येऊन पोहोचतो.

''परंतु जो धर्मग्रंथांतून मिळणारं ज्ञान बाजूला सारून चालतो, त्याचं सर्व जीवन, त्याच्या हातून घडणारं प्रत्येक कृत्य हे मोह आणि वासनेपोटीच घडतं. तो अंधकाराच्या गर्तेत, म्हणजेच नरकात जाऊन पोहोचतो. त्याला आयुष्यात कधीच सुख, शांती व परिपूर्ती मिळत नाही. तो कधीच माझ्यापर्यंत येऊन पोहोचत नाही.

''आणि म्हणूनच पार्था, मी तुला हे सांगत आहे. धर्मग्रंथांमध्ये, वेद आणि पुराणांमध्ये जे काही सांगितलं आहे, ते आत्मसात कर.

''या धर्मग्रंथांमध्ये पिढ्यान्‌पिढ्या चालत आलेलं ज्ञान सामावलेलं आहे. त्या ज्ञानाच्या आधारे तुझ्या जीवनाची वाटचाल कर. तुझ्या हातून जे काही घडेल, त्याला धर्मशास्त्राचा आधार असू दे. आपण करत असलेली कोणती कृती योग्य आणि कोणती कृती अयोग्य, हे तू या ज्ञानाच्या आधारे ठरव. या पृथ्वीतलावर तू जे काही कार्य करशील, त्याला या धर्मशास्त्राचा आधार असला पाहिजे. त्यातील नीतिनियमांचं व मार्गदर्शक तत्त्वांचं तू पालन कर, म्हणजे तुला मुक्ती मिळेल.''

गीतेची शिकवण

१६. *नरकापासून दूर राहण्याचा एक सोपा मार्ग आहे. वासना, क्रोध आणि लालसा या तीन मार्गांपासून दूर राहा.*

उत्तम शिकवण कशा प्रकारची असावी, याचा एक उत्तम नमुना म्हणजे हे प्रकरण. हे मुद्देसूद आहे. (फक्त हे तीन महत्त्वपूर्ण शब्द लक्षात ठेवले की, झालं!) सुस्पष्ट आहे. (वासना, क्रोध आणि लालसा म्हणजे नेमकं काय, याची आपणा सर्वांनाच नीट कल्पना आहे आणि त्यातील उपदेश आचरणात आणणं अगदी सोपं आहे. निदान तत्त्वतः तरी!

फक्त यात मुख्य अडचण अशी आहे की, हे तीनही मार्ग अत्यंत गुंतागुंतीचे, अवघड वळणांनी भरलेले आहेत. तुम्ही यावर अगदी खूप विचार केलेला असतो. या तीनही गोष्टींच्या वाटेला कधीच न जाण्याचा ठाम निर्धार केलेला असतो. आपलं आपल्या मनावर पूर्णपणे नियंत्रण असून आपण आपल्या निश्चयापासून मुळीच ढळणार नाही, असंसुद्धा तुम्हाला मनापासून वाटत असतं; पण प्रत्यक्षात काय घडतं? तुम्हाला काही कळायच्या आतच तुम्ही या तीनपैकी एका वाटेवर जाऊन पोहोचलेले असता. म्हणजे बघा की, तुमच्या मार्गावर तीन रस्ते फुटलेले आहेत; वासना, क्रोध आणि लालसा या तीन रस्त्यांच्या सुरुवातीला त्या त्या नावांच्या पाट्या आहेत आणि मग ठरवून, ते तीन रस्ते टाळून तुम्ही तुमची वाटचाल चालू ठेवली, असं काहीच घडत नाही. कसा कोण जाणे, पण तो रस्ता गुपचूप आपण होऊनच तुमच्या मागच्या बाजूने पायाखाली आला आहे आणि हा रस्ता तुम्हाला थेट नरकात घेऊन जाणार, हे नक्की!

शिवाय या रस्त्याचं आणखी एक वैशिष्ट्य म्हणजे तुम्ही या तिन्ही रस्त्यांपैकी एका रस्त्यावर पोहोचलात की, त्यानंतर तिथून राहिलेल्या दोन रस्त्यांवर तुम्ही आपोआपच जाऊन पोहोचता. त्यातसुद्धा वासनेचा क्रमांक सर्वांत पहिला असतो. साधं उदाहरण घ्या. तुम्ही एखाद्या दुकानाच्या काचेमागे एक सुंदर कपडा मांडून ठेवलेला पाहता; आयफोनचं नवं मॉडेल, तुमच्या आवडत्या कंपनीचे नवे स्पोर्ट्स शूज बाजारात आलेले असतात आणि या अशा गोष्टी पाहिल्यावर तुम्हाला त्या हव्याहव्याशा वाटू लागतात. तुम्हाला त्यांचा मोह पडतो. कधीतरी तुमच्या शाळेतला एखादा ग्रूप असतो, त्या ग्रूपमध्ये आपल्याला सहभागी होता आलं तर किती छान होईल, असं तुम्हाला वाटू लागतं किंवा तुमच्याच वर्गातल्या हुशार अभ्यासू मुलीशी मैत्री करावीशी वाटू लागते.

या इच्छा किंवा वासना अत्यंत कुटील, कपटी असतात. एखाद्या क्षणी तुम्ही

छानपैकी ओठांनी शीळ घालत आनंदात रस्त्यावरून चाललेले असता, मनात अगदी कशीचीही फिकीर नसते आणि दुसऱ्याच क्षणी एखादी गोष्ट तुम्हाला हवीहवीशी वाटू लागते. तुम्ही तिचा ध्यास घेता, त्यासाठी झुरू लागता; तुम्हाला दुसरं काही सुचेनासं होतं. त्या गोष्टीशिवाय सगळं जीवन व्यर्थ वाटू लागतं. मुळात इच्छा किंवा वासना ही खूप तापदायक असते. त्यात जर ती इच्छा पूर्ण होत नसेल, तर तो ताप अगदीच असह्य असतो.

या अतृप्त इच्छेसोबतच क्रोधही येतो. तुम्हाला कधीतरी स्वतःचाच राग येतो, कारण तुमच्याजवळचे पैसे तुम्ही आधी कुठल्यातरी दुसऱ्याच बिनमहत्त्वाच्या गोष्टीवर खर्च केलेले असतात. कधीकधी तुम्हाला तुमच्या कंजूष आई-वडिलांचा राग येतो, कारण त्यांच्या मते तुमचा फोन चांगलाच असून आता आणखी एका नवीन फोनवर खर्च करण्याची मुळीच गरज नसते किंवा तुमच्या मनात भरलेल्या स्पोर्ट्स शूजची किंमत उगीचच्या उगीच इतकी जास्त असते की, तुम्हाला ते शूज बनवणाऱ्या कंपनीचासुद्धा राग येऊ शकतो. तुमच्या शाळेच्या त्या विशिष्ट गटातल्या सर्वांचाच तुम्हाला राग येऊ शकतो, कारण तुम्हाला त्यात प्रवेश मिळालेला नसतो आणि तुम्ही ज्या गटामध्ये आहात, त्यातलं कुणीच तुम्हाला आवडत नसतं; त्यामुळे तुम्हाला त्यांचाही राग येऊ लागतो.

क्रोधही असाच असतो. तो बघताबघता तुमच्या मनाचा ताबा घेतो. तो नक्की कुठल्या क्षणी तुमच्या मनात शिरून तांडव सुरू करील याची नेमकी कल्पनासुद्धा येऊ शकत नाही; त्यामुळे तुमच्या मनातल्या तर्कसुसंगत, चांगल्या विचारांना ग्रहण लागते; त्यामुळे योग्य पर्यायाची निवड करण्याची क्षमता तुमच्यात उरत नाही. जरा

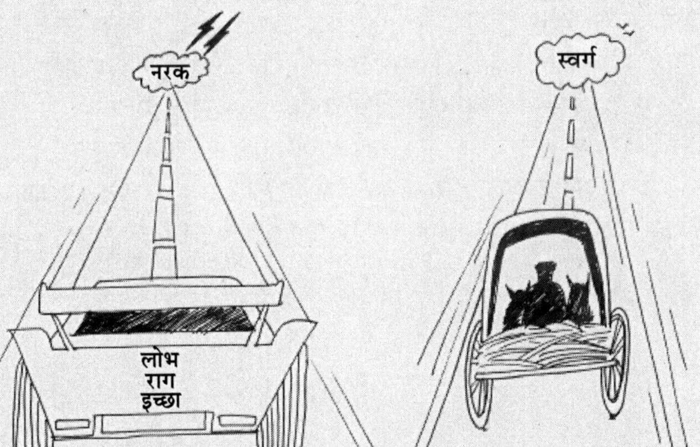

नीट विचार करून पाहिलंत, तर एक गोष्ट तुमच्या लगेच लक्षात येईल. माणूस हा पशूपेक्षा वेगळा कशामुळे आहे? तर दोन गोष्टींमुळे. एक म्हणजे तर्कशुद्ध विचार करण्याचं सामर्थ्य आणि योग्य पर्यायाची निवड करण्याचा विवेक; पण जेव्हा क्रोध तुमच्या मनाचा ताबा घेतो, तेव्हा नंतर काही काळाने तुम्हाला त्याबद्दल पश्चात्ताप करण्याची पाळी येणार, हे ठरलेलंच असतं. अगदी तुम्हाला राग येणं वाजवी असलं, तरीही! त्यामुळेच जेव्हा कधी आपल्याला राग येतो, तेव्हा काही क्षण थांबून तो ओसरू देणं कधीही चांगलं! एकदा राग शांत झाल्यावरच पुढे काय करता येईल, याचा विचार केलेला बरा.

क्रोध हे खरंतर फार मोठं दुःस्वप्न असतं. या क्रोधाचा जेव्हा स्फोट होतो, तेव्हा मैत्री, नाती त्यात जळून खाक होतात. रागाच्या भरात तुमच्या तोंडून दुसऱ्यांना उद्देशून जे काही शब्द, शापवाणी किंवा चुकीची विधाने बाहेर पडली असतील, ती परत घेण्याचा काहीच मार्ग नसतो. शिवाय जी व्यक्ती रागाने बेभान झालेली असते, त्या व्यक्तीला त्यामुळे इजा होते, हे तर वेगळंच.

लालसा ही तर एखाद्या बुभुक्षित अतृप्त राक्षसासारखीच असते. हा तिसरा मार्ग. हासुद्धा इच्छेतून, वासनेतूनच सुरू होतो. एकदा तुमची एखादी इच्छा तृप्त झाली की, ही लालसा कामाला लागते. कोणत्या गोष्टी नेत्रांना सुख देणाऱ्या, सुंदर आहेत, कानांना मधुर वाटणाऱ्या आहेत, स्पर्शाला मऊ, मुलायम आहेत, रसनेला स्वादिष्ट लागणाऱ्या आहेत, ही सगळी माहिती आपली ही लालसा घाईघाईने टिपून घेते. मग तुमचं मन 'मला हे हवं', 'मला ते हवं', अशा सततच्या मंत्रघोषानं भरून जातं. मनातले बाकी सगळे विचार लुप्त होतात. मग ज्यांच्याकडे आपल्यापेक्षा जास्त आहे, त्यांच्याविषयी मनात असूया निर्माण होते. ज्यांच्याकडे आपल्याहून कमी आहे, त्यांच्याबद्दल मनात तिरस्कार उत्पन्न होतो. स्वतःबद्दलचा दुरभिमान मनात जागृत होतो; त्यामुळे माणूस कंजूष बनतो. आपल्यापाशी जे आहे, ते आपण कुठल्याही परिस्थितीत गमवायचं नाही, असं वाटू लागतं. आपल्याकडून कुणी ते हिसकावून तर घेणार नाही ना, अशी भीती मनात घर करून राहते.

थोडक्यात काय तर वासना, क्रोध आणि लालसा या गोष्टींचं तुमच्या मनामध्ये थैमान चालू असेल, तर तो नरकच म्हटला पाहिजे, नाही का?

देवदूत आणि दुरात्मे

द्वौ भूतसर्गौ लोकऽस्मिन्दैव आसुर एव च।
दैवो विस्तरशः प्रोक्त आसुरं पार्थ मे श्रृणु ॥१६-६॥

या जगात दोन प्रकारचे जीव जन्म घेतात - देवदूत आणि दुरात्मे. देवदूत कसे असतात ते मी आधीच तुला सांगितलं आहे. तेव्हा पार्था, आता मी दुरात्म्यांविषयी काय सांगतो, ते ऐक (१६-६)

हिंदू असं मानतात की, देव आणि असुर यांच्यात फारसा फरक नसतो. खरंतर ते एकमेकांचे सावत्रभाऊच असतात. त्यांच्या माता जरी वेगवेगळ्या असल्या, तरी त्यांचा पिता एकच असतो; तो म्हणजे प्रजापती. देवाला देवपण कुठून येतं? ते त्याच्या जन्मामुळे नव्हे, तर त्याच्या उदात्त अशा स्वभावधर्मामुळे. असुराला असुरपण येतं, तेही त्याच्या जन्मामुळे नव्हे, तर त्याच्या दुष्ट स्वभावामुळे.

देवांना स्वर्गसुखाची प्राप्ती सतत करून घ्यायची असेल, तर त्यांनी आपलं देवपण कधीही हरवून चालत नाही. स्वर्गात राहण्यासाठी ज्या गोष्टी कराव्या लागतात, त्या जर त्यांनी केल्या नाहीत, तर त्यांचं अधःपतन होऊ शकतं; पण कधीकधी या देवांच्या मनातसुद्धा दुरभिमान जागृत होतो. मग त्यांना त्याची फळंसुद्धा भोगावी लागतात. (ऋषी-महर्षी त्यांना शाप देतात.) याच प्रकारे असुरांनासुद्धा चांगल्या कामाची फळं मिळू शकतात. त्यांनी आपल्या मनातला चांगुलपणा जर बाहेर आणला, तर त्यांच्याही बाबतीत चांगलं घडू शकतं. (देव त्यांना वरदान देतात.)

आपल्या पृथ्वीवरही हेच नियम लागू आहेत. जे लोक मूळचे सत्प्रवृत्त आहेत, त्यांच्या मनाचा ताबा जर कधी क्रोध किंवा लालसेनं घेतला, तर ते दुष्प्रवृत्त बनू शकतात. त्याचप्रमाणे दुष्प्रवृत्त लोकांच्या मनात परिवर्तन घडून आलं आणि त्यांचं मन चांगल्या विचारांनी भरून गेलं, तर ते सद्गुणी बनू शकतात. दोन्ही प्रकारच्या माणसांना त्यांच्या वागण्याची फळं मिळतातच. ते जीवनात कोणते पर्याय निवडतात, त्यावरच त्या पर्यायांचे काय परिणाम घडून येतील, हे ठरतं.

भविष्याचा वेध

त्रिविधं नरकस्येदं द्वारं नाशनमात्मनः।
कामः क्रोधस्तथा लोभस्तस्मादेतत्त्रयं त्यजेत् ॥१६-२१॥

नरकापर्यंत नेऊन पोहोचवणारी तीन द्वारं आत्म्याच्या विनाशाला कारणीभूत ठरतात. ही तीन द्वारं म्हणजे वासना, क्रोध आणि लालसा; त्यामुळेच या तीन द्वारांच्या जवळ फिरकू नका. (१६-२१)

हिंदू धर्मातल्या स्वर्ग आणि नरकाच्या संकल्पनासुद्धा साधारणपणे इतर धर्मांसारख्याच आहेत. फक्त त्यात तीन महत्त्वाचे फरक आहेत.

१. हिंदू तत्त्वज्ञानानुसार स्वर्ग आणि नरकामध्येसुद्धा वेगवेगळ्या पातळ्या आहेत. स्वर्गामधला जो जरा खालच्या पातळीवरचा स्वर्ग आहे, तो प्राप्त करणं सज्जन व्यक्तींना फारसं कठीण नसतं; परंतु उच्च पातळीवरच्या स्वर्गाची प्राप्ती कुणालाही सहजासहजी होऊ शकत नाही. अशाच प्रकारे नरकाच्याही अनेक पातळ्या असतात. काही धर्मग्रंथांमध्ये दिलेल्या माहितीनुसार त्यांची संख्या २८ आहे. पापांच्या पातळीनुसार कोणाला कुठल्या नरकात जावं लागेल हे ठरत असतं.

२. एखाद्या व्यक्तीच्या मृत्यूनंतर जेव्हा त्याच्या आत्म्याची रवानगी स्वर्गात अथवा नरकात करण्यात येते, त्यानंतर काही काळाने त्या आत्म्याला नवीन जन्म घेण्यासाठी पृथ्वीवर परत पाठवण्यात येतं. हिंदू धर्मानुसार एखाद्या आत्म्याची रवानगी नरकात झाली म्हणजे त्याला कायमचं तेथेच राहावं लागतं असं मात्र मुळीच नाही. उलट आपण असं म्हणू की, आत्म्याची नरकात रवानगी होणं म्हणजे जणू काही कपडा धोब्याकडे धुवायला नेऊन देण्यासारखंच आहे. आधी त्या आत्म्याची सर्व पापे अग्नीमध्ये भस्मसात केली जातात आणि त्या आत्म्याचं शुद्धीकरण करण्यात येतं. मग त्या स्वच्छ, शुद्ध झालेल्या आत्म्याला पुन्हा पृथ्वीतलावर पाठवण्यात येतं. तेथे तो आत्मा नवा जन्म घेऊन एक नवीन देह धारण करतो. ज्या हिंदूंनी आपल्या जीवनात खूप पुण्यकर्मे केली असतील आणि त्यामुळे त्यांना स्वर्गप्राप्ती झाली असेल, त्यांना स्वर्गात पोहोचल्यानंतर काही काळ

स्वर्गसुखांचा उपभोग घेत वास्तव्य करता येतं; परंतु त्यांच्या हातून घडलेल्या पुण्यकर्मांच्या प्रमाणातच त्यांना तेथे राहू दिलं जातं. एकदा ती पुण्याई संपुष्टात आल्यावर त्यांनासुद्धा पृथ्वीतलावर पुनर्जन्म घ्यावा लागतो.

३. हिंदू तत्त्वज्ञानानुसार कोणत्याही आत्म्याला पुनर्जन्म घेऊन पुन्हा एकदा मानवी जीवनसंघर्षाला तोंड द्यावं लागणं ही एक प्रकारची कठोर शिक्षाच आहे. प्रत्येक हिंदूचं अंतिम ध्येय या जीवन-मरणाच्या फेऱ्यातून स्वतःची सुटका करून घेणं हेच असतं. त्यालाच मुक्ती मिळणं असं म्हणतात. थोडक्यात सांगायचं, तर हिंदू धर्मातील प्रत्येक माणसाची अशीच इच्छा असते की, मृत्यूनंतर आपल्या आत्म्याला सर्वोच्च पातळीवरील स्वर्गाची प्राप्ती व्हावी, कारण येथेच परमात्म्याचा वास असतो. एकदा तसं झालं की, त्या व्यक्तीचा आत्मा परमात्म्यात विलीन होतो आणि त्याला परत पुनर्जन्म घेऊन पृथ्वीतलावर यावं लागत नाही.

आता आपण हा 'पुनर्जन्म' म्हणजे नक्की काय ते जाणून घेऊ. हिंदूंच्या मते तुमच्या पाप-पुण्याचा न्यायनिवाडा करून तुम्ही किती पुण्य जमा केलं आहे आणि तुमच्या पदरात किती पाप आहे, याचा हिशेब मांडण्याचं काम देव करत नाही. तुम्ही पुनर्जन्म घेऊन पृथ्वीवर परत यायचं की नाही, हेही देव ठरवत नाही. तुमचा स्वतःचा आत्माच ते ठरवतो. म्हणजे एखाद्या व्यक्तीचा मृत्यू झाल्यावर त्या व्यक्तीच्या आत्म्याची काही इच्छा अतृप्त राहिली असेल आणि ती इच्छा या ऐहिक जगाच्या संदर्भातील असेल- 'मी जर आणखी जास्त काम केलं असतं तर,' 'माझं ज्या मुलीवर प्रेम होतं, तिच्याशी माझं लग्न झालं असतं तर', 'मी जर खूप जास्त श्रीमंत असतो तर', 'मी जर खूप सुप्रसिद्ध असतो तर','मी लोकांशी यापेक्षा जास्त दयाळूपणे वागलो असतो तर' - तर तो आत्मा ती इच्छा पूर्ण करण्यासाठी पुनर्जन्म घेऊन या पृथ्वीतलावर परत येतो.

परंतु या सगळ्यात एक अडचण असते. पुनर्जन्म घेतल्यावर तुम्ही गेल्या जन्मात अतृप्त राहिलेल्या इच्छा पूर्ण करण्याच्या जरी मागे लागलात, तरी पुन्हा नवीन जन्मात आणखी कितीतरी नवीन इच्छा तुमच्याकडे जमा होतातच. म्हणजे पुन्हा एकदा त्या पूर्ण करण्यासाठी तुमच्या आत्म्याला आणखी एक जन्म घेणं भाग पडतं. त्यापेक्षा सोपा उपाय हा की, त्या इच्छा पूर्ण करण्याच्या भानगडीतच न पडणं. तुम्ही हे जग सोडताना तुमच्या मनात आणि हृदयात एकही अतृप्त इच्छा ठेवलीच नाही, तर मग तुम्ही पूर्णपणे मुक्त होऊ शकता.

मुक्त याचा अर्थ तुमच्या आत्म्याला पुनर्जन्म घेऊन पृथ्वीतलावर परत येण्याची गरजच भासत नाही.

पाहिलंत ना? तुमचं नशीब घडवणं, हे सर्वस्वी तुमच्याच हाती असतं.

१७

श्रद्धेचे तीन प्रकार दर्शवणारा योग श्रद्धात्रय विभगयोग

श्रीकृष्णाने विविध विषयांची सांगोपांग चर्चा तीन प्रकारे केली आहे

"कृष्णा, तुम्ही जे काही सांगत आहात, ते मी ऐकतोय," अर्जुन म्हणाला. तो विचारात बुडून गेल्यामुळे त्याच्या कपाळाला आठी पडली होती. "पण मला एक प्रश्न पडतो. समजा, एखाद्याला धर्मग्रंथ वाचणं शक्य नसेल तर? समजा, त्याने आजवर कुठलाही ग्रंथ कधी वाचलाच नसेल तर? समजा, त्याला लिहायला-वाचायलाच येत नसेल तर? मग तुम्ही सांगितल्याप्रमाणे धर्मग्रंथांत घालून दिलेल्या नीतिनियमांचं पालन तो कसं काय करू शकेल? समजा, त्याऐवजी तो फक्त स्वतःच्या मनाचा कौल घेऊन कृती करत गेला, स्वतःच्या मनाला जे पटेल, हृदयाला जे योग्य, नीतिपूर्ण वाटेल, तसंच वागत गेला आणि त्याचं मन भक्तीने पूर्ण भरलेलं असेल तर? मग अशा माणसाला तुम्ही काय म्हणाल? तुम्ही त्याला सात्त्विक, सज्जन म्हणाल का? की तुम्ही त्याला राजसिक व्यक्ती म्हणाल? भावना आणि कृती या दोहोंचा भरभरून आनंद लुटत जगणाऱ्या व्यक्तीला/अशा माणसाला तुम्ही अज्ञानी, मंद तामसिक माणूस म्हणाल?"

"अर्जुना," भगवान श्रीकृष्ण म्हणाले. "तो मनुष्य नक्की कोणत्या प्रकारच्या भक्तीचं पालन करत आहे, यावर ते अवलंबून राहील. जी माणसं देवाची भक्ती ही कोणत्याही गोष्टीच्या प्राप्तीसाठी न करता केवळ ईश्वरभक्ती करण्यातच आनंद मानतात, त्यातच तल्लीन होऊन जातात, अशांना मी सात्त्विक म्हणतो. जे लोक धन, संपत्ती, सत्ता अशी ऐहिक सुखं प्राप्त करण्याच्या उद्देशाने भक्ती करतात, त्यांना मी राजसिक म्हणतो. काही लोक मनात वासना आणि लालसा धरून भक्ती करतात. ही माणसं भुताखेतांची, पिशाच्यांची आराधना करतात. या व्यक्तींच्या आराधनेवर अज्ञानाच्या अंधकाराची काजळी चढलेली असते. अशा व्यक्तींना मी तामसिक म्हणजेच अज्ञानी असं संबोधतो.

"काही व्यक्ती तर भक्तीच्या नावाखाली आत्मक्लेश करून घेतात, स्वतःच्या अंगात सुया टोचून घेतात, आसुडाचे फटके मारून घेतात. यांची भक्ती अत्यंत चुकीच्या मार्गाने चाललेली असते. याला कुणीही आत्मनियंत्रण म्हणत नाही. उलट, ही माणसे आपल्या देहाला चैतन्यमय ठेवणाऱ्या तत्त्वांवरच अशा प्रकारे घाव घालून स्वतःला इजा करतात आणि माझा अनादर करतात, कारण प्रत्येक देहात माझा वास असतो. याला मी सैतानी किंवा पाशवी कृत्य म्हणतो आणि हे मला अजिबात आवडत नाही.

"अर्थात एखाद्या माणसाच्या भक्तीचा पोत काय आहे, यावर तो माणूस सात्त्विक, राजसिक किंवा तामसिक यांपैकी काय आहे, हे ठरत नाही. तो माणूस आपली कृती जेव्हा ईश्वराला अर्पण करतो, तेव्हा त्यामागे त्याच्या मनात नक्की काय भाव असतो, त्याचा दृष्टिकोन काय असतो, हेसुद्धा तेवढंच महत्त्वाचं आहे. त्याचप्रमाणे पश्चात्तापाविषयी त्याचा दृष्टिकोनसुद्धा अत्यंत महत्त्वाचा आहे. एवढंच नव्हे, तर तो ज्या प्रकारचं अन्न ग्रहण करणं पसंत करतो, त्यावरूनसुद्धा तो या तीनपैकी कोणत्या प्रकारात मोडतो, ते ठरतं.

"सात्त्विक माणसाला गोड, ताजा, रसरशीत, पौष्टिक व पचनाला हलका असा आहार आवडतो. अशा आहारामुळे त्याच्या शरीराला आणि मनाला जोम, उत्साह, स्फूर्ती प्राप्त होते. राजसिक प्रवृत्तीची माणसं कडू, आंबट, खारट, मसालेदार, उग्र असं भोजन ग्रहण करणं पसंत करतात; त्यामुळे त्यांची रसना तृप्त झाली, तरी असा आहार प्रकृतीला चांगला नसतो; त्यामुळे जळजळ व दाह होतो, प्रकृतीवर आणि त्याचबरोबर मनावर त्याचा विपरीत परिणाम होतो. तामसिक प्रवृत्तीचा माणूस तर मुद्दामच शिळंपाकं, आंबलेलं, खराब, वास येणारं अन्न ग्रहण करतो. कचरा, घाण, खरकटं अशा गोष्टींमध्ये तामसिक व्यक्तींचा वावर असतो."

अर्जुनाने मान डोलवली. हे सर्व समजायला अवघड नव्हतं; परंतु यापुढे आपल्याला भगवान कृष्ण जे काही सांगतील, ते मात्र गुंतागुंतीचं आणि समजण्यास कठीण असणार, याची त्याला कल्पना होती; पण तरीही त्याला ते सर्व काही समजून घ्यायचं होतं. "कृष्णदेवा, तुम्ही भक्तीच्या निरनिराळ्या पोतांविषयी बोलत होता? त्याविषयी सांगा ना!"

कृष्णदेवांनी प्रसन्नपणे आपल्या या ज्ञान ग्रहण करण्यासाठी उत्सुक असलेल्या शिष्याकडे पाहिलं. "पार्था, ऐक. मी तुला सांगतो.

"जो भक्त आपली प्रत्येक कृती विश्वाला समर्पित करतो, जो त्या मोबदल्यात आपल्याला काहीतरी मिळावं अशी किंचितही अपेक्षा ठेवत नाही; त्यामुळेच कोणत्याही फळाची अपेक्षा मनात धरत नाही, जो प्रत्येक कृती अत्यंत निःस्वार्थी भावनेने आणि समर्पित वृत्तीने पार पाडतो, स्वतःच्या फायद्याचा जराही विचार करत नाही, त्याच्या

भक्तीला मी सात्त्विक म्हणतो.

"याउलट, ज्या भक्ताची नजर प्रत्येक कृत्य पार पाडताना त्यातून आपल्याला काय मिळेल यावर असते, ज्याला आपण करत असलेल्या कृत्याबद्दल इतरांकडून प्रशंसा आणि वाहवा मिळवण्याची अपेक्षा असते किंवा कोणतंही कृत्य करण्यामागे त्याला स्वतःच्या शक्तीचं आणि वैभवाचं प्रदर्शन करायचं असतं, त्याच्या भक्तीला मी राजसिक म्हणतो.

"आणि भरता, जो माणूस कोणतंही कृत्य करण्यापूर्वी जरासुद्धा विचार करत नाही, आपल्या या कृत्याचा आपल्यावर किंवा इतरांवर काय परिणाम होईल याची तमा बाळगत नाही, जो सज्जनांच्या, विद्वानांच्या उपदेशाचं पालन करत नाही, जो निसर्गाचे नियम झुगारून देतो, त्याची भक्ती तर पोकळच असते. मी अशा भक्तीला तामसिक म्हणतो."

"आणि तपश्चर्येचे विविध पोत कोणते वासुदेवा?" अर्जुनाने विचारलं. "मन, शरीर आणि जिव्हा यांच्यावर कठोर नियंत्रण कसं आणता येईल, याविषयी मला सांगा. सात्त्विक प्रवृत्तीची माणसं तपश्चर्या कशी करतात, ते मला सांगा. मलासुद्धा अशीच तपश्चर्या करायची आहे."

"पार्था, एक गोष्ट लक्षात घे. तपश्चर्यासुद्धा एकूण तीन प्रकारच्या असतात - देहाची तपश्चर्या, वाणीची तपश्चर्या आणि मनाची तपश्चर्या.

"ईश्वरासमोर, गुरूसमोर, पृथ्वी आणि पृथ्वीवर वास करून असणाऱ्या सर्व प्राणिमात्रांसमोर, सर्व प्रकारच्या विद्वज्जनांसमोर सदैव नतमस्तक असणं, अंतर्यामी स्वच्छ, शुद्ध व पवित्र असणं, शरीराला उत्तम पोषक आहाराने शुद्ध ठेवणं ही झाली शुद्धता. त्याचबरोबर बाह्य आणि अंतर्गत शुद्धतासुद्धा तेवढीच महत्त्वाची आहे. व्यक्तिगतरीत्या आपल्या शरीराची स्वच्छता ठेवण्याबरोबरच आपण राहत असलेल्या परिसराची स्वच्छता ठेवणंही महत्त्वाचं आहे. सतत शरीराचा समतोल राखणं, सर्व ज्ञानेंद्रियांवर स्वतःच्या मनाचं सतत नियंत्रण ठेवणं या सर्व आचरणाला शरीराची तपश्चर्या असं म्हणतात.

"आपल्या वाणीने शब्द उच्चारत असताना कुणाचंही मन दुखावलं जाणार नाही याची काळजी घेणं, नेहमी सत्य तेच बोलणं, आपलं बोलणं ऐकणाऱ्याला आल्हाददायक आणि फायदेशीर वाटेल असं बोलणं, धर्मशास्त्रातील रचनांचं नेहमी स्मरण व उच्चार करणं या सर्व आचरणाला वाणीची तपश्चर्या असं म्हणतात

"कोणत्याही परिस्थितीत मनाचा समतोल ढळू न देता मनात नेहमी चांगलाच विचार आणणं, कधीतरी मनातील सर्व विचार बाहेर टाकून काही क्षण पूर्णपणे निर्विचार मनाचा व शांतीचा अनुभव घेणं, स्वतःच्या मनाला पूर्ण नियंत्रणाखाली आणून त्यात विचारांचा गलबला माजू न देणं, अशा प्रकारच्या आचरणाला मनाची

तपश्चर्या असं म्हणतात.''

अर्जुनाच्या मनात आलं, 'खरंतर या तीनही प्रकारच्या तपश्चर्या कठीणच आहेत; पण तरीही त्यांतली मनाची तपश्चर्या सर्वांत कठीण आहे.' तो भगवान कृष्णांना म्हणाला, ''या तीनही प्रकारच्या तपश्चर्या करणाऱ्या माणसाला सात्त्विक म्हणायचं का?''

त्यावर भगवानांनी मान हलवून नकार दिला. ''काही राजसिक आणि तामसिक वृत्तीची माणसंसुद्धा या तीनही प्रकारच्या तपश्चर्या करत असतात; पण सात्त्विक, राजसिक, तामसिक माणसांमध्ये फरक इतकाच असतो की, अशा तपश्चर्या करण्यामागची कारणं वेगवेगळी असतात.

''अशा प्रकारची देह, वाणी आणि मनाची तिहेरी तपश्चर्या जेव्हा इतर कशासाठी नाही, तर स्वतःला नीट समजून घेण्यासाठी करण्यात येते, एक उच्च प्रतीचं ध्येय साध्य करण्यासाठी म्हणजे स्वतःच्या आत्म्याशी संवाद साधण्यासाठी करण्यात येते, ती करत असताना मनाचा समतोल अजिबात ढळू दिला जात नाही आणि अशी तपश्चर्या करणं शहाणपणाचं आहे अशा श्रद्धेने केली जाते, तेव्हा अशा तपश्चर्येला मी सात्त्विक तपश्चर्या असं म्हणतो.

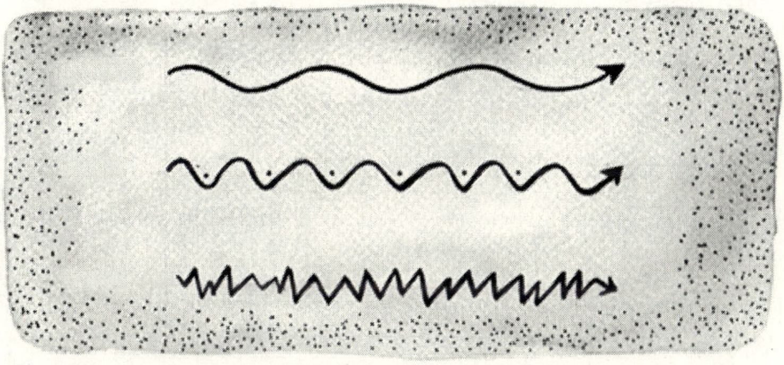

''अशा प्रकारची तीनपदरी तपश्चर्या जेव्हा कोणत्याही ऐहिक गोष्टीच्या प्राप्तीसाठी केली जाते - लोकांचा आदर व कौतुक प्राप्त करण्यासाठी किंवा सत्ता आणि धनसंचयासाठी - तेव्हा मी त्याला अभिलाषेपोटी केलेली तपश्चर्या, म्हणजे राजसिक तपश्चर्या म्हणतो. अशा कडक तपश्चर्येतून जी ऐहिक सुखं प्राप्त करण्यात येतात, ती क्षणभंगुर असतात, चंचल असतात. ती कायमस्वरूपी टिकून राहू शकत नाहीत.

''जी तपश्चर्या करताना माणसं कधीकधी स्वतःला इजा करून घेतात,

हट्टाग्रहाने तपश्चर्या करतात, ती करण्यामागे सारासार विचार नसतो, कार्यकारणभाव नसतो आणि ही तपश्चर्या करत असताना जे ध्येय डोळ्यांसमोर ठेवलेलं असतं ते अत्यंत चुकीचं व मूर्खपणाचं असतं, ते साध्य केल्याने स्वतःबरोबरच इतरांनासुद्धा त्याचा त्रासच होणार असतो, त्याला मी तामसिक तपश्चर्या असं म्हणतो.''

हे ऐकून अर्जुनाला वाटलं, 'हे तर मला वाटलं होतं तेवढं काही गुंतागुंतीचं प्रकरण दिसत नाही.' तो मनोमन प्रसन्न झाला. कदाचित असंही असेल की, त्याच्या मनातला विचारांचा गुंता हळूहळू सुटत चालला होता. त्यालासुद्धा आपल्या मनातलं वादळ शमल्यासारखं वाटत होतं. त्याचं मन स्थिर झालं होतं.

''आणि आता तुला दानधर्माविषयी सांगतो,'' भगवान कृष्ण म्हणाले. ''दानधर्म कसा करावा? एकतर कर्तव्य म्हणून करावा. दानधर्म करणं योग्य आहे, असं मनापासून वाटत असल्यामुळे करावा. तेही सत्पात्री दान असावं आणि ज्याला दान केलं त्याच्याकडून कोणत्याही प्रकारच्या परतफेडीची अपेक्षा मनात न धरता ते दान दिलेलं असावं. अशाच दानाला सात्त्विक दान असं म्हणतात.

''पण जर दान देणाऱ्याने ते दान मनापासून दिलं नसेल, काहीशा अनिच्छेनं वा नाराजीनं दिलं असेल किंवा त्याबद्दल त्याला परतफेडीची अपेक्षा असेल किंवा पूर्वी कुणीतरी केलेल्या उपकाराची परतफेड म्हणून तो ते दान देत असेल, तर त्याला राजसिक दानधर्म म्हणतात.

''आणि जर कुणी दानधर्म करत असताना ते दान स्वीकारणाऱ्या व्यक्तीला हीन लेखत असेल किंवा दानाचा स्वीकार करणारी व्यक्ती सत्पात्र नसेल किंवा दान देणाऱ्याच्या मनात घृणा असेल किंवा दान करण्याची वेळ अयोग्य असेल, तर अशा दानाला मी तामसिक दान असे म्हणतो.''

अर्जुनाने एक प्रदीर्घ सुस्कारा टाकला. त्याच्या परिचयातील असंख्य माणसं या तिसऱ्या प्रकारचं दान करत असत.

''सर्वांनी एका पवित्र मंत्राचा उच्चार करायला हवा. तो मंत्र कुठला? 'ओम् तत् सत्'. ज्ञानी आणि सज्जन माणसं कोणतंही कर्म करताना, समर्पण करताना, तपश्चर्या करताना अत्यंत अढळ अशा श्रद्धेने करत असतात. त्यांना कधीही कसल्याही फळाची अपेक्षा नसते. जर त्यांच्यात ही अशी श्रद्धा नसेल, तर मग त्यांचं ते कृत्य असतं, तो एक भ्रम असतो, देखावा असतो, बनाव असतो आणि त्यात सत्याचा लवलेशसुद्धा नसतो. हे अशा प्रकारचं कर्म करणाऱ्यांना कधीच त्याचं फळ मिळत नाही. या पृथ्वीतलावर नाही किंवा आणखी कुठेच नाही.''

गीतेची शिकवण

१७. तुम्ही ज्या प्रकारचं अन्न ग्रहण करता, तसेच तुम्ही बनता किंवा यालाच कॉम्प्युटरतज्ज्ञ असंही म्हणतील– "कचरा आत, कचरा बाहेर."

अर्थात तुम्हाला हे माहीत असेलच. आपल्या जुन्या धर्मशास्त्राच्या ग्रंथांमध्येसुद्धा अगदी हेच सांगितले आहे, तेव्हा तुम्ही यावर क्षणभर थांबून विचार करा. तुम्ही ज्या प्रकारचं अन्न ग्रहण करता, त्याचा तुमच्या मनावर निश्चितच परिणाम होतो. नुसता मनावरच नाही, तर तुमच्या हातून घडणाऱ्या कृतीवर, तुमच्यातील ऊर्जेच्या पातळीवर आणि सर्वांत महत्त्वाचं म्हणजे तुम्हाला स्वतःविषयी जे काही वाटतं, त्यावरसुद्धा परिणाम होतो.

गमतीची गोष्ट अशी की, आपण सगळेच नेहमी आपल्या शरीरावर जे काही धारण करतो, त्याचीच जास्त चिंता करत असतो. म्हणजे आपण कोणते कपडे घालतो, कुठल्या प्रकारची केशरचना करतो, कोणतं अत्तर लावतो? पण आपण आपल्या शरीराच्या आत काय घालतो याचा आपल्यापैकी कितीजण विचार करतात? खरंतर सर्व प्रकारचे रोग हे आपण शरीराच्या आत काय घालतो, याच्यावरच अवलंबून असतात. क्षणभर रोगांविषयीचा विचार बाजूला ठेवू; पण २१व्या शतकात नव्याने निर्माण झालेल्या समस्या म्हणजे बालवयातील लठ्ठपणा किंवा दातांची कीड. या दोन्हीही समस्यांचा थेट संबंध आपल्या आहाराशी आहे; हे तर आता निर्विवाद सिद्ध झालं आहे.

क्षणभर आपण असं गृहीत धरू की, तुम्हाला या दोन्ही समस्यांनी ग्रासलेलं नाही; पण एका गोष्टीचा तर तुम्ही नक्कीच अनुभव घेतलेला असणार. आपण बाहेरचे चटकदार पदार्थ कितीही खाल्ले, तरी जरा वेळाने आपल्या घरच्या ताज्या, गरम व सात्त्विक जेवणाची आठवण येतेच. आपण कधी परगावी गेलो, सुट्टीवर गेलो, बरेच दिवस लागोपाठ रोज बाहेर जेवलो की, त्यानंतर घरी परतल्यावर घरचं साधं, रुचकर जेवण किती छान वाटतं! मुलं जर निवासी शाळेत, वसतिगृहात राहत असली, तर त्यांना घरची खूप आठवण येते. या आठवणीमध्ये घरच्या जेवणाची आठवण त्यांना खूप जास्त प्रमाणात येते.

तुम्ही जगभरातील अव्वल दर्जाच्या खेळाडूंची जीवनशैली बारकाईनं निरखून पाहिलीत, तर त्या सगळ्या खेळाडूंमध्ये एका बाबतीत तुम्हाला कमालीचं साधर्म्य आढळेल. तुम्ही त्यांचा आहार कसा असतो, ते पाहा. ते सर्व खेळाडू तेलकट, तुपकट, मसालेदार, गोड, खारट किंवा बाजारी पदार्थ कधीच खात नाहीत. ते असल्या गोष्टींपासून दूर राहतात. त्याऐवजी ताज्या भाज्या, ताजी फळं, काजू,

बदाम, शेंगदाणे, दूध, अंडी, प्रथिनयुक्त आणि कमी चरबीचे मांसाहारी पदार्थ असाच आहार घेणं पसंत करतात. असे खेळाडू धूम्रपान, मद्यपान किंवा अमली पदार्थांचं सेवन करत नाहीत. केवळ आपलं शरीर आरोग्यपूर्ण राहावं, एवढाच काही त्यामागचा उद्देश नसतो, तर त्यांचं शरीर निरोगी राहिलं म्हणजे त्यांचं मनही स्वच्छ व निर्मळ राहतं. मन खेळावर पूर्णपणे एकाग्र करणं, योग्य वेळी क्षणार्धात योग्य तो पवित्रा घेणं, अगदी पराभूत होण्याच्या अंतिम क्षणापर्यंत पोहोचूनसुद्धा योग्य तो निर्णय घेऊन त्यानुसार योग्य ती हालचाल करून विजय खेचून आणणं अशा गोष्टी करणं त्यांना शक्य होतं. आपल्या मनाची जी अवस्था असेल, त्यानुसार आपला खेळ होणार आहे; त्यामुळे मन उल्हसित व प्रसन्न असेल, तर आपला खेळसुद्धा उत्तम होईल याची प्रत्येक खेळाडूला कल्पना असते. मग हे मन प्रसन्न कसं राहील? त्या खेळाडूचं शरीर जर तंदुरुस्त असेल, तरच त्याचं मन प्रसन्न राहील.

आत्तापर्यंत आपण असं म्हटलं की, आपण जे काही खातो, तसे आपण बनतो. याच मुद्द्याची व्याप्ती थोडी वाढवून आपण म्हणू : आपण जे जे काही 'ग्रहण' करू, तसे आपण बनू. मग रोजच्या रोज आपण कायकाय गोष्टी ग्रहण करतो? आपण

पुस्तकं, नियतकालिकं, वृत्तपत्रं वाचतो. आपण टेलिव्हिजन पाहतो. आपण वेगवेगळ्या वेबसाइट्स पाहतो, वाचतो. आपण अनेक सोशल नेटवर्किंग साइट्सवर सक्रिय असतो. आपण विविध संभाषणांमध्ये भाग घेतो. संगीताचा आस्वाद घेतो. थोडक्यात, अशा अनेक गोष्टी आपण ग्रहण करतो. मग जे अन्नपदार्थांचं आहे, तेच या गोष्टींचंही आहे. तुम्ही चांगली माहिती ग्रहण करू शकता - उत्तम पुस्तकं, आनंद देणारं संगीत, टी.व्ही.वरील दर्जेदार कार्यक्रम अशा गोष्टी उपलब्ध असतात. तसेच काही गोष्टी अशा असतात, ज्या फार चांगल्याही नसतात आणि फार वाईटही नसतात. त्याचबरोबर अत्यंत निकृष्ट, खालच्या दर्जाच्या आणि वाईट गोष्टीसुद्धा सर्वत्र मुबलक प्रमाणात उपलब्ध असतात. त्यांतलं आपण काय ग्रहण करतो, त्यावर आपली मनस्थिती आणि आपल्या हातून घडणारी कृती बदलत राहते.

याचा अर्थ असा अजिबात नाही की, तुम्ही मारामारी, हिंसाचार असलेले चित्रपट कधीच बघायचे नाहीत किंवा निकृष्ट दर्जाची पुस्तकं कधी हातातसुद्धा धरायची नाहीत. एक गोष्ट लक्षात ठेवायची - आपल्या बौद्धिक आहारात सकस आणि दर्जेदार चित्रपटांचाही समावेश करायचा. मानवतावादाला शिरोधार्ह मानणारी पुस्तकं, इतिहास किंवा निसर्गाचं दर्शन घडवणाऱ्या वाहिन्यांवरील कार्यक्रम, विचारास प्रवृत्त करणारं, मनाला प्रेरणा देणारं पुस्तक, मनाला शांती देणारं, उल्हसित करणारं, आशावादानं, हास्यानं भारून टाकणारं साहित्य या सर्वांचा बौद्धिक आहारात समावेश करायचा. तुमच्या रोजच्या दिवसभराच्या 'मेन्यू'मध्ये कुटुंबीयांशी, नातलगांशी, मित्रमंडळींशी प्रेमळ सुसंवाद हवा. त्याचप्रमाणे दिवसाचा थोडा वेळ तुम्ही स्वतःसाठीसुद्धा खर्च करायला हवा.

थोडक्यात काय, तर बाजारू, निकृष्ट, खालच्या दर्जाचं अन्न आणि सवंग, अभिरुचिहीन बौद्धिक आहार या दोन्हींचाही मोह टाळायला हवा. आपण नेमकं काय 'ग्रहण' करायचं याविषयी फार जागरूकता बाळगायला हवी. मग कधीतरी ते नीरस वाटलं तरी चालेल; पण ते सवंग, बाजारू व निकृष्ट असता कामा नये. हे एवढं जरी केलंत, तरी तुमचं मानसिक व शारीरिक आरोग्य उत्तम राहील. भावनिक आणि आध्यात्मिक आरोग्यही उत्तम राहील. मग हे करून बघणार ना?

निरोगी देहात वास करणारं निरोगी मन

आयुःसत्त्वबलारोग्यसुखप्रीतिविवर्धनाः ।
रस्याःस्निग्धाःस्थिराहृद्याआहाराःसात्त्विकप्रियाः ॥ १७-८॥

ज्या अन्नाचं सेवन केल्याने दीर्घायुष्य, स्थिर मन, शक्ती, आरोग्य आणि आनंद लाभतो; जे अन्न सकस, रसदार आणि मृदू असतं, पचनास हलकं असतं; असं अन्न सात्त्विक व्यक्तींना प्रिय असतं. (१७-८)

आपल्या आयुर्वेदाच्या पुरातन शास्त्रामध्ये हेच सांगितलेलं आहे की, केवळ शरीराला जडलेल्या व्याधीवर उपचार करून भागत नाही, तर संपूर्ण शरीरावरच उपचार करणं आवश्यक आहे. त्याचमुळे आयुर्वेदिक उपचारपद्धतीमध्ये विविध इंद्रियांना प्रेरित करण्यासाठी योगोपचार, ध्यानधारणा, प्राणायाम (मनःशांतीसाठी), तैलमर्दन, सात्त्विक आहार अशा सर्व गोष्टींचा समावेश असतो आणि त्यांद्वारे संपूर्ण शरीराच्या आरोग्याची काळजी घेतली जाते.

आयुर्वेदामध्ये ज्याला सात्त्विक आहार म्हटलं आहे, तो नक्की कसा असावा, हेच या श्लोकात सांगितलं आहे.

१. सर्व प्रकारची फळं, विशेषतः जात्याच मधुर असलेली फळं.
२. कांदा आणि लसूण वगळता बाकीची फळं.
३. सातू, तांदूळ, गहू ही धान्यं.
४. राजमा, चणे, डाळी.
५. तेलबिया. उदाहरणार्थ- सूर्यफूल, शेंगदाणे.
६. बदाम, काजू (बदाम पाण्यात भिजवून सोललेले), अक्रोड.
७. नैसर्गिक साखर, उसाची मळी, मध (गरम पाण्यात लिंबू पिळून मध घालून घेणे).
८. दूध, लोणी, दही, पनीर.
९. दालचिनी, वेलदोडे, पुदिना, तुळस, हळद, आलं, जिरं, बडिशेप.
१०. प्रेमाने शिजवून वाढलेलं अन्न.

हे अन्न ग्रहण करण्यापूर्वी आपण या संपूर्ण विश्वाबद्दलची कृतज्ञता व्यक्त

करणं महत्त्वाचं आहे.

त्याचप्रमाणे कोणते अन्न ग्रहण करणे टाळावे, हेही महत्त्वाचं आहे. यात प्रामुख्याने मांस, मासे, अंडी, प्रक्रिया केलेले अन्न, मद्य, तंबाखू, कॉफी, शीतपेये, मसालेदार पदार्थ, लसूण, कांदा, शिळे अन्न, शिळ्या भाज्या आणि फळे (शिळ्या भाज्या व फळांमधील रसाचा लोप झालेला असतो.) आणि बाहेरचे अन्न.

अगदी फार पूर्वीच्या काळापासूनच बाहेरच्या अन्नाला आपल्या पूर्वजांनी विरोध केलेला आहे.

पांढरेशुभ्र घोडे जोडलेल्या त्या रथावर हनुमानाची प्रतिकृती मिरवणारा ध्वज मोठ्या दिमाखात फडफडत होता. त्या रथाच्या दोन्ही बाजूंना दोन परस्परविरुद्ध पक्षांचे सैनिक होते. दोन्ही सेना अस्वस्थ झाल्या होत्या. दोन्ही सेनांचे सेनापती आता चिंताग्रस्त झाले होते. या दोघांमध्ये (श्रीकृष्ण आणि अर्जुनामध्ये) केव्हापासून सुरू असलेलं हे संभाषण आता संपणार तरी कधी, असा विचार सर्वांच्याच मनात येत होता. भल्या पहाटे शंखध्वनीने युद्धाला प्रारंभ झाला होता खरा; परंतु त्यापाठोपाठ पार्थाच्या रथामध्ये त्या दोघांमध्ये जे काही नाट्य सुरू झालं होतं, त्याला काही अंतच नव्हता का? नाही म्हणायला थोडासा बदल झाला होता. त्या नाटकाचा नायक, म्हणजेच अर्जुन आता इतका काही निराश, उद्विग्न दिसत नव्हता; परंतु तो आपल्या रथाचं सारथ्य करणाऱ्या गुराख्यासमोर म्हणजेच श्रीकृष्णासमोर गुडघे टेकून, नतमस्तक होऊन शरण आल्याप्रमाणे बसला होता.

हे कधीही संपुष्टात न येणारं संभाषण तर मनाचा ताण वाढवत होतंच; पण त्याचबरोबर कुरुक्षेत्रावर जणू काही काळच स्तब्ध होऊन गेला होता, तो पुढे सरकतच नव्हता. ही भयानक जाणीव दोन्ही बाजूंच्या सैनिकांना होत होती. फक्त ते कुणी बोलून दाखवत नव्हतं. समजा, सूर्यदेवाने आकाशात आपली परिक्रमा तशीच चालू ठेवली असती, तर कदाचित भीष्मपितामहांनी आपला वडीलकीचा अधिकार गाजवून दोन्ही पक्षांना ताबडतोब युद्ध सुरू करण्याची आज्ञाही दिली असती; परंतु सूर्यसुद्धा पहाटेपासून आकाशात आपल्या जागी निश्चल होऊन थांबला होता. तोही जणू रणभूमीवर अनपेक्षितपणे घडणाऱ्या या नाट्यपूर्ण घटनेमुळे इतरांप्रमाणेच गलितगात्र झाला होता. पहाटेच्या सावल्यासुद्धा अजून लहान झाल्या नव्हत्या. त्याही निश्चलच होत्या. जणू काही पृथ्वीवर खिळून थांबल्या होत्या.

हस्तिनापूरच्या राजदरबारात आपल्या दिव्य चक्षूंनी रणभूमीवरील दृश्य पाहून त्याचा वृत्तान्त धृतराष्ट्राला कथन करणाऱ्या संजयाच्या एक गोष्ट लक्षात आली. पार्थ व श्रीकृष्णामध्ये सुरू असलेलं हे संभाषण आता शेवटास येऊन पोहोचलं होतं.

ही जाणीव होताच तो आणखी उत्तेजित स्वरात बोलू लागला. त्याच्या आवाजातील बदल लक्षात आल्यामुळे अंध धृतराष्ट्रमहाराजांच्या शरीराला कंप सुटला. खरंतर 'आपण स्वतः हस्तक्षेप करून हे युद्ध थांबवू शकत होतो; पण आपण तसं केलं नाही आणि आता कोणत्याही क्षणी युद्धाला तोंड फुटू शकतं; या युद्धातून आपल्या मुलाबाळांच्या आणि त्यांच्या पुढच्या पिढ्यांच्या नशिबी फक्त दुःख आणि सर्वनाशच येणार आहे,' याची त्यांना जाणीव झाली. आपण या संजयाचा आवाजच बंद करावा; आपले कान, आपलं मन बंद करावं आणि दूर कुठेतरी एकान्तात निघून जावं, असं त्यांना वाटू लागलं; पण आता ते कसं शक्य होतं? ते अक्षरशः जागच्या जागी खिळून बसल्यासारखे आपल्या सिंहासनावर बसून राहिले. कृष्णाच्या तोंडून बाहेर पडणारा प्रत्येक शब्द, त्याच्या तोंडून निघणारं प्रत्येक सत्यवचन हे आपल्या मुलांच्या नशिबात पुढे जे काही वाढून ठेवलेलं आहे, त्याची जाणीव धृतराष्ट्रमहाराजांना करून देत होतं.

त्यांच्या अंध डोळ्यांत एक भीती चमकली आणि भारल्यासारखे ते संजयाचं बोलणं ऐकू लागले.

१८

सर्वसंगपरित्यागाचा योग - मोक्ष संन्यासयोग

येथे अर्जुन त्याचा अंतिम प्रश्न विचारतो

''देवा, तू तर सर्वशक्तिमान आहेस. मग तू मला सर्वसंगपरित्याग करणं आणि निर्मोही वृत्तीनं जगणं या दोन्हींमधला फरक स्पष्ट करून सांग. या संसाराचा, कृतिशीलतेचा, नातेसंबंधांचा परित्याग करणं म्हणजेच या संसाराचा, कार्यरत राहण्याचा आणि सगेसोयऱ्यांचा मोह न बाळगणं नाही का? या दोन्ही गोष्टी वरकरणी तरी एकसारख्याच वाटतात; पण त्या खरोखर समान आहेत का? हे हृषिकेशा, या बाबतीतला माझ्या मनातला गोंधळ तू दूर कर.''

त्यावर भगवान श्रीकृष्ण म्हणाले, ''काही विद्वान माणसं असं म्हणतात की, कृतीचा किंवा कार्यप्रवणतेचा परित्याग करणं म्हणजेच कृतिशून्यपणे बसून राहणं - ते असंही म्हणतात की, कोणतंही कृत्य करणं हेच पाप आहे, कारण प्रत्येक कृती ही काहीतरी प्राप्ती व्हावी याच हेतूने केलेली असते; पण या विचारसरणीला काही लोक विरोध करतात. ते म्हणतात की, जे कृत्य समर्पणाच्या, तपश्चर्येच्या आणि दानशूरतेच्या भावाने केलेलं असतं, ते पाप कसं असेल? ते तर पुण्य असतं आणि पुण्यकर्म तर केलंच पाहिजे.

''भरतवंशातील सर्वोत्तम असलेल्या अर्जुना, हे पुरुषोत्तमा, मी आता जे काही सांगणार आहे, ते अंतिम सत्य आहे, तेव्हा ते तू मनःपूर्वक ऐक.

''जेव्हा एखादी कृती समर्पणाच्या भावनेतून, तपश्चर्या समजून आणि लोकांचं कल्याण करण्यासाठी केली जाते आणि त्या मोबदल्यात ती कृती करणारा माणूस कशाचीच इच्छा मनात बाळगत नाही, तेव्हाच त्याला पुण्यकर्म म्हणून संबोधता येते. ही कृती केल्यामुळे जग माझी वाखाणणी करील, असंसुद्धा त्याच्या मनात त्या वेळी येता कामा नये, इतकेच नव्हे तर आपण हे फार मोठं कृत्य करत आहोत असा स्वाभिमान अथवा अहंकारसुद्धा त्या वेळी त्याच्या मनात असता कामा नये; तरच ते खरोखरचं पुण्यकर्म असतं.

"याशिवाय काही कृत्यं अशी असतात की, ती आपल्याला कर्तव्य म्हणून पार पाडावीच लागतात. मग ती एक विद्यार्थी म्हणून, एक पालक म्हणून, एक व्यापारी म्हणून अशी कोणतीही कर्तव्यं असोत. ती आपल्याला करावीच लागतात. आपलं कर्तव्य पार न पाडणं तर अक्षम्यच आहे आणि जर कुणी आपल्या कर्तव्यात चुकत असेल, तर त्या वृत्तीला मी तामसिक वृत्ती म्हणेन. अशा प्रकारे कर्तव्याला चुकणं हे अज्ञानीपणाचं लक्षण आहे.

"काही व्यक्ती एखादं काम पार पाडण्याची टाळाटाळ करतात, कारण त्यांना त्याचा कंटाळा येतो, त्यांना ते आवडत नाही किंवा त्यासाठी पुष्कळ शारीरिक परिश्रम करावे लागतात. अशा प्रकारे स्वतःच्या स्वार्थापोटी एखादं काम टाळण्याच्या वृत्तीला मी राजसिक वृत्ती म्हणतो. त्याची काहीच फळं मिळत नाहीत."

हे ऐकून अर्जुनाला हसू फुटलं. थोडक्यात, कृती करत असताना ती कशी करावी, कर्म करत असताना ते कशा रीतीने पार पाडावं याचे अत्यंत सरळ आणि स्पष्ट नियम भगवान कृष्ण त्याच्यासमोर मांडत होते. ते नियम इतके स्पष्ट होते की, त्यांत कुणालाही कोणतीही पळवाट काढणं किंवा स्वतःच्या फायद्यासाठी ते नियम मनाप्रमाणे वाकवणं शक्यच नव्हतं. त्यानंतर भगवान पुढे काय म्हणणार आहेत, ते त्याला माहीतच होतं; तरीसुद्धा ते त्यांच्या तोंडून ऐकायची त्याची इच्छा होती.

कृष्ण भगवानांनी त्याची मागणी लगेचच पूर्ण केली. "अर्जुना, तू एक गोष्ट समजून घे. जो आपली सर्व कर्तव्यं केवळ याच भावनेतून पार पाडतो की, ती पार पाडलीच पाहिजेत, त्याला दुसरा काहीही पर्याय नाही; तो त्यानंतर आपल्याला त्याचं काय फळ मिळणार आहे, याचा विचारसुद्धा करत नाही, त्याच्या हातून होणारं सर्व कार्य तो विश्वाला समर्पित करतो. त्याचं हे असं समर्पण म्हणजे माझ्या दृष्टीनं खरोखरचं समर्पण. अशा माणसाला मी सात्त्विक म्हणतो. काही कृती केल्यामुळे त्याला आनंद मिळतो; पण त्याचं त्याला सुख-दुःख नसतं, त्याचप्रमाणे काही कृती क्लेशदायक, तापदायक असतात; पण म्हणून त्या कृती तो टाळतही नाही. समर्पण करायचं म्हणजे नेमकं काय करायचं, याविषयी त्याच्या मनात काहीच संदेह नसतो. मग कोणत्याही गोष्टीचा मोह मनात न बाळगणं किंवा सर्वकाही समर्पित करून टाकणं या दोन भावना एकच आहेत की वेगवेगळ्या, अशी शंकासुद्धा त्याच्या मनात येत नाही. त्याच्या दृष्टीने ते सगळं एकच असतं.

"जे अशा प्रकारच्या समर्पित वृत्तीने जगत नाहीत, त्यांना त्यांच्या वागण्याचे परिणाम मृत्यूनंतर अनुभवायला मिळतात. ते परिणाम कधीकधी खूप सुखदायी किंवा अत्यंत दुःखदायी किंवा दोन्हीही प्रकारचे असतात; परंतु जे लोक सात्त्विक वृत्तीनं जीवन जगतात, त्यांच्यासाठी मृत्यूनंतर काहीच नसतं. अशी माणसं मृत्यूनंतर जीवन-मृत्यूच्या चक्रातून मुक्ती प्राप्त करून, अनंतात म्हणजेच माझ्यात विलीन होतात."

अखेर विष आणि अमृतातील फरक अर्जुनाला समजतो

भगवान श्रीकृष्ण क्षणभर बोलायचे थांबले. त्यांनी एक दीर्घ श्वास घेतला.

अर्जुनसुद्धा श्वास रोखून, जिवाचा कान करून ऐकत होता. आपल्यातलं हे संभाषण आता लवकरच संपणार असल्याची जाणीव त्यालासुद्धा झालीच होती; त्यामुळे जे काही अखेरचे ज्ञानकण टिपायला मिळतील, ते ग्रहण करण्यासाठी तो उत्सुक होता.

"हे महाबाहू," श्रीकृष्ण म्हणाले. "सर्व कृतींचा जन्म नक्की कशापासून होतो हे मी तुला सांगतो. तुला कोणतीही कृती करण्यास उद्युक्त करणारे, ती कृती तुझ्या हातून घडून येण्याची शक्यता निर्माण करणारे आणि तू नक्की कशा प्रकारे ती कृती करशील हे ठरवणारे एकूण पाच मुद्दे आहेत; ते असे -

एक : तुझा देह. तू देहाशिवाय कोणतीही कृती करण्यास असमर्थ आहेस.

दोन : तुझी ज्ञानेंद्रिये आणि तुझे अवयव. प्रत्यक्ष कृती तर यांच्याकडूनच घडून येते.

तीन : तुझं जीवनचैतन्य. यामुळेच ती कृती करण्यासाठी लागणारी ऊर्जा तुला मिळते.

चार : तुझं मन आणि बुद्धी किंवा ज्यांचा उल्लेख तू 'मी' असा करतोस. ज्ञानेंद्रियांकडून प्राप्त झालेल्या माहितीवर प्रक्रिया करून त्यानुसार कोणती कृती करायची, हे तुझं मनच ठरवतं.

पाच : हे विश्व, नियती, प्रारब्ध, तुझा स्वतःचा पूर्वानुभव, गतकाळ. तू याला कुठलंही नाव दे; पण हेच तुला एका विशिष्ट दिशेकडे पाठवत असतं; त्यामुळे नक्की कोणती कृती करायची आणि कोणती करायची नाही, हे तू ठरवतोस.

"वेगवेगळ्या लोकांना एकाच गोष्टीचा बोधसुद्धा वेगवेगळ्या प्रकारे होतो. असं जर आहे, तर मग खरं ज्ञान किंवा योग्य ज्ञान नक्की कोणतं?"

अर्जुनाने मान डोलवली. "खरं आहे, देवा. प्रत्येक माणूस आपल्या पूर्वानुभवावरून आणि आपल्या मर्यादित ज्ञानाचा वापर करून एखादी गोष्ट समजावून घेण्याचा

प्रयत्न करतो; त्यामुळे प्रत्येक गोष्टीविषयी, घटनेविषयी निरनिराळ्या लोकांच्या निरनिराळ्या प्रतिक्रिया असतात. असं जर असेल, तर मग त्यांच्यातली केवळ एकच प्रतिक्रिया योग्य कशी काय असू शकते? मग खरंखुरं ज्ञान आणि खरंखुरं समजून घेणं म्हणजे तरी काय?''

''एक गोष्ट नीट ऐक, कौंतेया,'' भगवान कृष्ण म्हणाले. ''मी तुला नीट समजावून सांगतो. या विश्वामध्ये अनंत प्रकारचे सजीव, निर्जीव घटक आहेत. ते सर्व वरकरणी जरी भिन्न असले, तरी आतून ते सर्वजण एकसारखेच आहेत; पण जगात काही थोड्याच माणसांना हे समजलेलं आहे आणि ज्यांना हे सत्य उमलगलंय, ती माणसं सर्व प्राणिमात्रांकडे समान दृष्टीनेच बघतात. ती त्यांच्यात भेदभाव करत नाहीत. प्रत्येक प्राणिमात्राच्या अंतरी जे काही ईश्वरी चैतन्य वास करत आहे, ते त्यांना जाणवतं. अशी जाणीव होणं हेच खरं ज्ञान, सात्त्विक ज्ञान!

''परंतु बरीच माणसं सभोवतालच्या सृष्टीत दिसणारे सजीव प्राणी व निर्जीव वस्तूंकडे ते एकमेकांपासून भिन्न आहेत अशाच दृष्टिकोनातून पाहतात. त्याचप्रमाणे आपण स्वतः आणि सभोवार असणारे हे सजीव अथवा निर्जीव यांच्यातसुद्धा ते भेदभाव करतात. मग अशी माणसं काही प्राणिमात्रांचा उदोउदो करतात, तर काहींना तुच्छ लेखतात. ते ज्यांना तुच्छ लेखतात, त्यांच्या तुलनेत ते स्वतःला फारच श्रेष्ठ मानतात. या विश्वाबद्दलचं हे असं चुकीचं, एकांगी ज्ञान म्हणजे राजसिक ज्ञान.

''काही माणसं अशीही असतात, जी त्यांना हवं तेच पाहतात, त्यांना हवं तेच मानतात आणि त्यांना ज्या गोष्टी महत्त्वाच्या वाटतात, त्यांचाच विचार करतात. आपल्या संकुचित दृष्टिकोनास घट्ट चिकटून बसतात. त्यापलीकडचं जग पाहण्याची त्यांची इच्छाच नसते. हे अशा प्रकारचं ज्ञान मिळवणं म्हणजे खरंतर चैतन्यहीन अज्ञानच ते. अशा प्रकारच्या ज्ञानाला तामसिक ज्ञान असं म्हणतात.''

''माझ्या हे लक्षात आलं,'' अर्जुन म्हणाला. ''म्हणजे याचा अर्थ असाच ना की, एखाद्या माणसाची जगाकडे पाहण्याची, ते समजून घेण्याची जी दृष्टी असेल, जी काही क्षमता असेल, त्यानुसारच एखाद्या विशिष्ट परिस्थितीमध्ये त्याच्या हातून एखादी कृती घडते.''

भगवान कृष्णांनी मान हलवून होकार दिला. ''सात्त्विक कृती ही सात्त्विक ज्ञानातून घडते. जो सत्प्रवृत्त माणूस असतो, तो प्राणिमात्रांमध्ये भेदाभेद करत नाही. तो सर्व प्राणिमात्रांशी सारख्याच पद्धतीने वागतो. तो स्वतःची कर्तव्ये व्यवस्थित पार पाडतो. मग ती कर्तव्ये त्याला स्वतःला सुखदायी असोत अथवा क्लेशदायी! ही कर्तव्ये तो अगदी मनापासून, आनंदाने, उत्साहाने, चांगल्या मनाने पार पाडतो. त्या कर्तव्यांमध्ये तो समरस होऊन जातो; पण ते कर्म करत असताना तो फळाची अपेक्षा अजिबात ठेवत नाही.

"राजसिक कृती ही राजसिक ज्ञानातून घडून येते. जीवनाविषयी प्रचंड आसक्ती असलेला माणूससुद्धा कर्तव्ये पार पाडतोच; पण जी काही कामे सुखदायी, आनंददायी असतात, ती तो आवडीने, आनंदाने अगदी समरसून पार पाडतो; परंतु त्याला कंटाळवाणी किंवा क्लेशदायक वाटणारी कामे तो कुरकुर करत, चिडून किंवा वैतागून उरकतो. तो अशा कामांमध्ये कधीच जीव ओतत नाही, कारण त्याला त्यातून काहीच फलप्राप्ती होणार नसते.

"तामसिक ज्ञानातून घडलेली कृती ही तामसिक असते. जो माणूस अज्ञानी असतो, तो कृती करताना मागचापुढचा काहीच विचार करत नाही. आपल्या या कृतीचे पुढे काय परिणाम होतील, याच्याशी त्याला काहीही देणं-घेणं नसतं. तो असमतोल विचारांचा, दुराग्रही, दुष्ट, आळशी, कोपिष्ट असतो. त्याच्या चेहऱ्यावर नेहमीच वैतागल्याचा भाव असतो. त्याला सदोदित रडगाणं गाण्याची सवय असते आणि तो नेहमीच कामे पुढे ढकलत असतो.

"पार्था, सात्त्विक माणसाला मात्र काय करायला हवं आणि काय नको, हे अंतर्मनातूनच समजतं. कोणती गोष्ट भीतिदायक आहे आणि कोणती नाही, कर्तेपणा आणि नाकर्तेपणा यांतील फरक त्याला समजतो. अत्यंत स्थिर आणि धीरगंभीर वृत्तीने तो इंद्रियदमन करतो, स्वतःच्या श्वसनावर नियंत्रण ठेवतो. अशा माणसाचा मार्ग खडतर असतो; परंतु या हालअपेष्टांचं विष त्याने पचवलं की, त्याचं अमृतात रूपांतर होतं. त्याला उच्च कोटीचा परमानंद प्राप्त होतो.

"राजसिक माणसाला मात्र चांगल्या-वाइटातला फरक नेहमी कळतोच असं नाही. बऱ्याच वेळा त्याच्या मनात चांगल्या-वाइटाची गल्लत होते, कारण आपण करत असलेल्या प्रत्येक कृतीचा आपल्या स्वतःवर काय परिणाम होईल, याचा विचार तो मनात सतत करत असतो. ज्या गोष्टी केल्याने आनंद मिळेल, अशाच कृती सतत करण्यावर त्याचा भर असतो. सत्ता, धनसंपत्ती व उत्तमोत्तम खाद्यपदार्थांचा आस्वाद घेणं, उंची वस्त्रप्रावरणं लेवून सजणं अशा सगळ्याची त्याला हौस असते. सुरुवातीला अशा सर्व अनुभवांची चव त्याला अमृतासारखी भासते; पण काही काळाने त्याच अमृताचं रूपांतर विषात होतं. त्याचाही त्याला त्रास होऊ लागतो.

"तामसिक माणसाचं मन अज्ञानाच्या अंधकाराने भरून गेलेलं असतं. स्वतःच्या चुकीच्या कृत्याचंसुद्धा तो हिरिरीने समर्थन करत राहतो. प्रत्येक गोष्टीकडे पाहण्याचा त्याचा दृष्टिकोन अत्यंत संकुचित आणि विचित्र असतो. भीती, वेदना, क्रोध, आक्रमकता, मानसिक ताण आणि झोप या शत्रूंना तो कवटाळून बसतो; त्यामुळे त्याला क्षणिक आनंदही मिळत नाही आणि चिरस्थायी स्वरूपाचा आनंदही मिळत नाही. हलकं, आनंदी, उत्साही मन कसं असतं, याचा अनुभव त्याला कधीच मिळू शकत नाही."

निसर्गाने जर साद घातली, तर त्याला प्रतिसाद द्यावा, हे अर्जुनाला समजतं

"परंतपा, हे बघ," भगवान कृष्ण म्हणाले. "या पृथ्वीतलावर वास करणारा एकही जीव सत्त्व, रज आणि तम या तीन बंधनांपासून मुक्त नाही. एखाद्या माणसाचा स्वभाव जसा असेल, त्यावरच त्याची विचार करण्याची पद्धत, त्याचं वागणं, त्याचा जगाकडे पाहण्याचा दृष्टिकोन आणि इतर सर्वकाही अवलंबून असतं. ज्या आत्म्याने शरीर धारण केले आहे, त्याची त्याच्या स्वभावधर्मामधून सुटका नाही."

हे ऐकून अर्जुनाचं मन जरा शांत झालं. आपला स्वतःचा स्वभाव कसा असेल बरं, असा विचार त्याच्या मनात आला. प्रकृतीच्या या तीन तत्त्वांपैकी (सत्त्व, रज, तम) नक्की कशाचा आपल्यावर प्रभाव आहे, याचाही तो विचार करू लागला.

भगवान कृष्ण म्हणाले, "माणसांच्या स्वभावधर्मावरून त्यांचे चार गट पाडण्यात आले आहेत – ब्राह्मण, क्षत्रिय, वैश्य आणि शूद्र.

"ज्याचं मन शांत असतं, ज्याचं स्वतःवर पूर्णपणे नियंत्रण असतं, जो धीरोदात्त असतो, ज्याचं चित्त शुद्ध असतं, ज्याच्या हातून नेहमी सत्कृत्य घडतं, ज्याचे विचार उच्च असतात, वाणी शुद्ध असते, जो विद्वान असतो, वेदशास्त्रांत सांगितलेल्या नियमांनुसार ज्याचं आचरण असतं (त्याने जरी वेदशास्त्रांचा अभ्यास केलेला नसला, तरी त्याचं आचरण मात्र त्या नियमांनुसारच असतं.) आणि ज्याचा स्वभावधर्म सात्त्विक असतो, अशा माणसाला ब्राह्मण म्हणतात.

"जो कितीही संकटं आली तरी डगमगून जात नाही, जो अन्यायाचा व प्रतिकूल परिस्थितीचा धीराने सामना करतो, जो आपल्या अनुयायांशी औदार्याने वागतो, त्याला क्षत्रिय असे म्हणतात. तो एक नेता म्हणून अतिशय योग्य असतो, लोक त्याच्यावर निर्धास्तपणे अवलंबून राहू शकतात. तो हिकमती असतो. तो धर्मयुद्धातून कधीही पळ काढत नाही, तो आपण शिरावर घेतलेल्या जबाबदारीकडे कधीही पाठ फिरवत नाही. तो राजस वृत्तीचा असतो.

"जो शेती, व्यापारउदिमाचं चक्र सतत फिरत ठेवतो, त्यांचा विकास घडवून

आणतो आणि समाजातील सर्व घटकांच्या गरजा पूर्ण व्हाव्यात म्हणून संपत्ती निर्माण करतो, त्याला वैश्य असं म्हणतात.

"जो अत्यंत प्रामाणिक, विश्वासू आणि कष्टाळू असतो, कर्तव्य पार पाडण्याच्या वृत्तीचा असतो, आज्ञांचं चोखपणे पालन करतो, एकनिष्ठ असतो, आज्ञेचे पालन करताना कोणतीही कुचराई करत नाही, अशा माणसाला शूद्र असं म्हणतात.

"पार्था, माझं सांगणं नीट ऐक. जो स्वतःचं कर्तव्य निष्ठेने, भक्तिभावाने आणि सातत्याने पार पाडतो, त्याला परिपूर्णता प्राप्त होते. आपला जो स्वभावधर्म असेल त्याच्याशी प्रामाणिक राहणं, मनापासून काम करणं आणि भक्तिभावानं देवाची उपासना करणं हाच परिपूर्णता मिळविण्याचा खरा मार्ग आहे. दुसऱ्यांनी घालून दिलेला नियम काटेकोरपणे पाळण्यापेक्षा स्वतःच स्वतःसाठी नियम आखून घेऊन त्यांचे पालन करण्याचा जास्तीतजास्त प्रयत्न करणं हे फार महत्त्वाचं आहे. जे काम आपल्या प्रकृतीसाठी, स्वभावधर्मासाठी सुयोग्य आहे, ते काम करणं हे महत्त्वाचं आहे. मग ते काम करताना काही चुका झाल्या, तरी हरकत नाही. चुकांमधूनच माणूस शिकत असतो. कोणतंच काम एकदम जमत नाही. चुकताचुकताच ते व्यवस्थित जमतं. जसा धुराशिवाय अग्नी नसतो, त्याचप्रमाणे चुकांशिवाय काम परिपूर्ण होऊ शकत नाही."

अर्जुनाला अचानक एक अनमोल अशी भेट मिळते

अर्जुन भगवान श्रीकृष्णांसमोर गुडघे टेकून हात जोडून नतमस्तक होऊन बसला.

हे युगानुयुगांचं ज्ञान होतं; त्यामुळे अर्जुन विस्मयचकित होऊन गेला. हे ज्ञान पिढ्यान्‌पिढ्या चालत आलेलं होतं. विद्वान सत्पुरुषांनी आपल्या पुढच्या पिढ्यांपर्यंत ते पोहोचवलेलं होतं. हे अवघड ज्ञान भगवान श्रीकृष्णांनी सोप्या शब्दांत, तुकड्या-तुकड्यांनी समजेल अशा पद्धतीने सांगितल्यामुळे ते ऐकणाऱ्यासाठी मोठाच आनंदाचा ठेवा बनलेलं होतं.

आपल्या या शिष्याची ज्ञान ग्रहण करण्याची तळमळ पाहून भगवान कृष्णसुद्धा मनोमन प्रसन्न झाले होते. ज्या विश्वविजेत्या योद्ध्याच्या नुसत्या नावाने शत्रूच्या अंगाचा थरकाप होत असे, असा तो महापराक्रमी वीर आज भगवान श्रीकृष्णांसमोर गुडघे टेकून नतमस्तक झाला होता. त्यांच्या मुखातून बाहेर पडणारा प्रत्येक शब्द तो जिज्ञासू वृत्तीने, जिवाचा कान करून ऐकत होता.

जगातील सर्वश्रेष्ठ गुरू आणि त्यांचा तितकाच सर्वश्रेष्ठ शिष्य यांच्यात चालू असलेलं हे संभाषण हळूहळू परमोच्च बिंदूकडे चाललं होतं. त्या वेळी अवघं विश्व श्वास रोखून, स्तब्ध होऊन ते संभाषण ऐकत होतं.

"कौंतेया, माझं बोलणं लक्षपूर्वक ऐक. मानवाला पूर्णत्व प्राप्त करून माझ्याशी एकरूप होण्यासाठी काय करावं लागेल, हे मी तुला सांगणार आहे."

"ज्याच्या मनातून सर्व इच्छा-आकांक्षांनी निरोप घेतलेला आहे, ज्याला सभोवतालच्या कुणाचाही आणि कशाचाही मोह उरलेला नाही, ज्याचं स्वतःवर पूर्ण नियंत्रण आहे आणि इंद्रियांना सुखदायी वाटणाऱ्या सर्व मोहजालाकडे तो पाठ फिरवू शकतो, ज्याला या विश्वाविषयी पूर्ण ज्ञान असून ज्याचे विचार सुस्पष्ट आहेत, जो निःस्वार्थी आहे, जो स्वतःतच रममाण होणारा आहे, जो मिताहारी, मितभाषी आहे, जो ध्यानधारणा करतो, जो स्वतःचा आणि जगरहाटीचा सखोल विचार करतो, तो क्रोध आणि वासनांना दूर लोटतो, त्याचप्रमाणे प्रेम, असूया, उद्दामपणा, अहंकार यांचा त्याग करतो, ज्याचं मन शांतीनं ओतप्रोत भरलेलं आहे - तोच माझ्यात पूर्णपणे

विलीन होऊ शकतो. त्याची तेवढी योग्यता असते.

''जो आपलं पूर्ण लक्ष माझ्यावर केंद्रित करतो, आपल्या हातून घडणारी प्रत्येक कृती जो मला समर्पित करतो, ज्याची माझ्यावर गाढ श्रद्धा असते, जो माझ्या कृपेमुळे आयुष्यातील सर्व अडथळे पार करू शकतो, तो माझ्यापर्यंत पोहोचतो आणि त्याला मुक्ती प्राप्त होते.

''तू म्हणतोस की, तुला कोणत्याही परिस्थितीत युद्ध करायचंच नाही. तू तसा ठाम निर्णय घेऊन टाकला आहेस; पण खरंतर तू असा विचार करणं, हेही उद्दामपणाचंच आहे. शिवाय तू असा निर्णय घेऊन काहीच फायदा नाही. माझ्यावर विश्वास ठेव. युद्ध करणं हा तुझा स्वभावधर्म आहे आणि तुला त्यानुसार वागणं भाग आहे.''

अचानक अर्जुन सावध झाला. अत्यंत कौशल्याने कृष्णाने ते संभाषण परत मूळ पदावर आणलं होतं. ते परत कुरुक्षेत्राकडे वळवलं होतं. अर्जुनाकडे वळवलं होतं. अर्जुनाचे स्नायू स्फुरण पावू लागले. तो अपेक्षेने भगवान श्रीकृष्णांच्या मुखातून आता काय बाहेर पडते, याची वाट पाहू लागला.

''कौंतेया, तू एक योद्धा आहेस. युद्ध करणं हा तुझा स्वभावधर्म आहे. या युद्धाची पूर्वतयारी तू आयुष्यभर करत आला आहेस. आता अचानक या युद्धातून माघार घेणं, मी लढणार नाही असं म्हणणं ही तुझी दर्पोक्ती ठरेल.

''प्रत्येक सजीवाच्या ठायी जे ब्रह्मचैतन्य वास करून असतं, तेच तुझ्याही ठायी आहे. हे चैतन्यच तुला एखाद्या कळसूत्री बाहुलीप्रमाणे नाचवेल आणि तुझ्या जन्मजात स्वभावधर्मानुसार वागणं तुला भागच पडेल, याविषयी जरासुद्धा शंका नाही. मग तू त्या गोष्टीला एवढा विरोध का करत आहेस? तुझ्या अंतरी जो परमात्मा वास करत आहे, त्याला शरण जा.

''हे एक गुप्त आणि अमूल्य ज्ञान मी तुझ्यापुढे उघड केलेलं आहे. त्यावर सर्व अंगांनी, अगदी खोलवर विचार कर आणि मग....''

भगवान श्रीकृष्ण बोलताबोलता मध्येच थांबले.

''आणि मग काय?'' अर्जुन अधीरतेने म्हणाला. कृष्णदेवांच्या तोंडून बाहेर पडणारा प्रत्येक शब्द झेलून, त्यांच्या प्रत्येक आज्ञेचं पालन करण्याची त्याची पूर्ण तयारी होती.

''आणि मग,'' कृष्णदेव स्मितहास्य करत म्हणाले. ''तुला पाहिजे तसं वाग.''

सगळं विश्वच जणू त्या क्षणी स्तब्ध झालं. अर्जुनाचा तर त्याच्या स्वतःच्या कानांवर विश्वासच बसेना. इतका वेळ चालू असणाऱ्या संभाषणाचा आता शेवट आला होता. भगवान श्रीकृष्णांनी अत्यंत शांतपणे, सोप्या शब्दांत, जराही न कंटाळता जगाचं हे इतकं मोठं ज्ञान त्याच्यापुढे खुलं करून दाखवलं होतं, प्रत्येक

ज्ञानकण अत्यंत तपशीलवारपणे त्याच्या गळी उतरवला होता; पण एवढं सगळं होऊनसुद्धा शेवटी अर्जुनाने आता नेमकं काय करायला हवं, हे त्यांनी त्याच्यावरच सोपवलं होतं. त्याच्यावर त्यांनी कोणताच निर्णय लादलेला नव्हता. उलट, निर्णयाचं सर्व स्वातंत्र्य त्यालाच देऊन टाकलं होतं.

अर्जुनाचं हृदय भरून आलं. त्याने बोलण्यासाठी तोंड उघडलं; परंतु भगवान कृष्णांचं बोलणं अजून संपलेलं नव्हतं.

योद्धा रणभूमीकडे परत निघतो

"माझं बोलणं अजून फक्त एकदाच ऐक," भगवान कृष्ण म्हणाले. "प्रिय अर्जुना, तू मला अत्यंत प्रिय आहेस, म्हणूनच माझा असा आग्रह आहे की, तुझं भलं कशात आहे हे मी तुला पुन्हा एकदा सांगू इच्छितो. तू तुझं संपूर्ण चित्त माझ्यावर केंद्रित कर. माझी भक्ती कर. जी काही कृती करशील ती मला अर्पण कर; मला शरण ये. असे केल्याने तू माझ्याकडे येऊन पोहोचशील. मी तुला तसं वचन देत आहे, कारण तू मला अत्यंत प्रिय आहेस. माझ्या मित्रा, तू कसलंही भय बाळगू नको. मी तुला सर्व प्रकारच्या चिंता, संदेह आणि दुःख यांपासून मुक्त करीन.

"मी आज तुला जे काही ज्ञान दिलं, ते अमूल्य आहे, पवित्र आहे. जो सत्प्रवृत्त नसेल, जो माझा अनादर करील, ज्याच्या मनात माझ्याविषयी भक्ती नसेल किंवा ज्याची काहीही ऐकण्याची तयारी नसेल, अशाच्या समोर तू या कशाचाच उच्चार करू नकोस; परंतु जे माझे निःस्सीम भक्त असतील, अशांना तू हे ज्ञान जरूर दे. आपल्या बांधवांमध्ये या सर्व ज्ञानाचा प्रसार करून त्यांना माझ्यापर्यंत पोहोचण्यास मदत करणं, ही फार मोठी सेवा आहे. ते सर्व माझे भक्त माझाच एक भाग आहेत.

"आता एक गोष्ट मी स्पष्ट करतो. आता आपल्यामध्ये जे संभाषण घडून आलं, त्यातील गोष्टींचा जो विचार करील, त्यातील ज्ञानाची जो साधना करील, त्याने तत्त्वतः माझी भक्ती केल्यासारखंच आहे. आपल्या या संभाषणाचं कुणी नुसतं श्रद्धापूर्वक श्रवण जरी केलं, त्याचा अवमान न करता मनापासून ते ऐकलं, तरी त्याला मुक्ती मिळून तो ब्रह्मतत्त्वात विलीन होईल."

ते ऐकून अर्जुन मंत्रमुग्ध झाला. त्याचा देह थरथरू लागला. या जगात दोन व्यक्तींमध्ये घडून येणाऱ्या काही अत्यंत उच्च पातळीवरच्या संभाषणांपैकी एका अलौकिक संभाषणाचा कळतनकळत तो अर्धा हिस्सा बनला होता. इथून पुढची युगे अन् युगे अनेक विचारवंत या दिव्य संभाषणाचा अभ्यास करणार होते; त्यावर कितीतरी चर्चा, वादविवाद होणार होते; त्याची चिकित्सा, विश्लेषण होणार होते; त्यातील ज्ञान पुढच्या पिढ्यांपर्यंत संक्रमित होणार होतं; त्यावर विद्वज्जन आपापसांत ऊहापोह आणि परिचर्चा करणार होते. हे संभाषण लक्षावधी लोक वाचणार होते.

अजून ज्यांचा जन्मही झालेला नाही, अशा कित्येक पिढ्या हे ज्ञान ग्रहण करणार होत्या; त्यामुळे त्यांचं आयुष्य उच्च कोटीच्या आनंदाने भरून जाणार होतं. हे ज्ञान आत्मसात केल्याने त्यांच्या अंगी धैर्य आणि साहस येणार होतं. खरंतर हे संपूर्ण जग म्हणजेच एक कुरुक्षेत्र होतं आणि या ठिकाणी जो जीवनसंग्राम चालू होता, त्याला तोंड देताना हे संभाषण एखाद्या दीपस्तंभाप्रमाणे मार्गदर्शक ठरणार होतं. आता अर्जुनाला हे सत्य कळून चुकलं. त्याचं मन हेसुद्धा एक कुरुक्षेत्रच होतं.

साश्रु नयनांनी अर्जुनाने श्रीकृष्णाच्या चरणांवर लोटांगण घातलं.

''माझ्या मनातील सर्व शंकांचं निरसन झालेलं आहे. मनावर जी काही भ्रमाची पुटे चढली होती, ती सर्व स्वच्छ झाली आहेत, हे अच्युता!'' असं म्हणून तो रुदन करू लागला; पण ते आनंदाश्रू होते. ''माझ्यावर तुमची कृपा झाली आणि मला हे ज्ञान प्राप्त झालं. आता मी येथे दृढनिश्चयाने उभा राहणार आहे. माझ्या मनात कसलाही संदेह नाही. ईश्वरा, आता तुम्ही जशी आज्ञा द्याल, तसाच मी वागेन.''

असं म्हणून तो महापराक्रमी योद्धा आपल्या रथावर आरूढ झाला. त्याने रथावर उभा राहून, खांद्यावरील गांडीव धनुष्य उचलून त्याची प्रत्यंचा ताणली. दोन्ही बाजूंना उभ्या असलेल्या सैन्यावरून त्याने शांत, स्थिर मनाने नजर फिरवली. ती नजर निर्विकार असली, तरी त्याचं शरीर चैतन्याने सळसळत होतं. बाहू स्फुरण पावू लागले होते. त्याची नजर जशी एकेका चेहऱ्यावरून फिरत होती, तसे ओळखीचे चेहरे धूसर होऊन एकमेकांमध्ये मिसळून गेले होते - आता त्याच्यासमोर ना कुणी शत्रू उभा होता, ना कुणी मित्र, ना कुणी बंधू, ना चुलता, ना गुरू ना मार्गदर्शक. त्याच्या डोळ्यांसमोर आता फक्त त्याचं कर्तव्यकर्म उभं होतं. एका योद्ध्याचं कर्म आणि ते पूर्णपणे पार पाडायचं, एवढंच त्याला माहीत होतं. हे युद्ध फार घनघोर, फार विनाशकारी असणार होतं; पण लढायला तर हवंच होतं.

अर्जुनाने आपला शंख हातात घेऊन संपूर्ण प्राणशक्ती एकाग्र करून तो फुंकला. पृथ्वीचा थरकाप झाला. दोन्ही सैन्यांमध्ये चैतन्याचा संचार झाला. प्रतीक्षा संपली होती. सुटकेचा निःश्वास टाकून दोन्ही सेना युद्धासाठी सज्ज झाल्या.

योद्ध्याने आपल्या सारथ्याला मान हलवून खुणावले. युद्धभूमीकडे कूच करण्याची वेळ आली होती.

गीतेची शिकवण

१८. (अ) तुमची ओळख तुमचे आई-वडील किंवा तुमच्या कामाच्या स्वरूपावरून ठरत नसते. तुमचा मूळ स्वभावधर्मच तुमची नेमकी ओळख काय, ते ठरवतो.

(ब) तुम्ही जर आपल्या स्वभावधर्माशी प्रामाणिक राहिलात, तर तुम्ही सुखी व्हाल.

आपण या चर्चेला सुरुवात करण्यापूर्वी भारतातील वर्णव्यवस्थेविषयी थोडं स्पष्टीकरण करणं गरजेचं आहे. तुम्ही शाळेत इतिहासाच्या तासाला याविषयी थोडंफार शिकला असालच.

मूलतः वर्णव्यवस्था ही लोकांच्या व्यवसायांनुसार त्यांचं वर्गीकरण करण्याची एक पद्धत होती. समाजातील बुद्धिमान, विद्वान, पुरोहित आणि अध्यापक या सर्वांना ब्राह्मण म्हणत. राज्याची व्यवस्था पाहून, राज्याच्या प्रदेशाचं आणि जनतेचं संरक्षण करणाऱ्यांना क्षत्रिय म्हणत. ज्यांचा कल व्यापार-उदिमाकडे व आर्थिक व्यवहाराकडे होता, अशा व्यावसायिकांना वैश्य म्हणत. यात सावकार, व्यापारी, जमीनदार, गोपालक, दुकानदार अशा सर्वांचा समावेश होत असे. जे शारीरिक श्रमांची व कौशल्याची कामे करणारे होते, त्यांना शूद्र असे संबोधण्यात येई. यात शिंपी, विणकर, चांभार, खाटीक, आचारी, झाडूकाम करणारे अशांचा समावेश होई.

ही चातुर्वर्ण व्यवस्था अगदी त्या काळात जशी चालत होती, तशीच्या तशी, त्याच मूळ स्वरूपात आज अस्तित्वात असती, तर त्यात कितीतरी नवनवीन प्रकारच्या व्यावसायिकांची भर पडली असती. शिक्षणतज्ज्ञ, शास्त्रज्ञ, विचारवंत, अर्थतज्ज्ञ, डॉक्टर्स, प्राध्यापक, राजकारणी, सरकारी अधिकारी, पत्रकार, मोठे उद्योजक, जमिनीच्या खरेदी-विक्रीचे व्यवहार करून देणारे, बांधकाम व्यावसायिक, शेअर बाजारात उलाढाल करणारे ब्रोकर्स, हवाई परिचारक, वाहनचालक, कॉल सेंटर्समध्ये काम करणारे कर्मचारी, तंत्रज्ञ, दाया, दुकानातील मदतनीस असे आणखी कितीतरी...

समाजाचा गाडा सुरळीत चालू राहण्यासाठी या चातुर्वर्ण व्यवस्थेतील प्रत्येक घटक सारखाच महत्त्वाचा होता. कोणतीच जात दुसऱ्या जातीपेक्षा श्रेष्ठ अथवा कनिष्ठ नव्हती. हेच अधिक चांगलं समजावून देण्यासाठी मानवी शरीराचं उदाहरण देण्यात येतं. शरीरातील मस्तक म्हणजे विचारवंत, बुद्धिजीवी ब्राह्मण. दोन्ही बाहू हे कृती करणारे म्हणजे क्षत्रिय. उदर म्हणजे वैश्य, कारण ग्रहण केलेल्या अन्नावर प्रक्रिया करून त्यापासून आवश्यक ती ऊर्जा ते बनवतं; त्यामुळे समाजाची अर्थव्यवस्था मजबूत बनते. आपले पाय म्हणजे शूद्र. हेच आपल्याला या ठिकाणाहून त्या

ठिकाणी घेऊन जातात. हे शूद्र समाजातील इतर तीन घटकांची सेवा करतात, त्यांच्या उपयोगी पडतात. यावरून एक गोष्ट तुमच्या लक्षात येईल. आपल्या शरीराचे सर्व अवयव दुसऱ्या अवयवाचे काम करू शकत नाहीत, म्हणून कोणताच अवयव दुसऱ्या अवयवापेक्षा वरचढ नाही. जेव्हा सर्व अवयव एकत्र येऊन गुण्यागोविंदाने काम करतात, तेव्हाच शरीराचे व्यवहार सुरळीत चालू राहतात.

परंतु या चातुर्वर्ण व्यवस्थेचा आताच्या काळात फार भलताच अर्थ लावण्यात येतो. व्यक्तीचा ज्या कुटुंबात जन्म झाला असेल, त्याच्याशी या जातीचा संबंध जोडण्यात येऊ लागला. त्या व्यक्तीने कोणता व्यवसाय निवडला आहे, या गोष्टीला काहीच महत्त्व उरलं नाही. एखाद्या व्यक्तीचा जन्म जर व्यवसायाने वैश्य असलेल्या माता-पित्यांच्या पोटी झाला असेल, तर त्या व्यक्तीवर जन्मभरासाठी वैश्य असल्याचा शिक्का बसत असे. मग त्या व्यक्तीने कितीही उच्च शिक्षण घेतलेलं असलं, हार्वर्ड विद्यापीठात प्राध्यापक म्हणून काम केलेलं असलं किंवा स्वतःचा राजकीय पक्ष जरी सुरू केलेला असला, तरीही त्याची जात वैश्यच! या पद्धतीतून जन्माला आलेली आणखी वाईट गोष्ट अशी की, समाजातील काही जाती स्वतःला वरचढ मानू लागल्या आणि इतर जातींना त्या दुय्यम लेखू लागल्या. अशा तऱ्हेने समाजातील तथाकथित 'उच्चवर्णीय' हे त्यांच्या मते 'नीचवर्णीय' असलेल्यांना तुच्छ मानू लागले.

गीतेच्या या अध्यायात मात्र भगवान श्रीकृष्णांनी या वर्णव्यवस्थेचा एक वेगळाच सुंदर पैलू विशद केला आहे. ते म्हणतात, एखाद्या व्यक्तीला ब्राह्मण किंवा शूद्र कशावरून ठरवायचे? त्याने कोणाच्या पोटी जन्म घेतला किंवा कोणता व्यवसाय निवडला, हे मुळीच महत्त्वाचं नाही. तर त्या व्यक्तीचा स्वभावधर्म कसा आहे, त्यावरून ती व्यक्ती ब्राह्मण की शूद्र हे ठरत असते.

जे विचारवंत असतात, ते स्त्री असोत की पुरुष किंवा मुलगा अथवा मुलगी, ते सर्वच प्रकारच्या परिस्थितीत नेहमी शांत असतात. त्यांच्या मनाचा समतोल कधीही ढळत नाही. ते स्वतःच्या मताचा आग्रह धरून बसत नाहीत, स्वतःची मते दुसऱ्यावर लादत नाहीत. ते इतरांच्या मतांचाही आदर करतात. ते मितभाषी असतात. त्यांची वाणी मृदू असते. ते सहनशील असतात. ते इतरांचा सहानुभूतिपूर्वक विचार करतात. त्यांचं आयुष्य नेमस्त असतं. गीतेत दिलेल्या व्याख्येनुसार अशा स्वभावाच्या लोकांना ब्राह्मण म्हणायला हवं. मग अशा व्यक्तीचं वय काय, ती व्यक्ती स्त्री आहे की पुरुष या आणि इतर कोणत्याही मुद्द्यांचा काहीही संबंध नाही.

भारताच्या इतिहासात अशा प्रकारच्या व्यक्तींची असंख्य उदाहरणं आहेत - संत तुकाराम हे शेतकरी होते. संत कबीरांचा जन्म एका विणकराच्या कुटुंबात झाला. संत मीराबाई राज्यकन्या होती. रामायण ज्यांनी लिहिलं, ते वाल्मीकी ऋषी

तर पूर्वाश्रमीचे दरोडेखोर होते; परंतु या सर्वच व्यक्ती समाजात उच्च पातळीवरील व्यक्ती होत्या. संतपदाला पोहोचलेल्या होत्या. त्या सर्वांमध्ये समान असलेली एक गोष्ट म्हणजे त्यांचा ब्राह्मणधर्म. तुम्ही या गोष्टीचा जर अगदी बारकाईने विचार केलात तर तुमच्या असं लक्षात येईल की, गांधीजींचा जन्म जरी एका वैश्य कुटुंबात झालेला असला, तरी ते त्यांच्या स्वभावधर्मानुसार ब्राह्मण आणि क्षत्रिय होते.

जे स्त्री-पुरुष अन्यायाविरुद्ध आवाज उठवतात, दडपशाहीचा प्रतिकार करतात आणि क्रांतिकारी चळवळींचं नेतृत्व करतात– उदाहरणार्थ- भ्रष्टाचार, समाजातील अस्वच्छता, आण्विक युद्ध किंवा दुर्बलांची पिळवणूक करणाऱ्या घटकांविरुद्ध लढा देतात – ते सर्व क्षत्रिय असतात. त्याचप्रमाणे काही व्यक्ती समाजात इतरांना विध्वंसक कार्य करण्यास प्रवृत्त करतात – एखाद्या जमातीचं पृथ्वीवरून समूळ उच्चाटन करण्याचं कार्य हाती घेतात, एखाद्या राष्ट्राच्या अध्यक्षाच्या हत्येचा कट रचतात किंवा बॉम्बस्फोट घडवून आणून संपूर्ण वसाहत नष्ट करण्याची योजना आखतात, लहान मुलांच्या निर्घृण हत्येसारखी कृत्ये करण्याचे बेत करतात, त्या व्यक्तीसुद्धा स्वभावधर्मानुसार क्षत्रियच असतात.

त्याचप्रमाणे काही व्यक्तींना उत्तमोत्तम कल्पना सुचतात, त्या प्रत्यक्षात आणून त्यातून नफा कसा मिळवावा, त्याला व्यवसायाचे रूप कसे द्यावे ही कला त्यांना अवगत असते. तुमच्या आजूबाजूला अशी एखादी व्यक्ती राहत असेल ना, जी उत्तमोत्तम खाद्यपदार्थ बनवून जवळपास राहणाऱ्यांना विकते? कुणीकुणी लहानशा स्नेहसंमेलनाचे उत्कृष्ट नियोजन करतात. त्यासाठी ते योग्य मोबदला आकारतात. कुणी कॉलेजच्या पार्टीमध्ये डी.जे. म्हणून काम करण्यासाठी तयार असतात. या अशा स्वभावधर्मांच्या व्यक्तींना वैश्य असे म्हणतात.

समाजात अनेक लोक असेही असतात, ज्यांना कोणत्याच प्रकारची जबाबदारी घ्यायची नसते. धडाडीने स्वतंत्र व्यवसाय सुरू करण्याची डोकेदुखी त्यांना ओढवून घ्यायचीच नसते; पण जर कुणी नेतृत्व करायला तयार असेल, तर ते उत्तम अनुयायी बनू शकतात. त्यांना कुणीही कसलीही मदत मागितली, तर ते त्यासाठी तयार असतात. त्यांच्यावर कुणी जबाबदारी सोपवली, तर ते ती आनंदाने पार पाडतात. अशा व्यक्ती अनेक ठिकाणी आपल्याला आढळतात. एखादा माणूस जन्मजात नेता असतो. तो कामांची व्यवस्थित वाटणी करतो. योग्य व्यक्तीकडे योग्य काम सोपवतो. सर्व निर्णय स्वतः घेतो आणि जे स्वभावतःच अनुयायी असतात, ते त्यांच्यावर टाकण्यात आलेली जबाबदारी नीटपणे पार पाडतात.

यामध्ये एक गोष्ट लक्षात ठेवायला हवी. नेतृत्वगुण अंगी असलेला माणूस हा त्याच्या अनुयायांपेक्षा श्रेष्ठ दर्जाचा नसतो. अनुयायी हा कुणापेक्षाही कनिष्ठ दर्जाचा नसतो. प्रत्येकजण आपापल्या नैसर्गिक स्वभावधर्मानुसार काम करत असतो,

इतकंच! गीतेमधून निर्विवादपणे एक संदेश देण्यात आलेला आहे. प्रत्येकाला जे काही करणं सर्वांत चांगलं जमतं, ते त्याने करावं. ज्याने त्याने आपल्या स्वभावधर्मानुसार काम करावं, म्हणजे ते चांगलं होतं.

एक उदाहरण द्यायचं झालं, तर तुम्ही शाळेमध्ये कॅप्टनच्या निवडणुकीसाठी उमेदवार म्हणून उभे आहात. यामागचं कारण काय, तर कॅप्टनला खूप मानमरातब मिळतो किंवा तुम्हाला तुमच्या प्रतिस्पर्ध्याची खोड जिरवायची असते; पण अगदी खरं सांगायचं झालं, तर तुम्हाला शाळेच्या लायब्ररीत बसून कित्येक तास पुस्तकं वाचण्यात रमून जायला आवडतं. त्यातून तुम्हाला खराखुरा आनंद मिळतो. याउलट, सभा भरवणं, इतिवृत्तं किंवा अहवाल तयार करणं अशा हाउस कॅप्टनला कराव्या लागणाऱ्या गोष्टी करायला खरंतर तुम्हाला मुळीच आवडत नाही; पण आता निवडणुकीत तुम्हाला विजय मिळाला आणि तुम्ही हाउस कॅप्टन तर झालात. काही दिवसांत तुम्हाला हाउस कॅप्टनची कामं करण्याचा कंटाळा येऊ लागेल. मग तुम्ही कामाची टाळाटाळ करू लागाल आणि गुपचूप लायब्ररीत जाऊन बसाल. या अशा बेजबाबदार वागण्यामुळे तुम्ही इतरांच्या मनांतून उतराल. तुम्हाला स्वतःलासुद्धा स्वतःच्या वागणुकीबद्दल मनोमन अपराधी वाटू लागेल. थोडक्यात, यामुळे कुणाचाच फायदा होणार नाही.

त्यामुळे कोणत्याही गोष्टीला सुरुवात करण्यापूर्वी ती गोष्ट आपण नक्की का करणार आहोत, याचा नीट विचार करणं गरजेचं आहे. जर एखादी गोष्ट मनासारखी घडली नाही, तर निराश न होता आधी हा विचार करायला हवा की, मुळात ती गोष्ट आपल्याला नक्की का बरं हवी होती? ती नाही घडली हे खरंच वाईट झालं की चांगलं झालं? या प्रश्नांची उत्तरं नीट शोधली, म्हणजे एखादी गोष्ट करावी की नाही, हे ठरवता येतं. त्याचप्रमाणे एखादी गोष्ट मनासारखी झाली नाही, तर त्यासाठी फार वाईट वाटून घ्यायचं की नाही, हेही लक्षात येतं.

तुम्ही जर स्वतःच्या मनाशी प्रामाणिक राहून विचार केलात, तर तुमच्या प्रश्नांची तुमचं मन जी उत्तरं देईल, त्याचं मग तुम्हालाच आश्चर्य वाटेल. चला तर मग! प्रयत्न तर करून पाहा आणि मग काय घडतंय, ते तुमचं तुम्हालाच कळेल.

समारोप (उपसंहार)

अर्जुनाच्या शंखध्वनीने हस्तिनापूरचा राजवाडा मुळापासून हादरला. राजवाड्यातील सर्व लोकांची भीतीने गाळण उडाली. महाराज धृतराष्ट्र आपल्या सिंहासनावर जणू गर्भगळित झाल्यासारखे बसून होते. त्यांनी हाताच्या मुठी घट्ट आवळल्या होत्या. ते भीतीने पांढरेफटक पडले होते.

महाराजांच्या शेजारी उभा असलेला त्यांचा सारथी संजय भावविभोर झाला होता. त्याचे डोळे आनंदाश्रूंनी भरले होते. महाराजांचं त्याच्या बोलण्याकडे लक्ष होतं की नाही, देव जाणे! पण संजय त्याच्या दिव्यचक्षूंना दिसणारं दृश्य वर्णन करून सांगण्यात अगदी रंगून गेला होता.

"वासुदेव आणि एकमेवाद्वितीय असा पार्थ यांच्यात हे असं अलौकिक, दिव्य संभाषण घडलं," संजय घडाघडा बोलत सुटला होता. "ते संभाषण ऐकून माझं अंग रोमांचित झालं आहे. व्यासमुनींनी मला ही दिव्यदृष्टी बहाल करून माझ्यावर फार मोठी कृपा केली आहे; त्यामुळेच मला आयुष्याचं मर्म ऐकण्याचं भाग्य लाभलं; तेही खुद्द भगवंताच्या तोंडून!

"महाराज, या ईश्वरी कृपेच्या वर्षावात मी अगदी न्हाऊन निघालो आहे. मी कृतकृत्य झालो आहे. मी पुन्हाःपुन्हा हे संभाषण आठवून पाहतो आहे आणि प्रत्येक वेळी माझी काया पुलकित होत आहे. केशव आणि अर्जुन यांच्यात घडून आलेलं हे गुप्त संभाषण माझ्या कानी पडावं, ही केवढी मोठी कृपा! पण हे असंच होणार हे मी आधीपासूनच जाणून होतो.

"मी पुन्हाःपुन्हा श्रीहरीचं ते आगळंवेगळं रूप माझ्या डोळ्यांसमोर आणतो आहे. खरंतर त्या रूपाचं शब्दांत वर्णन करून सांगणं अशक्यच आहे. ते पाहून मला जो आनंद झाला, त्याने माझं मन अगदी भरून गेलं आहे. हा आनंद पारलौकिक असून आता तो माझ्या हृदयात मावेनासा झाला आहे.

"महाराज, एका गोष्टीबद्दल तर माझी आता खात्रीच पटलेली आहे. महापराक्रमी अर्जुनाच्या खांद्याला खांदा लावून जेथे बुद्धीची देवता असलेले श्रीकृष्ण भगवान उभे असतील, फक्त तेथेच सौख्य व समाधान नांदेल आणि विजयाची पताकासुद्धा तेथेच फडकेल."

निवडीचा प्रश्न

अमेरिकन लेखक जॉन स्टाइनबॅक यांनी 'ईस्ट ऑफ एडन' या नावाची एक कादंबरी लिहिली आहे. त्यात 'ली' नावाची एक अमेरिकन व्यक्तिरेखा आहे. हा ली नावाचा माणूस बायबलमधील एका विशिष्ट कथेत पूर्णपणे गुंग होऊन जातो. ॲडम आणि ईव्ह यांची दोन मुले म्हणजे केन आणि एबल. त्यांची कथा अशी आहे – या दोन भावांपैकी एकाला, म्हणजे केनला आपला भाऊ एबल याच्याविषयी पराकोटीची असूया वाटत असते. परमेश्वराचं आपल्यापेक्षा आपला भाऊ एबल याच्यावर अधिक प्रेम आहे, या विचाराने अस्वस्थ होऊन तो आपल्या भावाची, एबलची हत्या करतो. या अपराधाबद्दल परमेश्वर केनची नंदनवनातून कायमची हकालपट्टी करतो; परंतु त्याआधी परमेश्वर त्याला सांगतो, ''तू तुझ्या या मत्सरी स्वभावावर विजय मिळवशील.'' बायबलमधील ही मूळ कथा हिब्रू भाषेत लिहिलेली असून जगभर तिचे अनेक अनुवाद झाले आहेत. इंग्रजामध्ये त्या वाक्याचा अनुवाद दोन प्रकारे करण्यात आलेला आहे. 'तुला तुझ्या मत्सरी स्वभावावर नक्कीच विजय मिळवता येईल' आणि 'तुझ्या मत्सरी स्वभावावर तू विजय मिळव', अशी ती दोन प्रचलित भाषांतरे आहेत.

परंतु हिब्रूमधून इंग्रजीत भाषांतरित झालेली ही दोन्ही वाक्ये ली या माणसाला अजिबात पटली नाहीत; त्यामुळे ते वाक्य मुळातून समजून घेण्याच्या उद्देशाने तो स्वतःच हिब्रूभाषा शिकतो. त्यानंतर त्या मूळ वाक्याचा फार सखोल विचार केल्यावर लीच्या असं लक्षात येतं की, इथे परमेश्वराने त्या केनला काय कर, हे मुळीच सांगितलेलं नाही. आपल्या मनातील असूया, मत्सर या भावनांवर विजय मिळवायचा की नाही, हे तुझं तुलाच ठरवायचं आहे एवढंच त्यानं सांगितलं.

गीतेमध्ये मात्र अशा प्रकारची संदिग्धता कुठेही नाही. गीतेतून श्रीकृष्णाने अर्जुनाला आणि खरंतर आपणा सगळ्यांनाच योग्य निवड करण्याचं स्वातंत्र्य बहाल केलेलं आहे. आपण कोणतं काम करायचं, मुखातून कोणत्या शब्दांचा उच्चार करायचा, मनात कशा प्रकारचे विचार आणायचे, याचं पूर्ण स्वातंत्र्य आपल्याला आहे. प्रत्येक शक्तीप्रमाणे आपल्याला बहाल करण्यात आलेली ही निर्णयशक्तीसुद्धा आपल्याला मुक्त करते; पण त्याचबरोबर जबाबदारीची जी जाणीव होते, त्यामुळे मन दडपून जाते.

मन दडपून जाते ते यामुळे की, त्यानंतर आपल्याकडे कोणतीच सबब शिल्लक उरत नाही. ''मला अमुक एक गोष्ट व्यवस्थित करता येत नाही, कारण मी फार लहान आहे / अशक्त आहे / फारच यःकश्चित आहे / फार गरीब आहे

/ फार थकलो आहे वगैरेवगैरे. गीतेत जे सांगितलं आहे, त्यानुसार मला एखादी गोष्ट करणं जमणार नाही असं काहीच नसतं. आपण 'जमणार नाही' असे शब्द वापरतो, तेव्हा खरंतर आपल्याला म्हणायचं असतं, 'करणार नाही.' याचा अर्थ इतकाच की, 'करणार नाही' या शब्दांना आपण मनामध्ये मुळी थाराच द्यायचा नाही. त्याऐवजी 'करणार' याच विचाराशी ठाम राहायचं; म्हणजे पाहा कसा चमत्कार घडून येतो ते!

खरंच ती सर्व शक्ती आपल्या अंतरीच आहे; परंतु त्यासोबतच एक जबाबदारीसुद्धा येते. परमेश्वराने आपल्याला दिलेल्या या शक्तीचा योग्य वापर करण्याची जबाबदारी! आपलं आयुष्य कसं जगायचं, हे ठरवणं केवळ आपल्याच हातात असतं.

गीतांविषयी अखेरचा शब्द

थांबा, थांबा! काय गीतांविषयी? बहुवचन? हं, हं. भगवतगीता ही सर्वांत प्राचीन आणि सर्वांत जास्त प्रचलित आहे, हे तर खरंच आहे; पण ती सोडून इतरही अनेक गीता आहेत. त्यांतली एक म्हणजे अवधूत गीता. या गीतेमध्ये आद्य गुरू दत्तात्रेय हे जगाच्या खऱ्या रूपाविषयीची स्तोत्रे गातात. त्याचप्रमाणे एक अष्टावक्र गीता आहे. यामध्ये अष्टावक्र ऋषी सीतेच्या पित्याला म्हणजेच जनकराजाला आत्म्याचं रूप विशद करून सांगतात. त्यानंतर आहे गणेशगीता, जी गणेशाने गायली आहे. त्याचप्रमाणे रामगीता, जी रामाने लक्ष्मणास सांगितली. संतकवी जयदेव यांनी रचलेल्या गीतेस गीतगोविंद असे म्हणतात. यामध्ये राधा-कृष्णाच्या अमर प्रेमाचं वर्णन आहे.

आणखी एक गोष्ट म्हणजे, आणखी काही गीता तर महाभारताचा एक भागच आहेत. उदाहरणार्थ- अनुगीता. हे श्रीकृष्ण आणि अर्जुन यांच्यात घडून आलेलं आणखी एक संभाषण. फक्त ते युद्धानंतर घडून आलं. त्याचप्रमाणे व्याधगीता. (हो, व्याधगीता. केवळ देव आणि ऋषी-मुनी यांच्याच फक्त गीता होत्या असं नव्हे, तर इतरांच्यासुद्धा होत्या, या व्याधगीतेमध्ये एक खाटीक एका संन्याशाचा अहंकार मोडून काढतो. एक खाटीक आणि एक गृहस्थाश्रमी म्हणून आपलं आयुष्यसुद्धा त्या संन्याशाइतकंच आध्यात्मिक आणि त्यामुळे ईश्वराच्या जवळ जाणारं कसं आहे, ते तो त्या संन्याशाला समजावून सांगतो. याशिवाय किमान आणखी डझनभर गीता तरी अस्तित्वात आहेत.

कृती आणि बुद्धिमत्ता - एक अत्युत्कृष्ट समन्वय

यत्र योगेश्वरः कृष्णो यत्र पार्थो धनुर्धरः
तत्र श्रीर्विजयो भूतिर्ध्रुवा नीतिर्मतिर्मम ॥१८-७८॥

योगिराज कृष्ण आणि धनुर्धारी अर्जुन जिथे एकत्र असतील, तिथे यश, समृद्धी आणि सद्गुणांचा वास असणारच! (१८-७८)

भगवद्गीतेतील हा शेवटचा आणि अत्यंत अर्थगर्भ असा श्लोक आहे आणि तो सर्वांत सुस्पष्टही आहे. अनेक प्रश्नांची उत्तरे, तीही विविध पातळ्यांवर या श्लोकात आपल्याला मिळतात. एकतर राजा धृतराष्ट्राने अगदी सुरुवातीलाच जो प्रश्न विचारला होता, त्याचं उत्तर या श्लोकातून मिळतं. धृतराष्ट्र आपला सारथी संजय याला म्हणाला होता, "संजया, मला एक गोष्ट सांग. आज माझी मुलं आणि पांडव त्या कुरुक्षेत्रावर युद्धासाठी समोरासमोर उभे ठाकले आहेत. त्या ठिकाणी नक्की काय घडणार आहे?" कदाचित त्या वेळी धृतराष्ट्राला असं वाटलं असेल की, कौरवांची सेना फार मोठी असल्याने या युद्धात सरशी होईल किंवा दोन्ही बाजूंचे योद्धे तुल्यबळ आणि महापराक्रमी असल्यानं कुणाची सरशी होईल ते सांगता येणं कठीण आहे, अशा काहीतरी अर्थाचं उत्तर आपल्याला संजयाच्या तोंडून ऐकायला मिळेल; परंतु वर दिलेल्या या श्लोकातून संजयाने जी काही घोषणा केली, त्यामुळे धृतराष्ट्राच्या मनातील सर्व आशा पार धुळीला मिळाल्या असणार, यात काही शंकाच नाही. संजयाने या श्लोकातून अगदी निःसंदिग्धपणे हे सांगितलं आहे की, ज्या बाजूला श्रीकृष्ण आणि अर्जुन एकत्र आले आहेत, त्याच पक्षाला विजय मिळणार, हे निर्विवाद सत्य आहे.

दुसरं म्हणजे गीतेत असं प्रतिपादन केलेलं आहे की, एखाद्या माणसाला जर कृती करताना ईश्वराची संगत लाभली नसली किंवा एखादं कार्य संपन्न करण्यासाठी भगवंताचे आशीर्वाद लाभले नसले, तर त्याचं ते कार्य अपुरंच राहणार आहे आणि त्याला चिरस्थायी स्वरूपाचा आनंद कधीच प्राप्त होऊ शकणार नाही. (शेवटी गीता हा एक धर्मग्रंथ आहे, त्यामुळे यात आश्चर्य वाटण्यासारखं काही नाही.)

त्यामुळे जर अर्जुन कृष्णासोबत असेल, तर त्याचा विजय ठरलेलाच आहे. त्याचं कल्याण होणार आणि त्याला मनःशांती लाभणार, हेही ठरलेलंच आहे; पण

अर्जुनाने जर एकट्यानेच लढायचं ठरवलं आणि स्वतःच्या जिवावर विजयश्री खेचून आणू असा निर्धार केला, तर मग मात्र काही खरं नाही. असा विचार करणं अगदीच चुकीचं ठरेल. शिवाय अशा प्रकारच्या युद्धातून त्याला चिरस्थायी आनंदाची प्राप्ती कधीच होऊ शकणार नाही.

या श्लोकाद्वारे जो संदेश देण्यात आलेला आहे, त्याच्याकडे आणखी एका वेगळ्या दृष्टिकोनातूनही बघता येणं शक्य आहे. येथे योगिराज कृष्णाला बुद्धीची देवता म्हणून संबोधण्यात आलं असून महापराक्रमी योद्धा अर्जुनाचा उल्लेख धनुर्धारी असा करण्यात आला आहे. एव्हाना एक गोष्ट तर तुमच्या लक्षात आली असेलच. हा अर्जुनच सगळे प्रश्न विचारतो आहे. त्याचं मन अतिशय संभ्रमित अवस्थेत आहे, त्याच्या मनात विचारांचा नुसता कल्लोळ झालेला आहे आणि सर्वांत महत्त्वाचं म्हणजे त्याच्यासमोर एक अत्यंत मोठा कसोटीचा क्षण येऊन ठेपला आहे. आपण नक्की काय केलं पाहिजे, या महाभयंकर प्रश्नाने त्याला ग्रासलं आहे. खरंतर गीतेमधील हा अर्जुन हे तुम्हा-आम्हा सर्वांचंच प्रतीक आहे. त्या अर्थाने ही एक रूपककथाच आहे. हा अर्जुन म्हणजे आपणच आहोत.

जीवनाच्या रणसंग्रामात रोजच्या घडीला संकटांचा सामना करणारे आपण सारे योद्धेच तर आहोत. आपल्याला अनेकदा हार मानावी लागते, मनात अनेक संघर्ष चालू असतात, भय आणि आशंकेनं मनात काहूर उठतं. आपल्याला पुढे होऊन काहीतरी कृती तर करायची असते; पण योग्य कृती नक्की कोणता ते समजत नाही. गीता आपल्याला हेच सांगते की, कोणतीही कृती करत असताना त्या कामी बुद्धीचा आधार घेतला, तरच ती कृती योग्य असते, अन्यथा नाही. त्याचप्रमाणे गीता आपल्याला याच्या बरोबर उलट गोष्टीही सांगते. कोणती कृती करणं योग्य आहे, हे नुसतं माहीत असून काहीच उपयोग नाही. नुसतं योग्य काय आणि अयोग्य काय; याचं ज्ञान असून चालणार नाही, तर योग्य कृती करण्याच्या दृष्टीने ठोस पावलं उचलणंही तितकंच महत्त्वाचं आहे. म्हणजेच अर्जुन आणि कृष्ण हे दोघे जेव्हा एकत्र असतील, तेव्हाच योग्य कृती घडून येऊन यश मिळेल.

नुसते आरामखुर्चीत बसून तत्त्वचिंतन करणारे, शब्दपांडित्यामध्ये तरबेज असणारे कृतिशून्य विद्वज्जन, त्याचप्रमाणे पुढचामागचा काहीही विचार न करता थेट कृती करून मोकळे होणारे वीरपुरुष हे दोघेही कसे निरुपयोगी आहेत, हे या एकाच श्लोकातून गीता आपल्याला सांगते. आपण सर्वांनी कृतिशील तर असलंच पाहिजे; पण ती करण्याआधी साधकबाधक विचारही केला पाहिजे, असा संदेश आपल्याला मिळतो किंवा आपण यातून असाही धडा घेऊ शकतो की, काय योग्य काय अयोग्य याचा नीट विचार करून मगच आपण कामाला लागलेलं बरं!

आपण खरंच योग्य वागतो आहोत का, हे कसं ठरवायचं? या प्रश्नाचं साधं, सरळ उत्तर देणं फार कठीण आहे; पण गीतेमध्ये काही मार्गदर्शक तत्त्वं सूचकपणे दिलेली आहेत. त्यांचा उपयोग करून जीवन जगणं नक्कीच शक्य होईल.

मग बाकीचा जीवनप्रवास ज्यालात्याला एकट्यानंच करायचा आहे. जे जे अनुभवाला येईल, ते अनुभवत पुढे जायचं आहे.

Email : production@mehtapublishinghouse.com
Website : www.mehtapublishinghouse.com